D1771595

ஒரிஜினல்

பாய்ஸ் கம்பெனி

நாடக உலக முன்னோடிகள்

டி. வி.ராதாகிருஷ்ணன்

நாதன்
ப தி ப் ப க ம்

நாதன்
பதிப்பகம்

▸ **ஒரிஜனல் பாய்ஸ் கம்பெனி** ▸ ஆசிரியர்: **டி. வி.ராதாகிருஷ்ணன்** ©
▸ பதிப்பகம்: **நாதன் பதிப்பகம்** ▸ பதிப்பு: **டிசம்பர்-2023**
▸ பக்கங்கள்: **226** ▸ வடிவமைப்பு: **மா. ஜெகதீஷ்குமார்**
▸ **நாதன் பதிப்பகம் 16/10, பாஸ்கர் தெரு, நேருநகர், தசரதபுரம், சாலிகிராமம், சென்னை-600 093.** தொடர்புக்கு: **98840 60274**
E-mail: **nathanbooks03@gmail.com**

விலை **ரூ.240/-** Web: **www.nathanbooks.com**

ISBN : 978-81-973788-4-3

அணிந்துரை

உயிர் கொடுத்து கலை வளர்த்த உன்னதர்கள்!

வரலாறு என்பது நினைவுகளின் பதிவு. அதுவும் ஆளும்வர்க்க நினைவுகளின் பதிவு. எளிய பின்புலத்தின் ஆகச்சிறந்த பதிவுகள் கூட வரலாற்றின் பக்கங்களில் மறைந்து போகச் செய்யப்படுகின்றன. தொல்காலத்திலிருந்து தமிழக கலைவரலாற்றில் ஒரு காத்திரமான பங்களிப்பை செய்து மக்களின் நுண்ணுணர்வை கூர்மையாக்கி சமூகத்தை ஒரு மாறுநிலைப் படிமலர்ச்சி நோக்கி நகர்த்திக்கொண்டிருப்பதில் நாடகக்கலை ஈடு இணையற்றது. இதை உணர்ந்த நிலையிலேயே இயல், இசை, நாடகம் என நாடகத்தை நம் பெருமைமிகு மொழியின் ஒரு கூறாக வகைப்படுத்தினார்கள் நம் மூதாதைகள்.

இந்திய போராட்ட வெளியை தமிழ்நாட்டிலிருந்து புரிந்துகொள்ள முற்பட்டால் அது நாடக இசையின் கலை வெற்றி என்றே சொல்லலாம். போதிய தொடர்பு சாதனங்கள் அற்ற அன்றைய சூழலில் நாடக்கலைஞர்களே, புராண இதிகாச காப்பிய காலத்தினில் நின்று சமகால சரித்திரத்தின் பாடுகளை பொது சமூகத்திற்கு இசையாய் சொல்லிக்கொடுத்தவர்கள். இசையெனும் மையப்புள்ளியிலிருந்தே உடை, ஒப்பனை, வசனம், காட்சிமாற்றம், ஒளி ஒலியென கிளைபிரிந்த நாடகக்காலமது. இதற்காக அன்றைய நாடகக்கலைஞர்கள் தொடர் கைதுகளுக்கும், விசாரணைகளுக்குமென அலைக்கழிக்கப்பட்டனர்.

வாழும் காலத்தின் சரித்திர நொடிகளுக்கு உண்மையாய் இருந்தவர்கள். ஆனால் ஒருபோதும், அவர்கள் வெறுமனே செய்தியைக் கடத்தும் பிரச்சார ஊடகங்ளாக மட்டும் இருந்ததில்லை. நாடகத்தின் பன்முகப்பார்வை அறியாத நிலையில் இன்று எழுதப்பட்ட வரலாறுகள் வெற்றுசம்பவச் செய்திகளாக பதிவுசெய்யப்பட்டுவிட்டது. அன்றைய நாடகக்கருவுக்கு ஏற்ப நாடகத்தின் ஆன்மா இசையால் எழுப்பப்பட்டு தொல்இசையின் தாளலயத்தைச் சுவீகரித்துக்கொண்டதால் நாடகத்தால் கண்டுண்ட மக்கள் விடுதலையின் பதாகைகளைக் கரம்பற்றத்துவங்கினர். 1852ல் பிரட்டிஷ் அரசால் கொண்டுவரப்பட்ட நாடகத்தடைச்

சட்டத்தை மீறி நடிகர்களின் சங்கீதம் ஏறிய விடுதலைப்பாடல்களால் மெழுகி மேடையை நடிப்பால் நிரப்பினர். பார்வையாளர்கள் நிரம்பிய நாடக அரங்கம் வெள்ளை ஏகாதிபத்தியத்தின் எதிர்ப்பு அரங்காகவும் மாறியது.

அது வரையில் பண்டித மேட்டிமையில் புழங்கிக்கொண்டிருந்த நாடகங்களை,அதன் மொழியை, அழகியலை எளிய மக்களின் உணர்நிலைக்குக் கொண்டுசென்றவர்கள் இந்த நூலில் தொகுக்கப் பட்டிருக்கும் பத்தொன்பதாம் நூற்றாண்டு தமிழ் நாடகக் கலைஞர்கள். இவர்களின் வருகைக்குப் பிறகே தமிழ் நவீன நாடகங்களின் கதாபாத்திர உரையாடல்களில், பாடல்களில் மக்களின் புழங்குமொழி ஒலிக்கத்துவங்கி, நாடகங்களுக்கான பார்வையாளர் பரப்பு விரிவாகி யிருக்கிறது.

ஆங்கிலப்போலீசாரால் தேடப்பட்ட நடிகர்கள் புனைவிணைவாய் மறுபுனைவுகொண்டு தேச விடுதலையின் எல்லையில் நிற்க வேண்டிய அவசியத்தைப் பதிவுசெய்தனர். இப்படி அர்ப்பணிப்பு சக்தி கொண்ட கலைஞர்களின் பாதையிலிருந்துதான் இன்றைய நடிகர்களின் அரசியல் களம் எழுந்திருக்க வேண்டிய அவசியத்தின் உரையாடலுக்கு இப்புத்தகம் ஒரு சாட்சியாக அமையட்டும்.

பிரதிகளில் அரசெதிர்ப்பு தொடர்ந்த போது அதை தடைசெய்த வெள்ளை ஏகாதிபத்தியத்தை, நாடகப்பாடல் இசை என்னும் புதிய வடிவப்பிரதியின் மாறுபட்ட பொருண்மைக்குள் வைக்கத்துவங்கிய நாடக்கலைஞர் மதுரகவி பாஸ்கரதாஸின் பிரதிகள் எல்லோராலும் விரும்பப்படும் நிகழ்த்துப்பிரதியானது. அன்று நடிகனைக்கண்காணித்து தேடி தடைசெய்த போலீஸ், நாடகம் அவன் இல்லாதபோதும் அடுத்தடுத்த ஊர்களில் மக்கள் கூட்டத்தோடு தொடர்ச்சியாக நிகழ்வதைக்கண்டு ஏமாந்து போவது தொடர் எதார்த்தமாக இருந்திருக்கிறது.

அன்று பாஸ்கரதாஸின் "வெள்ளைக்கொக்கு பறக்குதடி" எனப்பாடிய காதர் பாட்ஷாவின் மூர்க்கமான கானகக் குரலிசை நாடகமேடை வழி நிலம் நிலமாய் பறவையாக்கி ஜனங்களை நாடகக்கொட்டகை நோக்கி அழைத்தது. மேடையில் அவரைக்கைது செய்ய முற்படுகையில் பார்வையாளர்களின் கூட்டொலி முழக்கத்தில் வெள்ளையரசாங்க போலிஸ் வெளியேறுவது என தொடர்ந்த நெருக்கடிகள் காதர் பாட்ஷா மேடையிலேயே பார்வையாளர்கள் சூழ வாழ்வை தொடர்வது அதிகரித்தது. அவரைப்பற்றிய அன்றைய செவிவழிக்கதை ஒன்று பிரபலமாயிருந்தது. ஆங்கில அரசின் எதிர்ப்பின் அடையாளமாக இருந்த அன்றைய நடிகர்களில் காதரும் முக்கியமானவர் என்பதால்

அவரைக்கைது செய்து சிறையில் அடைத்தார்கள். தொடர்சிறையின் இறுதியில் அவருக்கு தூக்குதண்டனை அறிவித்து தூக்குநாளில் அவரது விருப்பத்தைக்கேட்ட போது ஆர்மோனியப்பெட்டியொன்றை வாங்கி நாடக இசைப்பாடல்களைப் பாடிப்பாடி இசையின் நொடிகள் முடிவற்று நீண்டு தூக்கு நேரம் கடந்தது. அவரது இசைக்குரலில் ஆழ்ந்து தம்மைப்பறிகொடுத்த பிரட்டிஷ் ஜெயிலர்கள் தண்டனையை ரத்துசெய்தபோது, மரணத்தை வெல்லும் சக்தி நாடகநடிகனின் குரலுக்குள் பதுங்கி இருப்பதை உணர்ந்துதான் இருக்க வேண்டும். அவரோடு பயணித்த பல நாடகக்கலைஞர்களும் இந்தப்புத்தகத்தில் அலைவுற்றபடி இருக்கின்றார்கள். இந்திய ஒன்றிய நிலப்பரப்பின் நெருக்கடிமிக்க இன்றைய அரசியல் சூழலில் இக்கலைஞர்களை நம்முள் சுமந்து கதைக்க வேண்டிய தருணத்தில் நாம் இருக்கிறோம்.

கதராடை உடுத்தி இந்திய தேசிய காங்கிரஸின் செயல்பாடுகளோடு தங்களின் கலைவாழ்வை இணைத்துக்கொண்டிருந்த போதும் அன்று எழுந்து வந்த திராவிட இயக்க அரசியல் தலைவர்களோடும், பொதுவுடைமை கட்சித்தலைமைகளோடும் நெருங்கிய உறவாடியவர்களாக அரசியல் பிரக்ஞை அன்றைய நாடகலைஞர்கள் பலர் இருந்திருக்கிறார்கள்.

காந்தி மதுரை வந்திருந்தபோது அன்றைய காங்கிரஸ் தலைவர்களில் ஒருவரான வைத்தியநாத அய்யர், நீதிக்கட்சி நிறுவினர்களில் ஒருவரான பி.டி.ராஜன் ஆகியோரோடு காந்தியை நாடகக் கலைஞரான மதுரகவி பாஸ்கரதாஸ் சந்தித்திருக்கிறார். தமிழ்நாட்டு தேசியக்கவி, இவரது பாடல்களால் விடுதலை வேட்கை மக்கள்மயமாகிறது என அய்யரால் காந்திக்கு அறிமுகம் செய்யப்பட்ட பாஸ்கரதாஸை , ஒரு கவிபுனையும்படி காந்தியார் கேட்க ,

"காந்தியோ பரம ஏழை சன்யாசி

கருதும் சுதந்திர ஞான விசுவாசி" என்ற பாடலை பாஸ்கரதாஸ் பாட பி.டி.ராஜனும், அய்யரும் ஆங்கிலத்தில் மொழிபெயர்த்துக் காந்திக்கு சொல்லியிருக்கிறார்கள்.

அன்றைய நாடகக் கம்பெனிகள் ஊர் ஊராய் பயணித்த போது பார்வையாளர்களின் உறவுக்குடும்பத்தால் கலைஞர்கள் அனாதை வெளி கடந்து உறவுறவாய் காக்கப்பட்டு வந்தனர். நாடகக்கம்பெனி பல மாதங்கள் தங்கிய நிலத்திலிருந்து மறுநிலத்திற்கு பயணமானபோது கிளம்பிய ஊரிலிருந்து பார்வையாளராய் இருந்த பல இளைஞர்களையும் நாடகப்பாதைநோக்கி அதீத துறவாய்க் கிளம்பிவந்தனர். இப்படி வீட்டைவிட்டு கலைத்துறவு கொண்ட பார்வையாளர்களிடமிருந்த தமிழ்நாடகக்கலை துவங்கியது எனலாம்.

எளிய வாழ்வின் வறுமைக்குள்ளிருந்து கலையின் தாதுக்களை உணர்ந்தவர்கள் அவர்கள். அவர்களுக்குள்ளிருந்தே பண்பாட்டுப் பார்வையாளர்கள் எனும் நடிகர்களும் கிளம்பிவந்தார்கள் என்பதை நாம் படிக்கவேண்டும். அவர்களது நாடக மேடை வாழ்விடமாகவும் இருப்பாகவும் காணும் நிலை அவர்களது திசையெங்கும் அலைவுற்றது. நாடகமே கல்வியாகவும் அதனுள் புழங்கி எழுந்த அனுபவம் நெருக்கடிகளை சமநிலைகொள்ளச்செய்யவும் புதுவடிவ இயக்கமானது. இதிலிருந்து இன்றைய நடிகனுக்கான பயணத்தொடரச்சியை நாம் பேசவேண்டுமென நினைக்கிறேன். வேட்டைச்சமூகம் தொடங்கி இன்று வரை இருளை ஒளியால் பேசவைக்கும் நாடக நிலத்தில் எண்ணிக்கையற்ற பார்வையாளர்களின் வேட்கைகொண்ட மோனத்தில் அலைவுறுகிறது நாடகப்பண்பாடு. நாடகத்தாய்மை சுமந்த சங்கரதாஸ் சுவாமிகள் அன்று பக்கவாத நோயால் அசைவற்று படுக்கையில் கிடந்தபோது இறுதிநாட்களின் வாக்குகள் அவரது நாவில் மோதிக்கொண்டிருக்க அவரிடமிருந்து பிரிந்த கலைஞர்கள் அவர் முன் கூடினர். பாலபார்ட், ஸ்தரீபார்ட், ராஜபார்ட் என் நடிகர்களின் துளிர் முகங்கள் அவர் உடலெங்கும் முகம் பதித்துப்பரவி அவர்களது கண்ணீர்துளிகளால் ஈரமான உப்புஉடல் மருள்கொண்டு துள்ளியெழுந்தது. எதிர்கால அரங்கத்தின் தவசங்கள் அந்நொடியுடலில் பற்றியெழுந்து நிகழ்த்தி நிலம் பற்றி அமரத்துவடைந்தது. அவரிலிருந்தே நடிகனுக்கான நடிப்புப்பள்ளி உருக்கொண்டது. அவை எதிர்காலத்தில் விரிவாக ஆய்வுசெய்யப்படவேண்டும் என்பதை இந்நூலினூடாக பதிவு செய்கிறேன். அவர் மரிப்பின் கடைசி நொடியிலிருந்து நாடகம் பொழுதுபோக்கு வெளியல்ல, பொழுதுகளை கலையால் உயிர்பிக்கும் அற்புதமாக்கும் அரசியல் சிந்தனையாக்கும், எதிர்காலத்தை வாழும் காலத்தில் சாத்தியமாக்கும் துடிகொண்ட வேட்கை நிலை என்பதை மறுஉறுதி செய்யும் நாள் என்பேன்.

நாடகம், வாழும் பொழுதுகளை விந்தையாக்கி நடிகை நடிகர்களைச் சுமந்து பார்வையாளர்கள் எனும் இமையடுக்கு நிலங்களுக்குள் பண்பாடுரும் கலை. அவை இப்பிரபஞ்சத்தின் மறுவாழ்வு. நொடிக்கு நொடி தன்னைச் சுய அழிப்புக்கு உட்படுத்தி பார்வையாள உயிரினங்களின் அகவாசல்களைத் திறந்து அவனுக்குள்ளிருக்கும் கலையின் ரேகைகளை மதித்து சுயவிழிப்படையச் செய்துவிடுகிறது. நாடகத்தின் கடந்துவிட்ட அந்தந்த அற்புத நொடிகளை ஒருபோதும் நாம் திரும்பப் பெறமுடிவதில்லை. ஒவ்வொரு விநாடிகளும் புதுப்பிறப்புதான். அது தற்கணத்தின் கலை. நாடக நடிகனும் தற்கணத்தின் கலைஞன். ஒவ்வொரு நொடியிலும் புதிதாய்ப்பிறந்து வாழ்ந்து மரித்து மீண்டும் பிறப்பவன். அப்படி நம் தொல்தமிழ்

நிலத்தின் மூதாதைகள் இந்த புத்தகத்தின் வழி நம்முடன் உரையாட எழுந்துவருகிறார்கள். மீடியாவின் ஜொலிக்கும் போலி ஒளிகளுக்கும் தட்டையான கவர்ச்சிக்கும் தனிமனித போற்றுதலை முன்னெடுக்கும் பிம்ப மயக்கத்துக்கும் பாராட்டுப்புலம்பலை பின்தொடரும் இன்றைய சமூகக்கூட்டத்தில் சிக்கிய நாடகக்காரனுகெல்லாம் இந்நூல் தன்னைத்திறந்துகொள்ள கிடைத்த ஒரு சாவி. இதுபோன்ற புத்தகங்கள் வெளிவருவது தொடரவேண்டும். மொபைல், லேப்டாப், டுவிட்டர், ஃபேஸ்புக் என்னும் அப்டேட் அகமரணச்சூழலுக்குள் நொடிக்குநொடி தன்னைக்கொண்டாடும் அவலம் கலைச்செயலாய் உருமாறிக்கொண்டிருக்கிறது. நாம் வாழும் நொடிகள் அப்டேட் கருவியெனும் நகரும் காட்சி மியூசியத்திற்குள் முடங்கி கலையின் நொடிகள் பறிபோவதை உணராத நாட்களை நாம் உற்பத்தி செய்பவர்களாகிக் கொண்டிருக்கிறோம். இந்த அபத்த சூழலுக்குள் எல்லாம் துறந்து களம் அமைத்துக் கொடுத்துப்போன கலை மூதாதைகளை மறந்துகொண்டிருக்கிறோம். இங்கே தொகுத்துக்கூறப்பட்ட கலை முன்னோர்களை நாம் இன்னும் தீவிரமாகத்தேடிப்படித்து புதுவெளி திறக்க துணைசெய்யும் முதல்படி இந்த நூல்.

இன்றைய நாடக நடிகன் நடிப்பின் சிலவருடங்களிலேயே அதன் மொழி புரிந்து பூரணமானதாய் எண்ணி தன்னை பொருளியல் வெளிக்குள் திணித்து உடலை பண்டமாக்கும் பயன்பாட்டுப் பொருளாய் புரிந்துகொள்கிற சலிப்பான அர்த்தம் பெரும்பாலும் நேர்ந்துவிடுகிறது. வெறும் திறமைகளை(Skill) பயிற்சிகளை மட்டும் நம்பும் ஒரு நடிகன் நாடகநிலத்தில் தன்னை பிம்பமோக குணத்துக்குள் திணித்து பகட்டை நோக்கிய வசீகரம் ஏற்பட்டு பொதுப்பார்வையாளர்களின் கைதட்டலை தனதாக்க முயலும் சுயமீறல் தொடர்கிறது. அங்கே பண்பாட்டு நடிகன் காணாமல் போய்விடுகிறான். இங்கே தொகுக்கப்பட்ட கலைஞர்கள் நடிப்பின் தற்கணத்தில் பண்பாடுரும் கூட்டு மீறலை பின்தொடர்பவர்கள். அதுவே நாடகக்கலையின் தானாய் எழும் நொடிகளின் விந்தை. பண்பாட்டு பார்வையாளர்களுக்கும் பொதுப்பார்வையாளர்களுக்கும் திறந்தே சமர்பிக்கும் தருணமே அது.

தமிழ் நாடகக்கலை, திரைப்படம் என்ற புதிய தொழிநுட்பவடிவை தழுவிக்கொண்ட 1930 காலகட்டத்தில் இந்த நூலில் தொகுக்கப்பட்டுள்ள நாடகக் கலைஞர்களே ஆதித்திரைக்கலையின் விதைகளாக இருந்திருக்கிறார்கள். நாடக கலைஞர் பாஸ்கரதாஸ்

அனைத்து திரைப்படக் கம்பெனிகளாலும் விரும்பப்படும் திரைக்கதை ஆசிரியராக, பாடலாசிரியராக இருந்திருக்கிறார்.

அன்றைய தமிழ் நாடகக்களத்திற்கு விளிம்புநிலையில் இருந்தவர்களே பெரும்பாலும் தனித்தனியே தம்வாசல்களைத் திறந்து செயல்பட்டவர்கள் என்பதாலோ என்னவோ அவை வரலாற்றின் பக்கங்களில் முறையாக பதிவாகாமல் போய்விட்டது. இப்படி அன்று பண்பாட்டுவெளியில் உதிரிகளாக தனித்தியங்கிய கலைஞர்களை ஊடகமும் வரலாறு போல பார்க்கத்தவறிவிட்டது. இன்றைய சந்தை மனது முதலீடும் வருமானமும் சுமக்கும் வடிவமாகிவருவதால் நாடகக்கலையின் வேர்ப்பாதையை பார்க்கத் தவறிக்கொண்டே யிருக்கிறது. பதிவுசெய்யப்பட்ட வரலாற்றைப் படிக்கும் கல்வி எல்லைக்குள் பேசப்படாத பல கலைஞர்களின் கலைவாழ்வு சொல்கதை மரபாய் அலைபாய்வதை ஆவணப்படுத்தும் சூழலைத் துவங்க இந்நூல் வழி செய்யட்டும். உலகெங்குமுள்ள அதிகாரங்கள் வனங்களிலிருந்து பூர்வகுடிகளை வெளியேற்றி அழிப்பது தொடர்வதுபோல; இங்கே எளியோரின் பக்கம் நின்று, குரலற்றதின் குரலாக திகழ்ந்து மறைந்த நிகழ்த்துக்கலைஞர்களின் செயல்பாடுகள் மறுக்கப்பட மறைக்கப்படக்கூடாது. அதிகார பிம்பங்கள் உருவாக்கிய உறைந்த வரலாற்று வட்டம் களைந்து நாடக்க கலைச் சரித்திரம் புத்துயிர் பெறவேண்டும். நம் காலத்தின் விளிம்புநிலை மக்களின் நம்பிக்கை தெய்வங்கள் எல்லையில் கன்னிகளாய், காவல் தெய்வங்களாக இருப்பது போலவே தன் இருப்பை அழித்தலில் உணரும் அம்மக்களின் கலைகள், கலைஞர்களைத் தேடிகொண்டு எழுவதை; இந்த நூலில் தொகுக்கப்பட்டிருக்கும் கலைஞர்களை; வாசிப்பின்வழி தொடுகிற நொடிகளிலெல்லாம் நாம் உணரமுடியும்.

நம் முன்னோர்களது நாடகவெளி எனும் கலைவாழ்வு கால அடுக்கில் மறைந்துபோகச் செய்யப்பட்டுக்கொண்டிருக்கும் ஒரு காலநிலையில் என்றும் மறவாத பேரொளி போன்ற நம் மூதாதைக் கலைஞர்களுக்குரிய உயரிய இடத்தினை சமகாலத்தவரிடம் பேசவந்திருக்கும் இந்நூலாசிரியர் தோழர் டி.வி. இராதாகிருஷ்ணனுக்கும் நூலை மிக நேர்த்தியாக உருவாக்கி வாசகபரப்பிற்குள் கொண்டுசேர்ந்திருக்கும் நாதன் பதிப்பக நிறுவனர் தோழர் அஜயன் பாலவிற்கும் ஒரு நாடக்கலைஞனாக என் அன்பும் வணக்கங்களும்.

ச.முருகபூபதி
மணல்மகுடி நாடக நிலம்
கோவில்பட்டி

நூலாசிரியர்

பாய்ஸ் கம்பெனி காலம்

உங்களோடு கொஞ்சம்

வணக்கம்

பத்தொன்பதாம் நூற்றாண்டில் இறுதியில் எல்லா பக்கமும் பார்வையாளர்கள் சூழ்ந்திருக்கும் வட்டரங்கில் நடைபெற்ற நாடகங்கள் முப்பக்கமும் மறைக்கப்பட்ட முன்பக்கம் மட்டுமே பார்வையாளர்கள் இருந்து பார்க்கும் பெட்டி அரங்கமுறைக்கு (Proscenium) மாறிக்கொண்டிருந்தன. அக்காலகட்டதில்தான் சங்கரதாசு சுவாமிகள் நாடக உலகில் நுழைந்து நடிகராகவும் நாடக ஆசிரியராகவும் திகழ்ந்தார்.

அவர் இதிகாச, புராண, பக்திக் கதைகளை நாடகங்களாக மாற்றினார். அவற்றை நாடகத்தைத் தொழிலாக்கொண்ட தமிழ்நாட்டு நாடக சபைகள் அனைத்தும் பெரும்பாலும் பயன்படுத்தின.

இந்நிலையில் நடிப்பு, இலக்கியம், உரையாடல் கலை ஆகியவற்றில் சிறந்த நடிகர்கள், சங்கரதாசரின் நாடக வடிவத்தையும் பாடல்களையும் மட்டும் பயன்படுத்திக்கொண்டு, தாமே சொந்தமாக உரையாடத் தொடங்கினார். அவை தொடக்கத்தில் அந்தந்த நடிகர்களின் தனித்திறனைக் காட்டுபவையாக இருந்தன.

நாளடைவில் நடிகர்கள் ஒருவரை ஒருவர் சிலேடைகளால் ‘குத்தி'க் கொள்வதற்கும் மேடையில் தம்முடைய ஆதிக்கத்தை நிலைநிறுத்துவதற்குமான எத்தனங்களாக மாறின.

எக்குழுவையும் சாராமல் தனித்திருந்த நடிகர்கள் இணைந்து நடிக்கும் சிறப்பு நாடகங்களில் (ஸ்பெஷல் நாடகங்கள்) புகழ்பெற்ற நடிகர்கள் இணைந்து நடிப்பதற்கு மாறாக அவரவர் ஆதிக்கத்தை நிலைநாட்டும் மோதற்களங்களாக நாடகங்கள் மாறத் தொடங்கின; கட்டுப்பாடுகள் தளர்ந்தன. இதனால் நாடகத்தின் கதையோட்டம் சிதைந்து, வெற்று உரையாடல்கள் நாடக மேடைகளில் ஆதிக்கம் பெற்று நாடகக்கலை நலிவுற தொடங்கியது.

‘ஒரு நாடகம் சிறப்பாக இருக்க வேண்டுமானால் அந்த நாடகத்தில் பங்குகொள்ளும் நடிகர்களிடையே ஒழுங்கும் நியதியும் கட்டுப்பாடும் இருக்கு வேண்டும் எனக் கருதிய சங்கரதாசு சுவாமிகள் இதனைக் கண்டு வேதனையடைந்தார்.

பெரியவர்கள் ஏற்று நடித்துச் சீரழித்துக் கொண்டிருந்த நாடகப் பாத்திரங்களின்று அவர்களை விலக்கி விட்டு அப்பாத்திரங்களில் இளம் சிறுவர்களை நடிக்க வைத்து நாடகம் நடத்தும் முயற்சியை மேற் கொண்டார்.இதுவே பாலர் நாடக சபை எனப்படும் பாய்ஸ் கம்பெனிகள் தோன்ற காரணமாக அமைந்தது.

பரிசோதனை முயற்சியாக 1910ல் சமரச சன்மார்க்க சபை என்னும் பாலர் நாடக சபையை, சங்கரதாசு சுவாமிகள் தோற்றுவித்தார்.

அவர் ஆசிரியருக்குக் கட்டுப்பட்டு நடிக்கக் கூடிய நடிகர்களைக்கொண்டு நாடகங்களை நிகழ்த்த விரும்பினார். எனவே சிறுவர்களுக்கு நடிப்புப் பயிற்சி அளித்து அவர்களையே நடிகர்களாகக்கொண்ட, சமரச சன்மார்க்க நாடக சபா என்னும் நாடகக்குழுவை 1910 ஆம் ஆண்டில் தொடங்கினார்.[இக்குழுவில் தான் பின்னாளில் நாடக உலகின் அரசராகக் கருதப்பட்ட எஸ். ஜி. கிட்டப்பாவும்,மாரியப்ப சுவாமிகளும் நடிகர்களாக இருந்தனர்.

கம்பெனியின் நடிக்க வருவோருக்கான விதிமுறைகள்

யார் எந்த வேலைக்கு சேர்ந்தாலும் கம்பெனியிலே அவர்களுக்கு சாப்பாடு, துணிமணிகள், தங்குவதற்கு இடம் கொடுப்பார்கள். சம்பளம் உடனே போட மாட்டார்கள். பையன்களுடைய திறமையை அறிந்து அவர்கள் நடிப்புக்கு உள்ளவர்களா,? அல்லது எடுபடி வேலைக்கு தகுதி உள்ளவர்களா? என்பதை அறிந்து கம்பெனியால் சம்பளம் கொடுக்க முடிவுக்கு

வருவார்கள். நல்ல சாப்பாடு, உடற் பயிற்சி,கல்வி ஆகியவற்றை அவர்ளே தருவார்கள்

இதைத் தொடர்ந்து தமிழகத்தில் பல நாடக சபைகள் தோன்றின. இவற்றிலெல்லாம் சிறுவர்களே நடிகர்கள். மதுரை பாலமீன ரஞ்சனி சங்கீத சபையை, ஜகந்நாத ஐயர் என்பவர் தொடங்க.அதில் சுவாமிகள் ஆசிரியராய் இருந்தார்.பன்னிரெண்டு வயதிற்கு உட்பட்டவர்களே இதில் சேர்க்கப் பட்டனர்

சங்கரதாஸ் சுவாமிகள் குழுவில் நடிகர்களாக இருந்தவர்கள்

கே.சாரங்கபாணி

நவாப் ராஜமாணிக்கம்

பி.டி.சம்பந்தம்

எம்.எஸ்.முத்துக்கிருஷ்ணன்

டி.பி.பொன்னுசாமிபிள்ளை

டி. பாலசுப்பிரமணியம்

எம். ஆர். ராதா

ஏ.எம்.மருதப்பா

எஸ்.வி.வெங்கட்ராமன்

டி.கே.கோவிந்தன்

சிதம்பரம் ஜெயராமன்

ஆகியோர் ஆவார்கள்., அதற்கு பின் பலர் நாடகக் கம்பெனிகளைத் தொடங்கினார்கள்

சின்னையாபிள்ளை,பழனியாபிள்ளை,கருப்பையாபிள்ளை,சுப்ரமணிய பிள்ளை ஆகியோர் 1918ஆம் ஆண்டு மதுரை தத்துவ ஸ்ரீ மீன லோசனி வித்துவ பால சபா என்ற குழுவினை ஆரம்பித்தனர்.சங்கரதாசு சுவாமிகள், கே.ஜி.குப்புசாமி

“ஒரு நாடகம் சிறப்பாக இருக்க வேண்டுமானால் அந்த நாடகத்தில் பங்குகொள்ளும் நடிகர்களிடையே ஒழுங்கும் நியதியும் கட்டுப்பாடும் இருக்கு வேண்டும்.”

நாயுடு,உடுமலை சந்தச் சரபம் முத்துசாமிக் கவிராயர்,,சக்கரவாகம்பிள்ளை ஆகியோர் ஆசிரியராய் இருந்தனர்.

டி.கே ஷண்முகமும் அவரது சகோதரர்கள் தி.க.சங்கர்,தி,க. முத்துசாமி, தி க பகவதி ஆகியோர் இங்கு நடிகர்களாக இருந்தனர்.

பக்கிரிசாமி பிள்ளை என்பவர் மதுரை ஒரிஜினல் பாய்ஸ் கம்பெனியை எம் கந்தசாமி முதலியாரை ஆசிரியராக கொண்டு ஆரம்பித்தார்.இவர் எம் கே ராதா அவர்களீன் தந்தை ஆவார். இந்த கம்பெனி மூலம்தான் நாடக நடிகராக எம் ஜி ராமசந் திரம்ன் அறிமுகமானார்.அவருடன் அவர் சகோதரர் சக்ரபாணி மற்றும் காளி என் ரத்தினம்,பி யூ சின்னப்பா,கே பி காமாட்சி,கே பி கேசவன்,எம் கே ராதா, ஆகிய பிரபலங்கள் உருவானார்கள் பின்னர் பழனியா பிள்ளையின் மீனலோசனி சபாவும்,1902ல் கிருஷ்ணசாமி பாவலரார் பால மனோகர சாபாவும் உருவாகின 1925ஆம் ஆண்டு மார்ச் மாதம் மதுரை ஸ்ரீ பால சண்முகானந்த சபா டி கே எஸ் சகோதரர்களால் உருவாக்கப்பட்டது. ஸ்ரீ ராமா பாலகான சபா காரைக்குடி வைரம் அருணாசலம் செட்டியார் அவர்களால் துவக்கப்பட்டது..குலதெய்வம் ராஜகோபால் இக்குழுவில் நடித்தார்.

ஸ்ரீ மங்கள பாலகான சபா டி.பி. பொன்னுசாமி பிள்ளை ஆரம்பிக்க அதில் நடிகராக சிவாஜி கணேசன்,காக்கா ராதாகிருஷ்ணன் நடித்தனர் 1932ல் நவாப் ராஜமாணிக்கம் மதுரை தேவி பால விநோத சங்கீத சபாவை ஆரம்பித்தார். தர்மராஜ பிள்ளை என்பவர் தேவி பால ஷண்முகாநந்த சபாவினை ஆரம்பித்தார்..

இதில் டி கே எஸ் சகோதரர்கள் நடித்தனர்.

1910, 1920, 1930 ஆம் பத்தாண்டுகளில் சிறுவர்களாக நாடகத்துறைக்கு வந்தவர்கள் அடுத்தடுத்த பதினைந்து ஆண்டுகளில் தம் பதினைந்து அல்லது பதினாறாம் வயதுகளில் மகரக்கட்டு என்னும் குரல் மாற்றம் ஏற்பட்டு நாடக சபைகளில் இருந்து வெளியேறினர். அவர்கள் அடுத்த சில ஆண்டுகளில் சிறப்பு நாடகங்களிலோ, திரைப்படங்களிலோ நடிக்கத் தொடங்கினர். 1940 ஆம் பத்தாண்டுகளில் திராவிட இயக்கத்தின் வளர்ச்சியின் காரணமாக இதிகாச, புராண, பக்தி நாடகங்களின் செல்வாக்குக் குறைந்தது. 1930 ஆம் ஆண்டு முதல் பேசும்படங்கள் வருகை நாடக நடிகர்களின் தொழிற்படுகளமாக மாறத்தொடங்கியது. இத்தகு மாற்றங்களால் சிறுவர் நாடகக்குழுகள் மெல்ல மெல்ல மறையத் தொடங்கின.

பாய்ஸ் கம்பெனிகளில் நடித்த நடிகர்கள்,அவர்கள் நடித்த நாடகங்கள்,அங்கு நடந்த சில சுவாரசியமான நிகழ்வுகள் பற்றிய இந்நூலை கலை ஆர்வலர்கள் அனைவரும் படிக்க வேண்டும் என்ற எண்ணத்தில் தொகுத்து நூலாக்கி உள்ளேன்.

இந்நூலை அழகுடன் வடிவமைத்த பதிப்பகத்தாருக்கும், நண்பர் அஜயன் பாலா அவர்களுக்கும் முகப்பு அட்டையை வடிவமைத்த ஓவியருக்கும் என் நன்றிகள்.

டி,வி. ராதாகிருஷ்ணன்

டி. வி.ராதாகிருஷ்ணன்

நூலாசிரியர்

'பாய்ஸ் கம்பெனி' நாடக முன்னோடிகள் நூலை தொகுத்து எழுதியுள்ள இந்த நூலாசிரியர் பாய்ஸ்கம்பெனியில் நடிக்காதவராக இருந்தாலும்.. இவரது நாடக வாழ்க்கையும், இவர் பள்ளி பருவத்திலேயே தொடங்கியது.

தனது பத்தாவது வயதில், அம்பத்தூரில் படித்துக் கொண்டிருந்தபோது 'பிரேமாவின் சபதம்' எனும் நாடகத்தில்..சிறுவயது பிரேமாவாக பெண்வேடத்தில் நடிக்கும் சந்தர்ப்பம் இவருக்கு உருவானது அதற்குப்பின் சிறுவனாகவே 'இப்படியும் நடந்தால்' 'எனக்கு கிடைத்தால்'ஆகிய நாடகத்தில் நடித்தார்.

பின்... 1973ல் அம்பத்தூர் கல்சுரல் அகடமி என்ற பெயரில் சபா ஒன்றினை ஆரம்பித்தது பல பிரபலங்களை வரவழைத்து நாடகங்களை நடத்தினார்.

1976ல் சொந்தமாக... எம்.கே.ராதா அவர்கள் குத்துவிளக்கு ஏற்றி இவரது 'சௌமியா தியேட்டர்ஸ்' என்ற நாடக்குழுவினைத் தொடங்கிவைத்தார்.

அரசு வங்கி ஊழியராக பணியாற்றிக் கொண்டே நாடக பணியினைத் தொடந்தார்.

இதுவரை தன் குழுவினருக்காக, 23 நாடகங்களையும். பிற குழுவிற்காக 9 நாடகங்களையும் எழுதியுள்ளார்.

வாழ்நாள் சாதனையாளர் விருதினை இரு நிறுவனகங்கள் மூலம் பெற்றுள்ள இவர்.. "இலக்கிய சிந்தனை விருது", "நாடக கலா சிரோமணி" விருது, "வெடரன் விருது", "ஆல் ரௌண்டர் விருது",என நாடகப்பணிக்காக பல விருதுகளைப் பெற்றுள்ளார்.

பொருளடக்கம்...

1. சங்கரதாஸ் சுவாமிகள்...... 18
2. பம்மல் சம்பந்த முதலியார்...............24
3. எம்.கந்தசாமி முதலியார்...............30
4. சி.கன்னையா...............36
5. பரிதிமாற் கலைஞர்...............38
6. நவாப் ராஜமாணிக்கம் பிள்ளை...............42
7. தஞ்சை கோவிந்தசாமி ராவ்...............48
8. யெதார்த்தம் பொன்னுசாமி பிள்ளை...... 50
9. சகாவதானம் தெ.பொ.கிருஷ்ணசாமி பாவலர்......52
10. பாலாமணி அம்மையார்...............58
11. சின்ன பொன்னுசாமி படையாச்சி...............62
12. கே.பி.சுந்தராம்பாள்...............67
13. எப்.ஜி.நடேச அய்யர்...............71
14. மதுரகவி பாஸ்கரதாஸ்...............72
15. எஸ்.வி.சகஸ்ரநாமம்...............78
16. எஸ்.ஜி.கிட்டப்பா...............80
17. பி.யு.சின்னப்பா...............82
18. எம்.ஆர்.ராதா...............84
19. என்.எஸ்.கிருஷ்ணன்...............92
20. கே.பி.கேசவன்...............96
21. எம்.ஜி.ராமச்சந்திரன்...............98
22. டி.கே.ஷண்முகம்...............100
23. டி.கே.பகவதி...............106
24. டி.கே.முத்துசாமி...............108
25. என்.சம்பந்தம் முதலியார்...............109
26. காளி என்.ரத்தினம்...............110
27. .சத்தியமூர்த்தி...............114
28. பி.எஸ்.ராமய்யா...............116
29. கே.ஆர்.ராமசாமி...............117
30. டி.பி.ராஜலட்சுமி...............121
31. கே.சாரங்கபாணி...............125
32. சி.எஸ்.பாண்டியன்...............127
33. 'சக்தி' கிருஷ்ணசாமி...............129

34.	.எஸ்.எ.நடராஜன்	130
35.	டி.எஸ்.துரைராஜ்	132
36.	டி.வி.நாராயணசாமி	134
37.	டி.ஆர்.மகாலிங்கம்	136
38.	எஸ்.வி.சுப்பையா	138
39.	சிவாஜி கணேசன்	139
40.	'காக்கா' ராதாகிருஸ்ணன்	154
41.	வி.கே.ராமசாமி	156
42.	எஸ்.எஸ்.ராஜேந்திரன்	163
43.	ஏ.பி. நாகராஜன்	166
44.	'கள்ளபார்ட்' நடராஜன்	168
45.	ஆர்.முத்துராமன்	170
46.	எம்.என்.நம்பியார்	171
47.	திரௌபதி	174
48.	அரு.ராமநாதன்	179
49.	பாரதிதாசன்	180
50.	சி.என்.அண்ணாதுரை	182
51.	கலைஞர் கருணாநிதி	186
52.	எஸ்.டி.சுப்புலட்சுமி	188
53.	எஸ்.டி.சுந்தரம்	190
54.	கே.ஏ.தங்கவேலு	191
55.	எம்.எஸ்.எஸ்.பாக்கியம்	192
56.	பி.டி.சம்பந்தம்	194
57.	ஏ.கே. வேலன்	196
58.	திருவாரூர் தங்கராசு	197
59.	ஏ.வீரப்பன்	198
60.	எம்.என்.ராஜம்	203
61.	மனோரமா	206
62.	ஆர்.எஸ்.மனோகர்	209
63.	மேலும் சில முன்னோடிகள்	211
64.	சுவையான தகவல்கள்	216
65.	மாணவனாக நுழைந்து ஆசிரியர் ஆனவர்	220
66.	உயிர் போய் உயிர் வந்தது	222
67.	அதிக பொருள்செலவில் நாடகம்	225

1

சங்கரதாஸ் சுவாமிகள்

சங்கரதாஸ் சுவாமிகள் தூத்துக்குடிக்கு அருகிலுள்ள காட்டுநாய்க்கன்பட்டி என்னும் சிற்றூரில் செப்டம்பர் 7, 1867 அன்று பிறந்தார். தந்தை இராமாயணப் புலவர் என அழைக்கப்பட்ட தாமோதரக் கணக்கப் பிள்ளை, தாய் பேச்சியம்மாள். இவரது இயற்பெயர் சங்கரன். இவர் பெருங்குடி மறவர் குடும்பத்தைச் சேர்ந்தவர், ஆகவே தனக்கு இணையானவரான மறவர்குலத்து ராமநாதபுரம் சேதுபதியை புகழ்ந்து பாடமாட்டேன் என்று சொன்னதாகச் சொல்லப்படுகிறது.

தொடக்கக் கல்வியை தமிழ்ப் புலவராகிய தந்தை தாமோதரனாரிடம் பயின்றார். பின்னர் பழனியில் வாழ்ந்த தண்டபாணி சுவாமிகளிடம் தமிழ்க்கல்வி பயின்று சங்க இலக்கியங்கள், நீதிநூல்கள், புராணங்கள், இதிகாசங்கள் போன்றவற்றைக் கற்றார். வண்ணம் பாடுவதில் புலமை பெற்ற வண்ணச்சரபம் தண்டபாணி சுவாமிகளிடம் பாடம் பயின்று இசைப்பாடல்களான வண்ணம், சந்தம் ஆகியவற்றைப் பாடும் திறனையும் இசைப்பாடல்கள் இயற்றும் புலமையையும் பெற்றார்.

தூத்துக்குடி உப்புப் பண்டகசாலையில் சில காலம் கணக்கராக வேலை பார்த்தார். அந்த பணியை துறந்து நாடகத்துறையில் ஈடுபட்டார். சாமி நாயுடு அவர்களின் நாடக சபையில் சிலகாலம் சங்கரதாஸ் ஆசிரியராக இருந்தார்.

சாமி நாயுடு நாடகக் குழுவில் பணியாற்றும்பொழுது உலகியலில் வெறுப்புற்ற சங்கரதாஸ் முருகனின் அருள்

19 டி. வி. ராதாகிருஷ்ணன்

வேண்டி தீர்த்த யாத்திரை மேற்கொண்டார். இடுப்பில் மட்டும் உடையுடுத்தி யாத்திரை மேற்கொண்ட சங்கரதாஸரை சுவாமிகள் என அழைக்கத் தொடங்கினர். தவத்திரு சங்கரதாஸ் சுவாமிகள் என்று அறியப்படலானார். இறுதிவரை திருமணம் செய்து கொள்ளவில்லை.

புதுக்கோட்டை மகாவித்துவான் கஞ்சிரா மான் பூண்டியா பிள்ளையிடம் இசை கற்கத் தொடங்கினார். அவர் சங்கரதாஸை தன்னுடைய மகனாக தத்து எடுத்துக்கொண்டார்.

சங்கரதாஸ் இருபத்து நான்காவது வயதில், 1891ல் நாடக உலகில் நுழைந்தார். நடிகராகவும், நாடக ஆசிரியராகவும், நாடகப் பயிற்றுநராகவும், நாடகக்குழு உரிமையாளராகவும் இருந்தார்.

முதன் முதலில் சங்கரதாஸ் ராமுடு அய்யர், கல்யாண ராமய்யர் என்னும் இருவர் நடத்திய நாடக சபையில் நடிகராக சேர்ந்தார். எமதர்மன், இரணியன், ராவணன், சனீஸ்வரன், கடோத்கஜன் போன்ற கதாபாத்திரங்களில் அங்கு நடித்தார். பின்னர் சாமி நாயுடு அவர்களின் நாடக சபையில் சிலகாலம் சங்கரதாஸ் ஆசிரியராக இருந்தார். அப்பொழுது நாடகத்தின் சூத்திரதாராகவும் நடித்தார்.

சங்கரதாஸ் நடிப்பைக் கைவிட்டதற்கு காரணமாக சில சம்பவங்கள் கூறப்படுகின்றன. சாவித்திரி நாடகத்தில் அவர் எமனாக நடித்தபோது அந்நாடகத்தைப் பார்த்துக்கொண்டிருந்த பெண் ஒருவருக்கு கர்ப்பம் கலைந்ததும் நளதமயந்தி நாடகத்தில் சனீஸ்வரன் வேடமிட்டிருந்த சங்கரதாஸ் அவ்வேடத்தைக் கலைக்கச் சென்றபொழுது அவரைக் கண்ட பெண்ணொருவர் மாரடைப்பால் மரணமடைந்ததும் என தொடர்ந்து நடந்ததால், அவர் நாடகத்தில் நடிப்பதைக் கைவிட்டார். நாடகம் எழுதுகிற, கற்றுத்தருகிற ஆசிரியப் பணியை மட்டும் தொடர்ந்தார் என்று சொல்லப்படுகிறது.

சிறிதுகாலம் நாடகத்தில் இருந்து ஒதுங்கியிருந்த சங்கரதாஸ் மான்பூண்டியா பிள்ளையின் வேண்டுகோளுக்கு இணங்கி மீண்டும் நாடகங்களில் ஈடுபட்டார். வள்ளி வைத்தியநாதய்யரின் நாடக சபை, அல்லி பரமேசுவர ஐயரின் நாடக சபை, பி.எஸ். வேலு நாயரின் ஷண்முகானந்த சபை ஆகியவற்றில் ஆசிரியராகப் பணிபுரிந்தார். ஒரே இரவில் ஒரு நாடகத்தை முழுமையாக எழுதி முடிக்கும் திறன் இவருக்கு இருந்தது. அவ்வை சண்முகம் கதாநாயகனாக நடிக்கவிருந்த

> தமிழ் நாடகங்கள் தெருக்கூத்துக்களாக நடந்து வந்த அக்காலத்தில் சரியான மேடை அமைப்பு இல்லாமல் இருந்தது. சங்கரதாஸ் சுவாமிகள் காட்சியமைப்பு முறைகளையும் திரை, ஒளி அமைப்பு முதலியவற்றையும் மேடை நாடகங்களுக்கு உரிய வகையில் அமைத்த முன்னோடி.

அபிமன்யு சுந்தரி நாடகத்தை ஒரே நாளிரவில் விளக்கை வைத்துக்கொண்டு எழுதி முடித்துவிட்டார். நான்கு மணிநேரம் நடிக்க வேண்டிய நாடகத்துக்குத் தேவையான நூற்றுக்கும் அதிகமான பாடல்கள், உரையாடல்கள் அனைத்தையும் முழுவதுமாக கற்பனையில் இருந்து எந்தத் திருத்தங்களும் இல்லாமல் மங்களப் பாடல் வரை எழுதி முடித்துவிட்டிருந்தார் என்று அவ்வை சண்முகம் குறிப்பிடுகிறார்.

நாடகங்களில் நடித்த நடிகர்கள் சங்கரதாஸ் சுவாமிகளின் பாடல்களை மட்டும் பயன்படுத்திக்கொண்டு வசனங்களை அவர்கள் விருப்பத்துக்கு ஏற்ப சொல்லத் தொடங்கினர். இவ்வுரையாடல்கள் நடிகர்கள் தனிப்பட்ட முறையில் குத்திக்காட்டும் சிலேடைக் கூற்றுகளாக தரம் குறையத் தொடங்கின. இதனால் சிறுவர்களை மட்டும் நடிகர்களாகக் கொண்ட பாலர் நாடக சபையை முதன்முதலாக 1910ஆம் ஆண்டில் சமரச சன்மார்க்க நாடக சபை என்னும் பெயரில் சங்கரதாஸ் தொடங்கினார். பின்னர் சமரச சன்மார்க்க நாடக சபையைக் கலைத்து விட்டு, ஜெகந்நாத ஐயரின் பால மீன ரஞ்சனி சபையில் ஆசிரியராக சிலகாலம் இருந்தார்.

1918ஆம் ஆண்டில் கருத்து வேறுபாட்டால் பால மீன ரஞ்சனி சபையிலிருந்து விலகி மதுரைக்கு வந்தார். அங்கே தன் நண்பர்களான சின்னையாபிள்ளை, கருப்பையாபிள்ளை, பழனியாபிள்ளை, சுப்பிரமணியபிள்ளை ஆகிய நால்வரையும் உரிமையாளராகக் கொண்ட தத்துவ மீன லோசனி சபையை உருவாக்கி அதன் ஆசிரியராக இறுதி வரை இருந்தார். இந்தக் குழுவில் நாடகத்தின் அனைத்துப் பொறுப்புகளையும் ஏற்று நாடகக் கலைஞர்களை பயிற்றுவிப்பவராகவும் பணிபுரிந்தார்.

அன்று பாலர் சபைகளில் பயிற்சி பெற்றவர்களே பின்னர் புகழ் பெற்ற நாடக நடிகர்களாகவும், நாடக ஆசிரியர்களாகவும், திரைப்பட நடிகர்களாகவும் பரிணமித்தார்கள். டிகேஎஸ்

சகோதரர்கள் எனப் புகழ்பெற்ற அவ்வை சண்முகம், டி.கே. பகவதி சகோதரர்கள் இந்தக் குழுவில் பயின்று வந்தவர்கள்.

தமிழ் நாடகங்கள் தெருக்கூத்துக்களாக நடந்து வந்த அக்காலத்தில் சரியான மேடை அமைப்பு இல்லாமல் இருந்தது. சங்கரதாஸ் சுவாமிகள் காட்சியமைப்பு முறைகளையும் திரை, ஒளி அமைப்பு முதலியவற்றையும் மேடை நாடகங்களுக்கு உரிய வகையில் அமைத்த முன்னோடி.

தனது நாடகங்களில் வெண்பா, விருத்தம், கலித்துறை, அகவல், எண்சீர்க் கழிநெடிலடி ஆசிரிய விருத்தம், கண்ணிகள், நொண்டிச் சிந்து, காவடிச் சிந்து, சந்தப்பாட்டு, சித்தர் பாடல், நாட்டுப்புறப் பாட்டு, தாலாட்டுப் பாட்டு, கஜல் என பலவகையான பாடல்களை சேர்த்து இயற்றினார். இதுபோன்ற பாடல்களே பின்னர் திரையிசையாக வளர்ந்தது என நாடக வரலாற்று ஆய்வாளர்கள் குறிப்பிடுகிறார்கள்.

சங்கரதாஸ் சுவாமிகள் 31 ஆண்டுகால நாடகப்பணி வாழ்க்கையில் ஏராளமான நாடகக் கலைஞர்களை உருவாக்கினார். அவர்களுள் புகழ்பெற்ற சிலர்:

வேலு நாயர், ஜி.எஸ். முனுசாமி நாயுடு, ஜெகந்நாத நாயுடு, சாமிநாத முதலியார், சீனிவாச ஆழ்வார், நடேச பத்தர், ராஜா வி.எம். கோவிந்தசாமிபிள்ளை, எம்.ஆர். கோவிந்தசாமிபிள்ளை, சி. கன்னையா, சி.எஸ். சாமண்ணா ஐயர், மகாதேவய்யர், சூரிய நாராயண பாகவதர், சுந்தரராவ், கே.எஸ். அனந்தநாராயண ஐயர், கே.எஸ். செல்லப்ப ஐயர், பைரவ சுந்தரம் பிள்ளை, சீனிவாச பிள்ளை, பி.யு. சின்னப்பா, டி.எஸ். துரைராஜ், தி.ச. கண்ணுசாமிபிள்ளை, டி.கே. சங்கரன், டி.கே. முத்துசாமி, டி.கே. சண்முகம், டி.கே. பகவதி, பாலாம்மாள், பாலாமணி, அரங்கநாயகி, வி.பி. ஜானகி, கோரங்கி மாணிக்கம், டி.டி. தாயம்மாள். சங்கரதாஸ் சுவாமிகளின் நாடக செயல்பாடு புதுமையை முன்னிறுத்தியது அல்ல.ஆங்கிலேயர் ஆட்சி நடந்து கொண்டிருந்த அன்றைய காலகட்டத்தில் வங்காளம் போன்ற மொழிகளில் வாழ்க்கை முறையின் மாறுதல்கள் நாடகத்திலும் இடம் பெற்றன.ஆனால் சங்கரதாஸ் சுவாமிகளின் நாடகங்கள் இந்திய மற்றும் தமிழ் தொன்மங்களை, மரபான கதைகளை ஒட்டியவை.பொழுது போக்கோடு நீதிகளை பேசுபவை என வரையறுக்கலாம்.

சங்கரதாஸ் நாடகத்தில் இடம்பெறும் செய்யுள்கள் எல்லாம் இலக்கணம் பிறழாது இருக்கும். உரைநடைகள் நீண்ட வாக்கியங்களால் ஆனவை.

1921ஆம் ஆண்டில் பக்கவாதத்தால் பாதிக்கப்பட்ட சங்கரதாஸ் சுவாமிகளுக்கு,வலது கையும், இடது காலும் முடங்கி வாய் திறந்து பேச இயலாது போய் விட்டது.இந்நிலையில் நவம்பெர் மாதம் 13ஆம நாள் 1922 திங்கள் இரவு அமரர் ஆனார்.இவரது சமாதி புதுச்சேரியில் உள்ளது.

தமிழ் நாடகத் தலைமையாசிரியர் என அழைக்கப்படும் சங்கரதாஸ் சுமார் 50 நாடகங்களை எழுதியுள்ளார். அவற்றில் இப்போது 18 நாடகங்களுக்கான பிரதிகளே கிடைத்துள்ளன.

சதி அனுசூயா, .சுலோசனா சதி,சத்தியவான் சாவித்திரி நூல்கள் கிடைத்திருக்கிறது. இரணியன் அல்லது பிரகலாதன் நாடகம் நூல் கிடைத்திருக்கிறது, அல்லி சரித்திரம் நூல் கிடைத்திருக்கிறது,அபிமன்யு சுந்தரி அல்லது வத்ஸலா கல்யாணம் நூல் கிடைத்திருக்கிறது,பவளக்கொடி சரித்திரம் நூல் கிடைத்திருக்கிறது, வள்ளி திருமணம் நூல் கிடைத்திருக்கிறது,லவகுசா நூல் கிடைத்திருக் கிறது,அரிச்சந்திர மயான காண்டம் நூல் கிடைத்திருக்கிறது கோவலன் சரித்திரம் நூல் கிடைத்திருக்கிறது சீமந்தனி நூல் கிடைத்திருக்கிறது நல்லதங்காள் நூல் கிடைத்திருக்கிறது லலிதாங்கி நூல் கிடைத்திருக்கிறது ஞான சௌந்தரி நூல் கிடைத்திருக்கிறது சித்திராங்கி விலாசம் என்னும் சாரங்கதரன் நூல் கிடைத்திருக்கிறது கர்வி பார்ஸ் நூல் கிடைத்திருக்கிறது.

மார்க்கண்டேயர், இராம இராவண யுத்தம், நளதமயந்தி, கந்தர்வதத்தை, மணிமேகலை, சிறுத்தொண்டர், மயில் ராவணன், பாதுகா பட்டாபிஷேகம், லங்கா தகனம், மன்மத தகனம், வாலி மோட்சம், பிரபுலிங்கலீலை, புரோஜ்ஷா நூர்ஜஹான், அலிபாதுஷா, அலாவுதீன், தேசிங்கு ராஜன், மதுரை வீரன், வீரபாண்டிய கட்டபொம்மன், பூதத்தம்பி, மணிமாளிகை, தால்பீச், மாபாரா, குலேபகாவலி, சரச சல்லாப உல்லாச மனோரஞ்சனி, சிங்கார லோசனா, மிருச்சகடி, லைலா மஜ்னு, சிம்பலைன், ரோமியோ ஜூலியட், ஜூலியஸ் சீஸர், தந்திராலங்காரம், கமசல் ஜமான், தேவ மனோகரி ஆகியவை கிடைக்கவில்லை.

2

பம்மல் சம்பந்த முதலியார்

தமிழ் நாடகத் தந்தை என்ற பெயருடன் வழங்கப்பட்டவர். தமிழ் நாடகங்களை முதன்முதலில் உரைநடையில் எழுதியவர். வழக்கறிஞர், நீதியரசர், நாடகாசிரியர், மேடை நாடக நடிகர், எழுத்தாளர், நாடக இயக்குனர் என்ற பல பரிமாணங்களைக் கொண்டவர் பம்மல் சம்பந்த முதலியார்.

பம்மல் விஜயரங்க முதலியார் சென்னையில் ஆச்சாரப்பன் தெருவில் வசித்து வந்தார். அவர் தன் முதல் மனைவி இறந்தார். அவர் தன் முதல் மனைவி இறந்து பிறகு மாணிக்கவேலு அம்மையாரை 1860 ம் ஆண்டு இரண்டாம் தாரமாக மணந்தார். அவர்களின் நான்காவது மகனாக 1873ம் ஆண்டு பிப்ரவரி மாதம் 1ம் தேதி சனிக்கிழமை திருஞானசம்பந்தம் பிறந்தார்...

விஜயரங்க முதலியார் மதுரை திருஞானசம்பந்தர் மடத்து அடியவர் 1872 ம் ஆண்டு அம்மடத்தில் அவர் சிவதீட்சை எடுத்துக் கொண்டார். அதன் பிறகு இவர் பிறந்ததால் 'திருஞான சம்பந்தம்' என்று பெயர் சூட்டினார் அவரது தந்தை.பிறகு எல்லோரும் பம்மல் சம்பந்த முதலியார் என்று மரியாதையுடனும் அன்புடனும் அழைத்தனர்....

இவர் தந்தை வேதரங்கம் முதலியார் முதலில் தமிழ் ஆசிரியராகவும், பின்னர் பள்ளிக் கல்வித் துறையில் ஆய்வாளராகவும் இருந்தவர். அவர் தானே தமிழ் நூல்களை வெளியிட்டு வந்தார். இதன் காரணமாக அவர்கள் வீட்டில் ஆங்கிலத்திலும் தமிழிலும் இரண்டாயிரத்துக்கும் மேற்பட்ட புத்தகங்கள் இருந்தன. படிக்கத் தெரிந்த நாள் முதல் சம்பந்தம்

இப்புத்தகங்களையெல்லாம் ஒன்றொன்றாக ஆர்வமுடன் படித்து வந்தார். கோவிந்தப்ப நாயக்கர் உயர்நிலைப்பள்ளி, பச்சையப்பன் உயர்நிலைப் பள்ளி, மாநிலக் கல்லூரி ஆகிய கல்வி நிலையங்களில் கல்வி பயின்றார். சட்டக் கல்வி பயின்று வழக்கறிஞரான இவர் 1924 முதல் 1928 வரை நீதிமன்றத் தலைவராகவும் பணி செய்தார்.

வழக்கறிஞராக இருந்த தன் தமையனார் ஐயாசாமி முதலியாரிடம் உதவி வழக்கறிஞராக சேர்ந்தார். பிறகு தனியாகத் தொழில் நடத்திப் புகழ்பெற்ற வழக்கறிஞர் ஆனார். தன் உழைப்பாலும் நேர்மையாலும் நீதிபதி ஆனார்.

சம்பந்தர் நீதிபதியாக இருந்தபோது நோய்வாயப் பட்டிருந்த அவர் மனைவி காலமானார். மறுநாள் காலை தன் மனைவியின் உடலை மயானத்திற்கு எடுத்துச் சென்று தகனம் செய்தவிட்டு வீட்டிற்கு வந்து குளித்துப் பூஜை செய்து உணவருந்திவிட்டு மதியம் நீதிமன்றத்துக்குச் சென்றார். தன்னால் வழக்கறிஞர்களும் வழக்கு சம்பந்தப்பட்டவர்களும் கஷ்டப்படக்கூடாது என்பதற்காகவே அவ்வாறு செய்ததாக முதலியார் கூறினார்....

சிறுவயது முதலே முதலியாருக்கு நாடகக்கலை மீது விருப்பம் உண்டு. சிறு வயதிலேயே ஆங்கில, தமிழ் நாடகங்களைப் பார்த்தவர், தமிழ் நாடகப் போக்கில் இழிந்த நிலையைக் கண்டு அதில் வெறுப்புற்றிருந்தார். 1891 இல் பெல்லாரியிலிருந்து வந்த கிருஷ்ணமாச்சார்லு என்ற ஆந்திர நடிகர் நடித்த நாடகங்கள் இவருக்கு தமிழ் நாடகங்கள் மேல் பற்றினை உண்டு பண்ணின. அவரது நாடகக் குழுவில் வழக்கறிஞர்களும், மருத்துவர்களும், பட்டப்படிப்பு முடித்தவர்களும் சேர்ந்திருப்பதைக் கண்ட சம்பந்த முதலியார் தாமும் அது போல ஒரு நாடகக் குழு அமைக்கத் திட்டமிட்டார். சீரழிந்த நிலையில் அவதிப்படும் தமிழ் நாடகத்தை சீர்படுத்திட வேண்டும் என்ற இவரது ஆவலும் இவரை நாடக உலகிற்குள் புகுத்தியது. நண்பர்கள் சிலருடன் சென்னை ஜார்ஜ் டவுனில், 1891 ஜூலை 1 ஆம் நாள், "சுகுண விலாச சபை" என்ற நாடகக் குழுவை உருவாக்கினார்.

நாடகம் என்றால் தெருக்கூத்து என்றும், சிற்றூர் மக்கள் மட்டுமே காண்பவர்கள் என்ற நிலையை மாற்றி, நகரங்களிலே நல்ல மேடையமைத்து, பல வகை நாடகங்களை நடத்திக் காட்டினார். கற்றவர்களையும், அறிஞர்களையும், சம்பந்தம் தம்முடைய நாடகங்களில் நடிக்கச் செய்தார். இவர்களில் குறிப்பிடத் தக்கவர்கள் சர். சி.பி.ராமஸ்வாமி அய்யர், எஸ்.சத்தியமூர்த்தி, எம்.கந்தசாமி முதலியார் (எம். கே. ராதாவின் தந்தை), சர். ஆர்.கே. ஷண்முகம் செட்டியார், வி.வி.ஸ்ரீனிவாச அய்யங்கார், வி.சி.கோபாலரத்தினம் ஆகியோர், கண்பார்வை மங்கிய வயோதிகக் காலத்திலும் தாம் சொல்லியே பிறரை எழுத வைத்தார் 22வது வயதில் அவருடைய முதல் நாடகம் 'லீலாவதிசுலோசனா' என்ற பெயருடன் அரங்கேறியது.

நாடகம் என்றால் தெருக்கூத்து என்றும், சிற்றூர் மக்கள் மட்டுமே காண்பவர்கள் என்ற நிலையை மாற்றி, நகரங்களிலே நல்ல மேடையமைத்து, பல வகை நாடகங்களை நடத்திக் காட்டினார். கற்றவர்களையும், அறிஞர்களையும், சம்பந்தம் தம்முடைய நாடகங்களில் நடிக்கச் செய்தார்.

ஆங்கில, வடமொழி நாடகங்களை தமிழ்ச் சூழலுக்கு ஏற்ப மாற்றியமைத்து மேடையேற்றினார். மொத்தம் 94 நாடகங்கள் எழுதியுள்ளார். அதில் 850 முறை மேடையேறிய மனோகரா, 300 முறை நடிக்கப்பட்ட லீலாவதிசுலோசனா குறிப்பிடத்தக்கவை..

சங்கீத நாடக அகாடமி விருது, பத்மபூஷண் விருது, நாடகப் பேராசிரியர் விருது உட்பட பல்வேறு விருது கள், பட்டங்களைப் பெற்றுள்ளார். நாடக உலகின் பிதாமகர் என்று போற்றப்பட்ட இவர் ,தமிழ் நாடகக் கலைக்குப் புத்துயிர் ஊட்டிய பம்மல் சம்பந்த முதலியார் 24.9.1967 அன்று இறையடி சேர்ந்தார்....

இனி அவர் சாதனைகளில் சில..

இவரின் "சபாபதி" நாடகம் மாபெரும் நகைச்சுவை நாடகமாகும்.இன்றளவும் தமிழில் திரைப்படமாக வந்துள்ள நகைச்சுவை படங்களில் சிறந்த படத்திற்கான தகுதியுடன் திகழ்கிறது மனோகரா நாடகம் பின்னாளில் பலகுழுக்களால் நாடகமாக நடத்தப்பட்டது

ஷேக்ஸ்பியரின் பின்வரும் ஆங்கில நாடங்கங்களை அவைகளின் சுவையோ நயமோ குறையாமல் தமிழ் நாடகங்களாக மொழிபெயர்த்தார்.

Hamlet-அமலாதித்யன்

As You like itநீ விரும்பியபடியே

Macbethமகபதி

Cymbeline- சிம்மளநாதன்

Merchant of Venice- வணிபுர வானிகன்

பம்மல் சம்பந்த முதலியாரின் பல நாடகங்கள் திரைப்படங்களாக்கப்பட்டுள்ளன. அவற்றில் சில:

காலவா ரிஷி (1932), சதி சுலோச்சனா (1934, கதை, வசனம், இயக்கம், நடிப்பு), மனோகரா (1936, கதை, வசனம், இயக்கம், நடிப்பு), ரத்னாவளி (1935), யயாதி (1938), ராமலிங்க சுவாமிகள் (1939), சந்திரஹரி (1941), ஊர்வசி சாகசம் (1940), தாசிப் பெண் (1943), சபாபதி (1941), வேதாள உலகம் (1948)

பம்மல் சம்பந்த முதலியார் இயற்றி, தமிழ் நாட்டரசு நாட்டுடைமையாக்கிய நூல்களின் பட்டியல்.

தமிழ்

இந்தியனும் ஹிட்லரும், இல்லறமும் துறவறமும், என் சுயசரிதை, என் தந்தை தாயர், ஒன்பது குட்டி நாடகங்கள், ஓர் விருந்து அல்லது சபாபதி நான்காம் பாகம், கலையோகாதலோ? அல்லது நட்சத்திரங்களின் காதல், கள்வர் தலைவன், காதலர் கண்கள், காலக் குறிப்புகள், குறமகள், வைகுண்ட முதலியார் (இரு நாடகங்கள், 1934), சபாபதி, சபாபதி முதலியாரும் பேசும் படமும், நான் குற்றவாளி, சாதாரண உணவுப் பொருள்களின் குணங்கள், தமிழ் அன்னை பிறந்து வளர்ந்த கதை (முதல் பாகம்), தமிழ் அன்னை பிறந்து வளர்ந்த கதை (இரண்டாம் பாகம்), தீபாவளி வரிசை, தீயின் சிறு திவலை, நாடகத் தமிழ், நான் கண்ட நாடகக் கலைஞர்கள், நீண்ட ஆயுளும் தேக ஆரோக்யமும், பலவகை பூங்கொத்து, மனை ஆட்சி, மனோகரா, மூன்று நகைச்சுவை நாடகங்கள், யயாதி, வாணீபுர வணிகன், விடுதிப் புஷ்பங்கள்

ஆங்கிலம்

Amaladitya, As you like it, an Adaptation of Shakespear's as We Sow-so We Reap, Blessed in a Wife, Brahmin Versus Non-brahmin, Bricks Between and at Any Cost, Chandrahari, Dikshithar Stories, Harischandra, Humorous Essays, Lord Buddha, Mixture, Over Forty Years Before the Footlights-1, Over Forty Years Before the Footlights-2, Sahadeva's Stratagem, Sarangadara, Sati Sakti a Farce in Tamil, sati Sulochana, Siruthondar, Siva Shrines in India & Beyond Part - Ii, Siva Shrines in India & Beyond Part - Iii, Siva Shrines in India & Beyond Part Iv, siva Shrines in India & Beyond Part-v, Siva Temple Architecture Etc, Subramanya Shrines in Tamil, The Fair Ghost, The Good Fairy, The Good Sister, The Gypsy Girl and Vaikunta Vaithiyar, The Idle Wife, The Knavery of Kalappa, The Surgeon General's Prescription and Vichu's Wife, The Wedding of Valli

சென்னை ஸ்பென்ஸர் அண்ட் கம்பெனியில் முக்கிய அதிகாரியாய் பணியாற்றி வந்தார் என் சம்பந்த முதலியார் என்பவர் சுகுண விலாச சபையில் பம்மல் சம்பந்த முதலியார் நாடகத்தில் நடித்ததை பன்முறை பார்த்து தானும் நாடகத்தில் நடிக்க வேண்டுமென்று என்னத்துடன் முத்லியாரிடம் சென்றார்.

பின்.. சிறுவர்களை சேர்ந்து ஓர் நாடகக் குழுவை ஏற்படுத்தினார். இதில் அந்த கம்பெனியிலிருந்தவர்களை தவிர மற்றவர்களை சேர்ப்பதில்லை, பம்மல் சம்பந்த முதலியாரின், பெரிய நாடகங்களை யெல்லாம் தான் நடத்த வேண்டுமென்று தீர்மா னித்து அவைகளில் முதலியார் நடித்த முக்கிய பாகங் களையேஅவரும் நடித்து வந்தார்

. சுகுண விலாச சபையில் பம்மல் நடிக்கும் போதெல்லாம் அவரைப் போலவே நடித்து வந்தார் நாடகம் ஆரம்பிப் பதில் சரியாக மணிப்பிரகாரம் ஆரம்பிக்க வேண்டுமென்று தீர்மானித்து அப்படியே நடந்து வந்தார். இவர் மற்ற நடிகர்களுக்கு ஒத்திகை நடத்தும்போது மிகவும் கண்டிப் பாய் நடத்தி வந்தார் . முக்கியமான ஒத்திகைகளுக்கெல்லாம் முதலியாரை வரவழைத்து நேரில் நடத்தியிருக்கிறார்.

இவர் நடித்த எனது முக்கியமான நாடகங்கள் மனோகரா, லீலாவதி சுலோசனா, காலவரிஷி, சபாபதி, புத்த அவதாரம் முதலியவைகளாகும்

3

எம்.கந்தசாமி முதலியார்

இவர் முதன் முதல் சுகுண விலாச சபையில் நடித்தவர். மனோகரன் நாடகத்தில் வசந்த சேனை வேடம் தரித்தார். பின்னர் இவர் பல நாடகக் குழுக்களுக்கு நாடகங்கள் எழுதிக் கொடுத்தார்..

சுகுண விலாச சபையில் மனோகரா நாடகத்தில்பம்மல் சம்பந்த முதலியார் மனோகரனாக நடித்த போது, வசந்தசேனையாக நடித்தார். அன்றியும் சுகுண விலாச சபை நடத்தியபல நாடகங்களை அநேக பால சபை களுக்குக் கற்பித்தார். சிறு பிள்ளைகளை நடிக்கச் செய்வதில் மிகவும் நிபுணர் என்று பெயர் பெற்றதால் அநேக பால சபைகள் இவரை நாடினார்கள்., வேல் நாயர் கம்பெனி, பாலாமணி கம்பெனி, பாலாம்பாள் கம்பெனி முதலிய பெரிய கம்பெனிகளும் இவரது உதவியை நாடியது

தன் ஆயுளையெல்லாம் நாடகக்கலைக்கு அர்ப்பணம் செய்தவர்களுள் இவர் ஒரு முக்கிய மானவர். இவருடைய மகனாகிய எம். கே. ராதா என்னும் நடிகனை பல வேடங்களில் நன்றாய் நடிக்கச் செய்தவர் இவரே யாவார்.

மதுரை ஒரிஜினல் பாய்ஸ் கம்பெனியில் ஆசிரியராக இருந்தார்.வசனம் எழுதியதுடன்,நடிகர்களுக்கு நடிப்பை பயில்விப்பதும் இவரது வேலையாய் இருந்தது.இவருடன் இருந்த மற்றொரு ஆசிரியர் காளி என் ரத்தினம்.ரத்தினம் மிகவும் கண்டிப்பானவர்.ஆனால் இவரோ அன்புடன் மாணவர்களுக்கு சொல்லித் தருவார். சின்னப்பா, பாலையா, சக்ரபாணி, எம் ஜி ஆர்., கு சா கிருஷ்ண மூர்த்தி என்று இவருக்கு மாணவர்கள் அதிகம் வேலு நாயர் கம்பெனி,

பாலாமணி ஆகிய பல குழுக்கள் இவரிடம் உதவி கேட்டு வந்து பெற்றுள்ளன.

அரிச்சந்திர மயான காண்டம், அல்லி அரசாணி, பவளக்கொடி, சாவித்ரி என பழைய காலகட்டத்திலிருந்து புது நாடகங்களை உருவாக்கினார்.

சுவாமி, பிராணநாதா போன்றவற்றை விடுத்து, "ஹலோ மிஸ்டர்" "கண்ணே..கண்மணி" போன்றவற்றை நாடகத்தில் புகுத்தினார். புதினங்களை நாடகமாக்கினார். ஜே ஆர் ரங்கராஜுவின் "ராஜாம்பாள்" "ராஜேந்திரா" "சந்திரகாந்தா" "மோகன சுந்தரம்" "மேனகா" ஆகிய ஐந்து புதினங்களை நாடகமாக்கினார்.

பல முக்கிய நடிகர்களின் ஆசிரியராகத் திகழ்ந்த இவர் "நாடக மறுமலர்ச்சியின் தந்தை" என போற்றப்பட்டவர், இவரைப் பற்றி டி கே ஷண்முகம் கூறுகையில்.."நாடக ஒத்திகைதானே என்று பார்க்க மாட்டார்..ஒத்திகையிலும் முழு அர்ப்பணிப்பை எதிர்பார்ப்பார். இல்லையெனில்,

எவ்வளவு நாட்கள் ஆனாலும் நாடகத்தை நடத்த அனுமதிக்க மாட்டார்.மேடையில் நாங்கள் அழுவது போல பாவனை செய்து ந்டைக்கும் சோகக் காட்சிகளில் திரை மறைவில் நின்று கோண்டு அக்காட்சியிலே ஐக்கியமாகி கண்ணீர் விட்டு தேம்பித் தேம்பி அழுவார்." என்பார்.

எம். கே. ராதா

இவர் எம். கந்தசாமி முதலியாருடைய பிள்ளை. சிறுவயதிலேயே கந்தசாமி முதலியாரால் நாடகக் கலையில் நன்றாய் பயில்விக்கப்பட்டவர்.

. இவர் பல நாடகங்களில் நடித்துள்ளார்.

சம்பந்த முதலியாரின் "கள்வர் தலைவன்" நாடகத்தில் ஹேமாங்கதனாக நடித்தது அனைவராலும் போற்றப்பட்டது. ,

(எம்.கந்தசாமி முதலியார்... உட்பட எம்.ஜி.ஆரின் வாழ்க்கையில் பல்வேறு நபர்கள் வெவ்வேறு காலகட்டங்களில் ஆளுமை செலுத்தியிருக்கிறார்கள். அவர்களில் எம்.கந்தசாமி முதலியார் முக்கியமானவர். வறுமையினால் பள்ளிப்படிப்பைத் துறந்து எம்.ஜி.ஆரும் அவர் சகோதரரும் மதுரை ஒரிஜினல் பாய்ஸ் நாடகக் குழுவில் இணைந்தபோது கம்பெனியின் நாடகங்களை எழுதி இயக்கிக்கொண்டிருந்தவர்தான் எம்.கந்தசாமி முதலியார். சத்தியபாமா தன் இரு மகன்களை ஒப்படைத்தது இவரிடம்தான். அப்போது சத்தியபாமாவின் கைகளைப் பிடித்துக்கொண்டு, “உங்க பிள்ளைங்க குறித்து இனி கவலைப்படாதீங்கம்மா... இனி அவங்களுடன் சேர்த்து எனக்கு 3 பிள்ளைங்க. எதிர்காலத்தில் அவுங்க நல்ல நிலைக்கு வர நான் பொறுப்பு” என ஆறுதல் சொன்னவர் எம்.கந்தசாமி முதலியார்.

அந்தக் காலத்திலேயே பி.ஏ பட்டதாரியான எம்.கந்தசாமி முதலியார், புராண நாடகங்கள் மட்டுமே போடப்பட்டுவந்த காலத்தில் சமூக நாடகங்களைத் துணிச்சலுடன் அரங்கேற்றியவர். நாடகத்தில் பகல் காட்சி என்ற ஒன்றை அறிமுகப்படுத்தியவரும் அவர்தான். படிக்கும் காலத்திலேயே கல்லூரி முதல்வர் முல்லர் என்பவரால் நாடகத்தின் மீது ஈடுபாடு கொண்டு பின்னாளில் அதற்காகவே தன் வாழ்க்கையை அர்ப்பணித்தவர். இவருடைய புதல்வர்தான் ஜெமினி நிறுவனத்தில் 'சந்திரலேகா', 'அபூர்வ சகோதரர்கள்' படங்களில் நடித்துப் புகழ்பெற்ற எம்.கே ராதா.

தந்தையில்லாத எம்.ஜி.ஆர் சகோதரர்களை, சத்திய பாமாவுக்கு வாக்கு கொடுத்தபடியே தம் பிள்ளைகளில் ஒருவராகப் பாவித்தார் எம்.கே. நாடகம் மட்டுமின்றி அச்சு, விளம்பரம் போன்ற துறைகளிலும் ஞானம் பெற்றவர் எம்.கே.

நாடகக் குழுவில், தாய் தந்தையைப் பிரிந்து வந்திருக்கும் சிறுவர்களுக்குத் தந்தையைப்போல் இருந்து பாதுகாத்தவர் அவர். அவரது பிள்ளையான எம்.கே.ராதாவுக்கும் தந்தையில்லாமல், தாயைப் பிரிந்துவந்தவர்கள் என்பதால் எம்.ஜி.ஆர் சகோதரர்கள் மீது ஓர் இனம்புரியாத ஒரு பாசம் இருந்தது.

தந்தையுடன் எங்கு சென்றாலும் சகோதரர் களுக்கும் சேர்த்து தின்பண்டங்களை வாங்கி மறைத்து வைத்துக் கொண்டு கொட்டகைக்கு வந்தபின், சகோதரர் களுக்குத் தருவார் அவர். இது மற்ற பிள்ளைகளுக்கு வருத்தத்தைத் தந்தது. வாத்தியார் மகன் நம்மைவிட ராம்சந்தருக்கும் சக்கரபாணிக்கும் தனிக் கவனிப்பு தருகிறாரே என்ற தங்கள் ஆதங்கத்தை ஒருமுறை வாத்தியாரிடமே தெரிவித்தனர்.

மகனை அழைத்த எம்.கே., "நண்பர்களிடம் பேதம் காட்டக் கூடாது. உனக்கு ராம்சந்தர் சகோதரர்கள் மீது அதிக பாசம் இருப்பது தவறில்லை. ஆனால், அதை நீ இப்படி வெளிப்படையாக காட்டக் கூடாது. ஒருவர் மீது அதிகம் பிரியம் காட்டினால், அது மற்றவர்களை ஒதுக்குவதுபோல் ஆகிவிடும். இனி அப்படிச் செய்யாதே" என அறிவுரை கூறினார். இப்படி நாடகக் குழுவில் அனைவரையும் அரவணைத்துச் சென்றவர் எம்.கே.

நாடகக் குழுவில் சிறுவர்கள் யார் தவறு செய்தாலும் தன் பிள்ளை எம்.கே.ராதாவைத்தான் அடிப்பார், எம்.கே. அப்படிக் கண்டிப்பதைப் பார்த்து அடுத்தமுறை அந்தத் தவற்றைச் செய்யமாட்டார்கள் என்பது அவரின் கணக்கு. "யாரோ செய்கிற தவறுக்கு என்னை ஏன் கண்டிக்கிறீர்கள்" என ஆற்றாமையாக ஒருநாள் கேட்டார் எம்.கே.ராதா. அதற்கு, "தாய் தந்தையரைப் பிரிந்து பல மைல் தூரங்களில் இருந்துவந்து எப்போது வீடு திரும்புவோம் எனத் தெரியாமல் நம்முடன் தங்கியிருக்கிறார்கள். தவறுக்காக அவர்களைக் கண்டித்தால் அவர்கள் யாரிடம் ஆறுதல் தேடிப் போவார்கள். நானும் அம்மாவும் உன்னுடன் இருப்பதால், உனக்கு அது பெரிய வருத்தத்தைத் தராது. அதனால், நீ பொறுத்துக்கொள்ளத்தான் வேண்டும்." தந்தையின் மனிதநேயத்தைப் புரிந்துகொண்டு

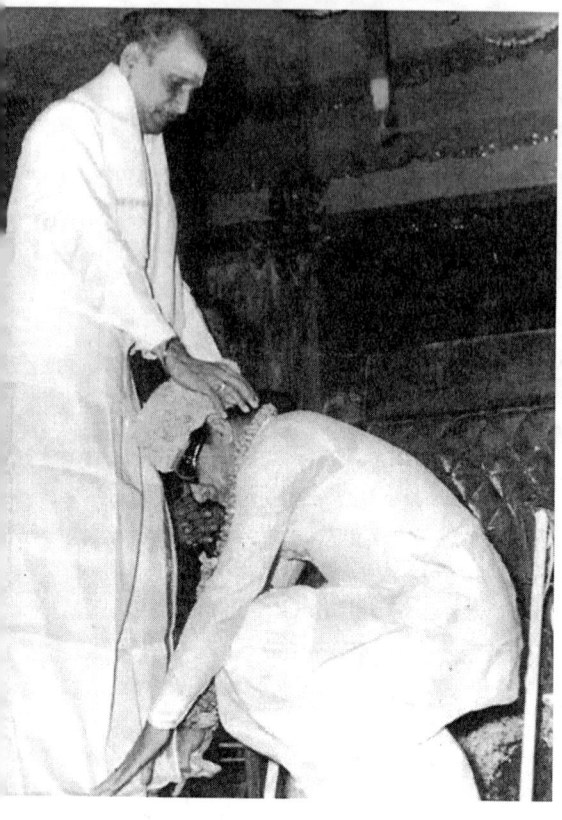

அமைதியானார் எம்.கே.ராதா.

ராம்சந்தர் சகோதரர்கள் பாய்ஸ் கம்பெனியில் இணைந்த போது... ஆரம்பத்தில் போதிய வாய்ப்பு கிடைக்கவில்லை என்ற ஆதங்கம் அவர்களுக்குள் இருந்தது. சமூக நாடகங்களில் முதன்முதலாகப் பிரதான வேடங்களை அவர்களுக்கு அளித்து உற்சாகப்படுத்தியதும் கந்தசாமி முதலியார்தான். கம்பெனி உரிமையாளரிடம் கோபித்துக்கொண்டு எம்.கே. மற்றும் அவரது மகன் எம்.கே.ராதா வேறு குழுவில் இடம்பெற்று வெளிநாடுகளில் நாடகம் நடத்திக்கொண்டிருந்தனர். அப்போது ராம்சந்தர் சகோதரர்களையும், தங்களுடன் இணைத்துக்கொள்ள பல முறை முயன்றனர். ஆரம்பத்தில் சகோதரர்கள் மறுத்தனர். ஆனால், பின்னாளில் சகோதரர்களுக்குக் குழுவைவிட்டுப் பிரியும் மனநிலைக்கு வந்தபோது அவர்களுக்குக் கைகொடுத்தவர் எம்.கேதான். அவர்களுடனான முதல் பயணமே பர்மா. கந்தசாமி முதலியாரைத் தவிர, வேறு யாராக இருந்தாலும் கடல்கடந்த அந்தப் பயணத்துக்கு அனுமதித்திருக்கமாட்டார் சத்தியபாமா. அத்தனை நம்பிக்கை கொண்டிருந்தார் கந்தசாமி முதலியார் மீது.

தந்தைக்கு நிகராக அவரது தனயனும் சகோதரர்கள் மீது அளவுக்கு அதிகமான பாசம் வைத்திருந்தார். பின்னாளில் புகழ்பெற்ற நடிகரான எம்.ஜி.ஆர்., "தனக்கு எம்.கே.

ராதாவுடன் சேர்த்து இரண்டு அண்ணன்கள்" என்று வாஞ்சையுடன் புகழ்ந்தார். முன்னரே குறிப்பிட்டபடி எம்.ஜி.ஆரால் பொதுமேடையில் காலில் விழுந்து வணங்கப்பட்டவர்களில் ஒருவர் எம்.கே.ராதா. இன்னொருவர் சாந்தாராம். அத்தனை மரியாதைக்குரிய இடத்தில் எம்.கே.ராதாவை வைத்திருந்தார். பின்னாளில், எம்.ஜி.ஆர் முதல்வரான சமயம்... முதன் முதலில் அவர் வீடு தேடிச்சென்று வாழ்த்து பெற்றது எம்.கே. ராதாவிடம்தான். சுமார் ஒரு மணிநேரம் அவரது வீட்டில் இருந்து பூஜையறையில் இருந்த கந்தசாமி முதலியார் படத்தின் முன் 10 நிமிடங்கள் நின்று வணங்கிவிட்டுத் திரும்பினார்.

"நாடகத்துல நடிக்கும் காலத்திலேயே தம்பி, தான் நடித்து முடித்துவிட்டாலும் அங்கிருந்து போய்விடாமல் மற்றவர்களின் நடிப்பை அரங்கின் ஓரமாக நின்று ரசிக்கும். அபாரமான பாடம் செய்யும் சக்தியும், கேள்விஞானமும் அதிகம் அவருக்கு. உடன் நடிப்பவர்களுக்கு உதவுவதில் முன்நிற்பார். மனிதநேயம், விடாமுயற்சி, அயராத உழைப்பு, தன்னம்பிக்கை இவைதான் அவரை இந்த உயரத்துக்குக் கொண்டுவந்தன" 70களின் மத்தியில், தம்பி எம்.ஜி.ஆரை சிலாகித்துச் சொன்னவர் எம்.கே.ராதா.

எம்.கந்தசாமி முதலியார் எம்.ஜி.ஆருக்கு நாடகக் குரு மட்டுமல்ல; அவரது திரையுலகப் பிரவேசத்துக்கும் அவர்தான் வித்திட்டார்.

எம்.ஜி.ஆரின் முதல்படமான 'சதிலீலாவதி' யில் நடிக்கும் வாய்ப்பு பெற்றுத்தந்தவர் அவரே...

4

சி. கன்னையா

இவர், ஸ்ரீ கிருஷ்ண விநோதசபா என்ற பெயரில் நாடகக்குழு ஒன்றினை அமைத்திருந்தார். சம்பூரண ராமாயணம், அரிச்சந்திரா, தசாவதாரம், கிருஷ்ணலீலா, ஆண்டாள் திருக்கல்யாணம், துருவன், சக்குபாய், பக்த குசலோ, சாகுந்தலா, பகவத்கீதை முதலான நாடகங்களை நடத்தியிருக்கிறார்.

சி. கன்னையா மேடை அமைப்பிலும், காட்சி அமைப்பிலும் பல சீர்திருத்தங்களையும் சிறப்புகளையும் செய்தார்.

பழைய நாடக மேடைகளில் பின்திரை பற்றியும் அரங்கப் பொருள்கள் பற்றியும் கவலைப்படுவதில்லை. திரௌபதி வஸ்திரா பஹரணம் நாடகத்தில், மன்னன் துரியோதனனும் சகுனியும் உரையாடும் காட்சிக்குப் பின்னணித் திரையாக, சென்னை போஸ்ட் ஆபிஸ் மின்சார டிராம் வண்டிகள் அடங்கிய திரைச்சீலை தொங்கவிடப் பட்டிருந்தது. சுப்பிரமணியர், அரிச்சந்திரன், விதூஷகன் முதலான பாத்திரங்களுக்கு உடைகள் பொருத்தமாக இல்லை. இவற்றையெல்லாம் சி. கன்னையா மாற்றியமைத்தார்.

இவரது நாடகக் காட்சிகளில், மேடையிலேயே குதிரை, யானை, தேர், காளை முதலானவற்றைக் கொண்டு வந்துவிடுவார். அரசவைக் காட்சிகளில் இரண்டு தூதர்கள் நிற்க, அவர்களுக்குப் பின்னால், நிறைய வெட்டுருக்கள் (கட்அவுட்) வைத்து ஐம்பது பேர் நிற்பது போலக் காட்டிவிடுவார். அரிச்சந்திரா நாடகத்தில் மயானக் காட்சியில், பிணம்போல் உருவம் செய்து அதற்கு இறுதிச் சடங்குகள் செய்வதைக் காட்டினார். இவரது குழுவில் நாற்பது

அரங்கக் கலைஞர்கள் பணியாற்றினார்கள். பத்து லாரி அளவிற்கு அரங்கப் பொருட்களை வைத்திருந்தார்.

காட்சிச் சிறப்பிற்காகவே இவரது நாடகங்களுக்குக் கூட்டம் அலைமோதும். நுழைவுச் சீட்டுக் கிடைக்காமல் மக்கள் திரும்பினார்கள். முன்பதிவு முறையையும் இவர் ஏற்பாடு செய்தார். இவரது தசாவதாரம் நாடகம் 1008 நாட்கள் நடத்தப் பெற்றது. இவரது நாடகம் சென்னையில் நடக்கும்போது 700 கி.மீ. தொலைவில் உள்ள திருநெல்வேலியில் விளம்பரம் செய்யப்பட்டது குறிப்பிடத் தக்கது

1915ஆம் ஆண்டிலேயே கும்பகோணத்தில் காலை 10மணிக் காட்சியாக நாடகம் நடத்திய பெருமை கன்னையா அவர்களுக்கு உண்டு. சி.கன்னையாவின் தமிழ் நாடகப் போக்குகளாக,

நீளம், அகலம், உயரம் என்னும் முப்பரிமாணம் கொண்ட காட்சி அமைப்புகளுடன் நாடக மேடை அமைத்தது.

நிஜ குதிரை, தேர், யானை போன்றவற்றை மேடைக்கே கொண்டு வந்தது. புதுப்புது உடைகள், ஒளி அமைப்பில் எண்ணெய் விளக்குடன் கேஸ் விளக்குகளையும் பயன் படுத்தியது.

விரிவாக விளம்பரங்கள் செய்தல், ஒலிபெருக்கி இல்லாத இல்லாத காலத்தில் முன் மேடையில் வரிசையாகப் பானை களைக் கட்டி எதிரொலி கேட்கும் வண்ணம் செய்யும் உத்தி எனப் பல புதிய வழிமுறைகளைச் சொல்லலாம்

5

பரிதிமாற் கலைஞர்

தமிழைச் சொல்லித் தங்களை வளர்த்துக் கொண்டவர்கள் மிகப் பலர்; தமிழை வளர்த்தவர்கள் மிகச் சிலர்; அந்த மிகச் சிலருள் ஒருவர் பரிதிமாற் கலைஞர்!

பெற்றோரிட்ட பெயர்: சூரிய நாராயண சாஸ்திரி.

வெள்ளையர் ஆட்சியினால் ஆங்கில மொழி ஏற்றமுடன் திகழ்ந்திட்ட 1870ம் ஆண்டு ஜூலை மாதம் 7ம் நாளன்று, மதுரை மாநகருக்கருகே விளாச்சேரி என்னும் கிராமத்தின் வைதீகக் குடும்பமொன்றில் பிறந்தவர் சூரியநாராயண சாஸ்திரி.

தந்தை கோவிந்த சிவா சாஸ்திரியிடம் சமஸ்கிருதமும், மதுரைப் புலவர் சபாபதி முதலியாரிடம் தமிழும் பயின்ற சூரிய நாராயணன் ஆங்கிலம் கற்றது கிறித்துவக் கல்லூரியில். அங்கே இளங்கலை வகுப்பில், ஷேக்ஸ்பியர் நாடகங்களைப் பாடம் நடத்த வந்த கல்லூரி தலை மையாளர் டாக்டர் மில்லர் என்பார், டென்னிஸன் இயற்றிய 'MORTE D'ARTHUR' செய்யுள் நூலின் திறம் வியந்து "இது போன்ற உவமையழகு தமிழில் உண்டா?" என்று சூரிய நாராயணனைக் கேட்டார்.

"டென்னிஸனுக்கு ஒன்பது நூற்றாண்டுகளுக்கு முன்னரே, எங்கள் கம்பன், தனது 'இராம காதை'யில் உவமையழகு கொப்பளிக்க எழுதியுள்ளார்!"என்றார் சூரிய நாராயணன்.

"திராவிட சாஸ்திரி"!

டாக்டர் மில்லரின் வேண்டுகோளுக்கு இணங்க ஷேக்ஸ்பியரின் 'வெனிஸ் வர்த்தகன்' நாடகத்தின் ஒரு பகுதியைத் தமிழாக்கம் செய்தார் சூரிய நாராயணன்.

1892ம் ஆண்டு இளங்கலை இறுதியாண்டுத் தேர்வில் தமிழிலும், தத்துவத்திலும் மாநிலத்திலேயே முதலாவதாகத் தேறி மன்னர் பாஸ்கர சேதுபதி பொற்பதக்கம் பெற்ற சூரிய நாராயணனை கிறித்துவக் கல்லூரியே தனது தமிழ்த் துறை ஆசிரியராக ஏற்றுக்கொண்டது.

பெரும் புலவர் சி.வை. தாமோதரம் பிள்ளை, சங்க இலக்கியங்களில் தேர்வு நடத்தி, வெற்றி பெற்ற சூரிய நாராயணனுக்கு வழங்கிய சிறப்புப் பட்டம்: 'திராவிட சாஸ்திரி'!

இயற்றமிழ் வல்லவரான சூரிய நாராயணன், பெரும்புலவர் சி.வை.தாமோதரம் பிள்ளையின் வேண்டு கோளுக்கு இணங்க 'மதிவாணன்' என்னும் புதினத் தையும் 'தமிழ்மொழி வரலாறு' என்னும் ஆய்வு நூலையும் எழுதினார். இசைத் தமிழிலும் தேர்ந்தவரான சாஸ்திரி 'தனிப் பாசுரத் தொகை' என்னும் சிறிய அகவற்பாக்களால் இயற்றப்பட்ட இசைப்பாடல்களை நூலாக வெளியிட்டார். அப் படைப்பின்போதுதான் சூரிய நாராயண சாஸ்திரி 'பரிதிமாற் கலைஞன்' என தனித்தமிழில் தன் பெயரைப் பதிப்பித்தார். பரிதிமாற் கலைஞரின் மற்றுமொரு பாடல் தொகுப்பு 'பரவலர் விருந்து'.

பரிதிமாற் கலைஞரைப் பெரிதும் கவர்ந்தது 'நாடகத் தமிழ்.' அவர் காலத்தில் நாடகங்கள் பல இருந்தன. ஆனால் இலக்கணம் மீறியவை. 'நாடகவியல்' என்னும் நூலை எழுதினார் பரிதிமால் கலைஞர்.

அதுவே, தமிழின் முதல் நாடக இலக்கண நூல்!

தாமே வகுத்த இலக்கணத்திற்கு ஏற்ப 'கலாவதி' என்னும் நாடகத்தையும் எழுதினார். இந்நாடகம் சென்னை எழும்பூர் விக்டோரியா பப்ளிக் ஹாலில் 1897 ஏப்ரல் முதல் தேதியன்று அரங்கேற்றப்பட்டது. பரிதிமாற் கலைஞர் எழுதிய மற்றொரு நாடகம்: 'ரூபாவதிஅல்லதுகாணாமற் போன மகள்' நடிப்புக்

கலையிலும் தேர்ந்தவராதலால் 'கலாவதி' நாடகத்தில் கலாவதியாகவும் 'ரூபாவதி' நாடகத்தில் ரூபாவதியாகவும் பெண்வேடமேற்று நடித்தார்.

இவரது மற்றொரு நாடகம்: 'மான விஜயம்'

இவர், தமது நாடகப் பாத்திரங்கள் வாயிலாக பெண்மையின் சிறப்பு, ஒழுக்கத்தின் உயர்வு போன்ற வற்றைப் போற்றினார்.

தாம் இயற்றிய நாடக நூல்களின் வகையினை 'நாமகள் சிலம்பு' எனவும், செய்யுள் நூல் வகையினை 'தமிழ் மகள் மேகலை' எனவும் குறிப்பிட்டுள்ளார்.

"தமிழ் உயர்தனிச் செம்மொழி! அது வடமொழிக்குச் சற்றும் தாழ்ந்தது அல்ல! அன்றியும் நடைமுறையில் பயிலப்படும் மொழி தமிழ்! எனவே ஓராற்றால் வடமொழியிலும் தமிழ் சிறந்தது!" என்பது பரிதிமாற் கலைஞரின் கருத்து. இந்தக் கருத்தையே தமது படைப்புகள் மற்றும் சொற்பொழிவுகள் மூலம் இவர் நிலைநாட்டினார்.

பகலில் ஓய்வில்லா கல்லூரிப் பணி. இரவில் நாடகங்களைப் பயிற்றுவித்தல்; நடித்தல்; எழுதுதல்; பிறர் நாடகங்களைக் காணுதல். ஓயாத உழைப்பின் காரணமாக நோயுற்றார். 33 வயதில் அவரது வாழ்வு முற்றுப் பெற்றது.

தமிழ்நாடு இயல் இசை நாடக மன்றம் 1973ம் ஆண்டு அக்டோபரில் நாடகக் கலை வளர்த்த பம்மல் சம்பந்த முதலியார் (1873), சி.கன்னையா (1872), பெரும்புலவர் பரிதிமாற் கலைஞர் (1870) ஆகிய மூவரின் நூற்றாண்டு விழாவை ஒரே மேடையில் நடத்தியது; விழாவையொட்டி சிறப்பு மலர் ஒன்றையும் வெளியிட்டது. அந்த மலரில், பரிதிமாற் கலைஞர் பற்றி கவிஞர் எஸ்.டி. சுந்தரம் எழுதினார்.

நாடகங்கள் எழுதியதில்
நடித்ததோடு
நல்லதொரு இலக்கண நூல்
செய்த மேலோன்!
கூடல் நகர் தமிழ்ச் சங்கம்
கண்ட நாளில்
குலவுதமிழ் மேவபணி
கொண்ட நூலோன்!
பரிதிமாற் கலைஞனெனும்
மதுரை ஆசான்!

பரிவுடனே அந்த நாளில்
பயில்வோர் உள்ளம்
உருகுமொரு உணர்ச்சியொடு
தமிழ் வளர்த்தான்
உயர்ந்த மனச் செம்மல் புகழ்
ஓங்கி வாழ்க!

சங்கரதாஸ் சுவாமிகள் நூற்றாண்டு (1967) விழா' மலரில், பரிதிமாற் கலைஞர் பற்றி சிலம்புச் செல்வர் ம.பொ.சி. எழுதினார்.

"சூரிய நாராயண சாஸ்திரி என்ற தம் பெயரைத் தூய தமிழிலே 'பரிதிமாற் கலைஞர்' என்று மாற்றி அதனை வழக்கத்திலும் கொண்டு வந்தார். பரிதிமாற் கலைஞர், 33 ஆண்டுகளே மண்ணுலகில் வாழ்ந்தார். அச் சொற்ப காலத்தில் தமிழ் நாடகக் கலைக்குப் புது மெருகு கொடுத்து தமிழ்மொழிக்கே புது வாழ்வு தேடிவிட்டார். யாக்கை நிலையாமையை அறிந்தவர் ஆதலால், இரவு பகலாகக் கண்விழித்து போதிய உணவு கொள்ளவும் தவறி, படிக்க வேண்டியவற்றையெல்லாம் படித்தார், எழுத வேண்டிய வற்றை யெல்லாம் எழுதி முடித்தார். ஓய்வின்றி உழைத்ததனால், எலும்புருக்கி நோய் கண்டு, இளமையிலேயே உயிர் நீத்தார். அவரது வாழ்வு முடிந்தது. ஆனால், தமிழுக்கு அவர் துவக்கி வைத்த புது வாழ்வு நீடிக்கிறது. அதற்கு முடிவே இல்லை!"

சிறப்புச் செய்திகள்:

பரிதிமாற் கலைஞர் இயற்றிய 'தனிப் பாசுரத்தொகை' என்னும் நூலை, ஆக்ஸ்போர்டு பல்கலைக்கழகத் தமிழ்ப் புலவர் டாக்டர் ஜி.யூ.போப், ஆங்கிலத்தில் மொழி பெயர்த்து வெளியிட்டுள்ளார்.

அவர் எழுதி அரங்கேற்றி நடித்த இன்னொரு நாடகம்: 'சூர்ப்பனகை'.

6

நவாப் ராஜமாணிக்கம் பிள்ளை

தமிழ் நாடக வளர்ச்சிக்குத் தொண்டாற்றிய சங்கரதாஸ் சுவாமிகள்,பம்மல் சம்பந்த முதலியார்,டி கே எஸ் சகோதரர்கள்போன்றோர் வரிசையில் குறிப்பிடத்தக்க ஒருவர் நவாப் ராஜமாணிக்கம் பிள்ளை ஆவார்.

இவர் 1906ல் தஞ்சாவூர் சுப்ரமணியப் பிள்ளை,குப்பம்மாள் தம்பதியினருக்கு மகனாகப் பிறந்தார்.பின், அவ்வூர் திண்ணைப் பள்ளிக் கூடத்தில் பயின்றார். ராஜமானிக்கத்தின் தந்தை கான்ஸ்டபிளாக இருந்ததால் ஊரில் அவருக்கு நல்லசெல்வாக்கு இருந்து வந்தது.சுற்று வட்டாரத்தில் எந்த நாடகம் நடந்தாலும் போய் பார்ப்பார்.அவருடன் ராஜமாணிக்கமும் ,அவரது சகோதரர் கோவிந்தராசு பிள்ளையும் செல்வர்.

நாடகமும், கூத்தும், பாடல்களும் ,வண்ண வண்ண ஆடை அலங்காரங்களும் ராஜமாணிக்கத்தின் உள்ளத்தைக் கவர்ந்தன. கற்பதை விட நாடகத்தையே மனம் விரும்ப,ஹார்மோனியம் நடராஜப் பிள்ளை கம்பெனியில் சேர்க்கப்பட்டார்.சில காலம் அங்கு இருந்தவர் பின்னர் அக்காலத்தில் புகழ் பெற்றிருந்த ஜகந்நாத ஐயர் நாடகக் குழுவில் இணைந்தார்.அங்கு 15 வயதிற்குட்பட்ட சிறுவர்கள் முக்கிய பாத்திரங்களில் நடித்து வந்தனர்.அதனால் அதன் பெயர் பாய்ஸ் கம்பெனி என்றா யிற்று. பின்னாளில் புகழ்பெற்ற சாரங்கபாணி உள்ளிட்ட நடிகர்கள் முக்கிய வேடத்தில் நடித்துக் கொண்டிருந்தனர். அங்கு ராஜமாணிக்கம் நாடக நுணுக்கங்களைப் பயின்றார்.

அக்காலத்தில் கந்தசாமி முதலியார் கம்பெனி,வாணி

விலாச சபா, எஃப் ஜி நடேச ஐயர் கம்பெனி,யதார்த்தம் பொன்னுசாமி பிள்ளை கம்பெனி,மதுரை பால மீனா ரஞ்சனி சங்கீத சபா,ஸ்ரீபால ஷண்முகானந்த சபா,கன்னையா கம்பெனி,ஸ்ரீ ராமபால கான விநோத சபா போன்றவை மிகவும் புகழ் பெற்றிருந்தன. அவற்றில் எஸ் ஜி கிட்டப்பா,கே பி சுந்தராம்பாள்,காளிஎன் ரத்தினம்.பி யூ சின்னப்பா,என் எஸ் கிருஷ்ணன், எஸ் வி சஹஸ்ரநாமம், எம் வி மணி, டி பி ராஜலட்சுமி,எஸ் டி சுப்புலட்சுமி,ரத்னா பாய்,சரஸ்வதி பாய் போன்றோர் முக்கிய வேடங்களில் நடித்து வந்தனர். இவர்கள் நாடகங்களைப் பார்த்தும்,ஜகன்னாத ஐயர் நாடகக் கம்பெனியினரின் பவளக்கொடி,வள்ளி திருமணம் போன்ற நாடகங்களில் நடித்தும் அனுபவம் பெற்றார் ராஜமாணிக்கம்.

ஆனாலும்..அந்த காலத்தில் நாடகக் குழுக்களின் போட்டி அதிகம் இருந்ததால் அய்யர் குழுவினருக்கு எதிர்பார்த்த வருமானம் கிடைக்கவில்லை.அதனால் ..சிலர் குழுவிலிருந்து விலகினர்.அவர்களை ஒருங்கிணைத்த ராஜமாணிக்கம் பிள்ளை,அவர்களை பங்குதாரர்களாக சேர்த்து..அவர்களது நகை , கடுக்கன், மோதிரம் ஆகியவற்றை விற்று வந்த மூலதனத்தைக் கொண்டு 1933 ல் நாடகக்குழுவினை ஆரம்பித்தார்.அதற்கு தேவி பால வினோத சபா என்று பெயர் வைத்தார்.

முதலில் தஞ்சாவூரில் நாடகம் நடத்தி விட்டு பின்னர் திருச்சிக்கு வந்தார்.அடுத்து திருப்பூர் சென்றார்.அவரது நாடகக் குழுவிற்கு ஆதரவு பெருகியதால் பலர் வந்து சேர ஆரம்பித்தனர்.

சில ஆண்டுகளிலேயே 60க்கும் மேற்பட்ட நாடக உறுப்பினர்கள் கொண்டதாக குழு வளர்ந்தது. 40க்கும் மேற்பட்டோர் நடிகர்களாகவும்,பிறர் பின் பாட்டு,அரங்க அமைப்பு,இசை போன்ற பணிகளைச் செய்பவர்களாகவும் இருந்தனர்.

பிள்ளையின் குழு ஸ்பெஷல் நாடகக் குழுவானது.ஊர் ஊராய் சென்று நாடகம் போட்டனர். பிள்ளை அவர்கள் புராண நாடகங்கள் போடுவதில் மிகவும் ஆர்வம் செலுத்தினார்.வெறும் வசனங்களை மட்டும் மேடையில் வந்து பேசி விட்டு செல்லும் நாடகமாக இல்லாமல்..காட்சிகளை.. கருத்திற்கும் முக்கியத்துவம்

கொடுத்து அமைத்தார். அதற்காக முயன்று மேடையில் பல தந்திரக் காட்சிகளைப் பிறர் வியக்கும் வண்ணம் அரங்கேற்றி வெற்றி பெற்றார்.

கிருஷ்ண லீலா,தசாவதாரம்,சம்பூர்ண ராமாயணம், ஏசுநாதர்,குமார விஜயம், சக்தி லீலா, ஞானசௌந்தரி முதலான புராண நாடகங்களும்,அதில் இடம் பெற்ற தந்திரக் காட்சிகளும் நாடெங்கும் பேசப்பட்டன.

நாடகங்களுக்கு வரும் கூட்டம் அதிகரிக்கத் தொடங்கியது. “குமார விஜயம்“ நாடகத்தில் முருகனின் பிறப்பை, ஆறு சுடர்கள் ஆறு குழந்தைகளாக காட்டியதையும்,வள்ளியை மிரட்ட வினாயகர் யானை வடிவில் வரும் காட்சியும்,, (நிஜயானையைப் போல பெரிய பொம்மையானையை மேடைக்கு வரவழைத்தார்) பார்வையாளருக்கு பிரமிப்பை ஏற்படுத்தியது.

“கிருஷ்ண லீலா” நாடகத்தில், குழந்தை கிருஷ்ணனைக் கூடையில் வைத்துக் கொண்டு வசுதேவர் மழையில் நடந்து போவதையும்,அந்தக் குழந்தைக்கு ஐந்து தலை நாகம் குடை பிடிப்பதையும் மேடையில் காட்டி மக்களை அதிசயிக்க வைத்தார்.அதே நாடகத்தில் யமுனை நதி பிளந்து வழி விடுவதையும்,அந்நீரில் மீன்கள் துள்ளி விளையாடுவதையும் பார்த்து மக்கள் வியப்பில் ஆழ்ந்தனர்.

“தசாவதாரம்“ நாடகத்தில் சிறைக்காவலர்கள் மயங்கி இருக்க,இரும்பு சாவி தானே நகர்ந்து வந்து பூட்டைத் திறப்பது,கதவு தானாகவே திறந்து கொள்வது,”ஏசுநாதர்” நாடகத்தில் கல்லறையில் இருந்து ஏசு உயிர்த்தெழுவது போன்ற காட்சிகளைக் கண்ட மக்கள் பிரமிப்பின் உச்சத்திற்கே சென்றனர்.

தொடர்ந்து சிறந்த ராமபக்தரான “சமர்த்த ராமதாஸ்” கதையை நாடகமாக்கினார் பிள்ளை.அதில் ராமதாசரை சிறையிலிட்டு வாட்டும் ‘நவாபாக” பிள்ளை நடித்தார். பாத்திரத்தோடு ஒன்றி அவர் சிறப்பாக நடித்து மக்களைக் கவர்ந்தார்.இந்நாடத்திற்குப் பின் பிள்ளை “நவாப் ராஜமாணிக்கம் பிள்ளை” என்று அழைக்கப்படலானார்.

1935ல் பக்த ராமதாஸ் ஜூபிடர் சோமு தயாரிப்பில், முருகதாஸாவின் இயக்கத்தில் திரைப்படமான போது அதில் பிள்ளை, எம் என் நம்பியார் ஆகியோர்

நடித்திருந்தனர். தேச பக்தியும்,தெய்வ பக்தியும் இவரின் இரண்டு கண்களாக இருந்தன.ஒழுக்கசீலரான இவர்..தன் குழுவினரையும் அப்படியே நடக்குமாறு பயிற்றுவித்தார். பெண்களுக்கு அவரது நாடகக்குழுவில் இடமில்லை.அத்துடன் நேரக் கட்டுப்பாடு,ஒழுக்கம் ஆகியவற்றை குழுவினருக்கும் வலியுறுத்தியதுடன், நடிப்போடு, இசை,நடனம்,வாள் சண்டை முதலியவற்றிலும் பயிற்சி அளித்தார்.எம்,என் நம்பியார், டி கே எஸ்.,கே எஸ் கோபாலகிருஷ்ணன், நடராஜன் போன்ற பலர் இத்தகைய ஒழுக்கமாயும், கட்டுப்பாடுடனும் இருக்க பயிற்சி பெற்றனர்.

இவர் நாடகங்களுக்கிடையே பிரிட்டிஷ் ஆட்சிக்கு எதிராக வசனம், பாடல்கள் வருமாறு வடிவமைப்பார். 1934ஆம் ஆண்டு காந்தி தமிழகத்திற்கு வந்த போது அவரை தனது நாடகத்தைப் பார்க்க வருமாறு அழைத்தார்.

அவர் முன்னிலையில் "நந்தனார்" நாடகம் நடந்தது.அதற்கு வசூலான தொகை முழுவதையும் சுதந்திர போராட்டத்திற்கு நன்கொடையாகத் தந்து காந்தியின் ஆசியினைப் பெற்றார். இவரது "இன்பசாகரன்" எனும் நாடகம் தொடர்ந்து 178 நாட்கள் நடந்து சாதனை படைத்தது. இந்நாடகம்

திரைப்படமானது.இந்தியிலும் “பிரேம் சாகர்” என வெளிவந்து பெரும் வெற்றியைப் பெற்றது.

“சுவாமி ஐயப்பன்” வரலாற்றினை முதன் முதலாக மேடையேற்றினார்.இந்நாடகம் நடந்த போதே ஐயப்பன் ஊர்வலத்தையும், பஜனையையும் நடத்தியது அக்கால மக்களின் நினைவில் என்றும் அகலா நிகழ்வாய் அமைந்தது. இந்நாடகத்தில் மேடையில் புலியும்,புலிக்குட்டிகளும் தோன்றும் காட்சி பரவலாகப் பேசப்பட்டது. தந்திரக் காட்சிகளுக்காக இவரது நாடகங்கள் ஆயிரம் முறைகளுக்கு மேல் மேடையேறின.

மக்களால் “நாடகச்சக்கரவர்த்தி” என்று அழைக்கப் பட்டார். ஒருமுறை இவரது “சம்பூர்ண ராமாயணம்“ நாடகம் தொடர்ந்து நடந்த போது ஜெமினி எஸ் எஸ் வாசன் அவர்கள் தனது “ஔவையார்” திரைப்படத்தை வெளியிட்டால் கூட்டம் வராது என திரைப்படம் வெளி வரும் நாளை தள்ளி வைத்ததாகவும் கூறுவதுண்டு,.

“சம்பூர்ண ராமாயணம்“ நடந்த காலகட்ட்த்தில் ,பேருந்துகள் நின்று செல்லும் இடத்திற்கு ராமாயணம் ஸ்டாப் என்றே சொல்லப்பட்டதாம் நாளடைவில் திரைப்படங்கள் வருகையால் நாடகங்களுக்கான வாய்ப்பு குறைந்தது.புராண நாடகங்களும் வரவேற்பை இழந்தன.மேலும் நாடகக்கலைஞர் பலர் திரைத்துறைக்கு சென்று விட்டனர்.குழுவில் இருந்த சிலருக்கு உடல் நலக் குறைகள் ஏற்பட்டன.பிள்ளையால் தொடர்ந்து குழுவினை நடத்த முடியாத நிலை. மேலும் கடும் புயல்,மழை காரணமாக கம்பெனிக்கு பெருத்த நஷ்டம் உண்டானது.

நாட்கள் ஆக ஆக வறுமைப் பிடியில் சிக்கிய பிள்ளை மன நிம்மதித் தேடி காசிக்கு சென்றார், பின்னர் ஸ்ரீரங்கத்தில் குடியேறியவர் 1974ஆம் ஆண்டு அமரர் ஆனார். ராஜமாணிக்கம் பிள்ளை நாடகங்களில் வந்த தந்திரக் காட்சிகளை பின்னர் ஆர் எஸ் மனோஹர்,ஹெரான் ராமசாமி ஆகியோர் பின் பற்றி நாடகம் நடத்தினர் தமிழ் நாடக வரலாற்றில் “நவாப் ராஜமாணிக்கம் பிள்ளை” ஒரு முன்னோடிக் கலைஞன் என்பது மறைக்க முடியாத உண்மை.

7
தஞ்சை கோவிந்தசாமி ராவ்

பத்தொன்பதாம் நூற்றாண்டின் பிற்பகுதியில் உருவான நாடகங்கள் பெரும்பாலும் இசைப்பாடல் வடிவமாகவே இருந்தன. வெண்பா, கலித்துறை, விருத்தம், தோடையம், கொச்சகம், தாழிசை, அகவல், கண்ணிகள், சிந்துகள் என இசைப்பாடல்களாகவே நாடகங்கள் அமைந்தன. இவற்றை எல்லாம் நாடகமேடை ஒழுங்குக்குக் கொண்டுவந்தவர் நவாப் கோவிந்தசாமிராவ் என்பவர். இவர் தஞ்சாவூரைச் சேர்ந்தவர். மராட்டிய மொழியைத் தாய் மொழியாகவும் தமிழைப் பேச்சுமொழியாகவும் கொண்டவர்.

அக்காலக் கட்டத்தில் சாங்கிலி நாடக சபையும் வேறுசில நாடக சபைகளும் பூனாவிலிருந்து தமிழகம் வந்தன. சென்னை, தஞ்சாவூர் முதலிய இடங்களில் மகாராஷ்டிர மொழிகளில் நாடகங்களை நடத்தின. இந்த நாடகங்களைக் கண்ட கோவிந்தசாமி ராவ் தமிழ் நாடகங்களையும் அவ்வாறே அமைத்தார். நாடகத்தின் தொடக்கத்தில் விநாயகர் வணக்கம், சரஸ்வதி வணக்கம் முதலியன இடம் பெற்றன. நாடகக் கதைச் சுருக்கத்தை சூத்திரதாரனும் விதூஷகனும் சபையோருக்குக் கூறுதல் ஆகியன கோவிந்தசாமி ராவ் நாடகங்களில் இடம் பெற்றன. பின்னர் எல்லா நாடகச் சபையினரும் இதைப் பின்பற்றினர்.

பார்சி நாடகக் குழுவினர் சென்னையில் நாடகம் நடத்தினர். நாடகத் திரைச் சீலையைக் காட்டுவதில் அவர்கள் புதிய உத்தி முறைகளைக் கையாண்டனர். பின்னர் தமிழ்நாடகங்களிலும் அவை காட்டப்பட்டன.

நாடகங்களில் பாடல்களைக் குறைத்து உரையாடல்களை மிகுதிப் படுத்தினார். பூனா நாடகக் குழுவும் பார்சி நாடகக் குழுவும் நாடகத்தில் காட்டிய உத்திகளைத் தம் தமிழ் நாடகத்தில் கையாண்டார்.

புராண இதிகாசங்களில் இருந்து நல்ல கதைகளைத் தேர்வு செய்து நாடகமாக நடத்தி வந்தார்.

8

எதார்த்தம் பொன்னுசாமி பிள்ளை

எதார்த்தம் பொன்னுசாமி பிள்ளை, நாடக முன்னோடிகளில் ஒருவர். நடிகர், கதாசிரியர், நாடக அமைப்பாளர். திருச்சியில் நாடக வளர்ச்சிக்கு பெரும் பங்காற்றினார்.

டி.பி. பொன்னுசாமி பிள்ளை திருச்சியில் உறையூரில் பிறந்தார். டி.பி. பொன்னுசாமி பிள்ளைக்கு, 'எதார்த்தம்' பொன்னுசாமி என்று பெயர் சூட்டியவர் 'கலைவாணர்' என்.எஸ். கிருஷ்ணன்

டி.பி. பொன்னுசாமி பிள்ளை முறையான மேடை நாடகப் பயிற்சி பயின்றவர். சிட்டி அமெச்சூர்ஸ் என்ற நாடகக் கலைக்குழுவை திருச்சியில் உருவாக்க முன்னின்றவர். தமிழிசையில் ஆர்வம் கொண்டிருந்தார். நடிகர், கதாசிரியர், நாடக அமைப்பாளராக முப்பதாண்டுகளுக்கு மேல் செயல்பட்டார்.

பி. ஜெகன்னாதய்யரின் கம்பெனி நின்றுபோன பிறகு, அதிலிருந்த பல நடிக நண்பர்களை ஒன்றுசேர்த்து, எதார்த்தம் டி.பி. பொன்னுசாமி பிள்ளையும் மற்றும் சில நண்பர்களும் சேர்ந்து, ஸ்ரீமங்களபாலகான சபா என்ற நாடக நிறுவனத்தைத் தொடங்கினர். அதன்வழி ராமாயணம், கிருஷ்ணலீலா போன்ற பல பழைய நாடகங்களுடன், திருச்சி சிட்டி அமைச்சூர் சபையின் இழந்த காதல், விமலா அல்லது விதவையின் கண்ணீர் போன்ற துன்பியல் சீர்திருத்த நாடகங்களையும் அரங்கேற்றினர். இந்நாடகங்கள் மூலம் உருவானவர் சிவாஜி கணேசன். இவருடைய குழுவில் பொன்னுசாமிப் படையாச்சி பணியாற்றினார்.

பின்னர் ஸ்ரீமங்களபாலகான சபையின் உரிமையைக் கலைவாணர் என்.எஸ். கிருஷ்ணன் வாங்கி, என்.எஸ்.கே. நாடகசபை என்ற பெயரில், சென்னை ஒற்றைவாடை தியேட்டரில் கே.ஆர். ராமசாமி, வி.கே. ராமசாமி, எஸ்.வி சகஸ்ரநாமம் ஆகியோர்களைக் கொண்டு மனோரமா, பூம்பாவை ஆகிய நாடகங்களை நடத்தினார்.

இவரது மாணவர்களாக இருந்தவர்கள்

சிவாஜி கணேசன், எம்.ஆர். ராதா, டணால் தங்கவேலு, வி.கே. ராமசாமி, எம்.என். ராஜம், 'காக்கா' ராதாகிருஷ்ணன், டி.எஸ்.பாலையா

இவர் மேடையேற்றிய நாடகங்கள்

ராமாயணம், கிருஷ்ணலீலா, இழந்த காதல், விமலா அல்லது விதவையின் கண்ணீர்

கலைவாணர் என். எஸ். கிருஷ்ணன் நடித்த பெரும்பாலான படங்களில் அவருடன் நடித்தவர் எதார்த்தம் பொன்னுசாமிப்பிள்ளை. பிற்காலத்தில் சிவாஜி நடித்த தூக்குத் தூக்கி படத்தில் சட்டாம்பிள்ளை வெங்கட்ராமனின் தந்தையாகவும் பத்மினி, ராகினி ஆகியோரின் வாத்தியாராகவும் நடித்தார். வி.கே.ராமசாமி, ஏ.பி.நாகராஜன் இருவரின் கூட்டுத் தயாரிப்பில் உருவான வெற்றிப் படமான 'நல்ல இடத்து சம்பந்தம்' போன்ற பல படங்களில் நடித்துள்ளார். 1942ல் 'மனோன்மணி' படத்தில் எதார்த்தம் என்ற கதாபாத்திரத்தில் நடித்தபோது என்.எஸ். கிருஷ்ணன் இவருக்கு எதார்த்தம் பொன்னுசாமிப்பிள்ளை என்று பெயரிட்டார். இப்படத்தில், மதுரத்திற்கு தந்தையாக நடித்திருந்தார் பொன்னுசாமி பிள்ளை.

தமிழ்நாடு அரசின் "கலைமாமணி" விருதினைப் பெற்றவர்.1966ஆம் ஆண்டு இவரது 40 ஆண்டுகால நாடக சேவையைப் பாராட்டி எம் ஆர் ராதா ஒரு விழா எடுத்து நிதி அளித்து கௌரவித்தார்

9

சதாவதானம் தெ.பொ. கிருஷ்ணசாமி பாவலர்

நாட்டிலே சுதந்திரஉணர்ச்சி கொந்தளித்துக் கொண்டிருந்த நேரத்தில் அடியை வாங்கிக் கொண்டு உதையை வாங்கிக் கொண்டு தியாகம் செய்து கொண்டிருந்த நேரத்தில் அந்த மக்களுக்கு உணர்ச்சியூட்டி நாட்டிற்கு நல்லதைச் சொல்லி, தேசிய எழுச்சியைத் தூண்டிவிட்டு, தடியடியானாலும் சரி துப்பாக்கி குண்டுகளான்னாலும் சரி சிறை செல்வதானாலும் சரி ஏற்றுக்கொள்ளத் தயார் என்று துணிந்து முன் வந்த ஒரு சிறந்த நாடகப் பேராசிரியர் கிருஷ்ணசாமி பாவலர்

பாவலர் அவர்கள் தம்முடைய திறமையை தமக்குச் சொத்து சேர்ப்பதற்காகப் பயன்படுத்திக் கொண்டவரல்லர். தம்முடைய உள்ளத்திலே எழுகின்ற சுதந்திர உணர்ச்சி, நாட்டு மக்களிடையே ஏற்படவேண்டுமென்று விரும்பினார். சமூகத்திலே மாற்றம் தோற்றுவிக்கப்பட வேண்டுமென்று ஆசைப்பட்டார். அவருடைய நாடகங்களின் பெயர்களைச் சொன்னாலே, அவர் ஏப்படிப்பட்ட நாடகங்களை அமைத்தார் என்பதை, நாம் உணர முடியும்.

'பதிபக்தி'. என்ற நாடகத்தின் மூலம் மதுவினால் குடித்துக் கெட்டுபோன ஒரு பெரிய பணக்காரனுடைய வாழ்க்கையைச் சித்தரித்து, அதனால் அவனுடைய குடும்பம் பாழாகும் நிலையை எடுத்துக் காட்டி மக்களைத் திருத்துவதற்காக அமைக்கப்பட்ட ஒரு நல்ல நாடகம் அது.

நாடகத்தை எழுதுகின்றவர் ஓர் உயர்ந்த நடிகராகவும் விளங்க வேண்டும். அப்படியிருந்தால்தான் நல்ல நாடகத்தை உருவாகக் முடியும். திரு. பாவலர் அவர்கள் சென்னை சுகுண விலாச சபையில், பேராசிரியர் பம்மல் சம்பந்த முதலியார்

டி. வி.ராதாகிருஷ்ணன்

அவர்களோடு "வேடந்தாங்கி" எனும் நாடகத்தில் நடித்தும் பழகியவர் அவர் அடுத்த படியாக எழுதித் தந்த நாடகம் 'கதர் பக்தி'. அந்த நாளில் அயல்நாட்டுத் துணிகளை எரிப்பதற்கும், அந்தத் துணிகளை அணிவதே கேவலம் என்ற நிலைமை நாட்டிலே உண்டாயிருந்தது. அன்னிய நாட்டுத் துணியை உடுத்துகிறவன் 'தேசிய விரோதி' என்று மக்கள் கருதுகின்ற அளவுக்கு நாட்டிலே தேசிய உணர்ச்சியை ஊட்டிய நாடகம் அது!

தேசம் மகாத்மா காந்தியடிகளின் வழியிலே சென்று கொண்டிருந்த அந்த நேரத்தில் நல்ல ஜரிகை வேட்டிகளை பட்டுத் துணிகளை உடுத்தியவர்கள் அப்படியே மேடைக்கு வந்து, 'எனக்கு ஒரு கதர் வேஷ்டி தாருங்கள். இந்த அந்நிய ஆடையைக் கொளுத்தி விடுகிறேன்' என்று மேடையிலேயே கொளுத்துகிற அளவுக்கு உணர்ச்சியைத் தூண்டிவிட்ட

> தேசம் மகாத்மா காந்தியடிகளின் வழியிலே சென்று கொண்டிருந்த அந்த நேரத்தில் நல்ல ஜரிகை வேட்டிகளை பட்டுத் துணிகளை உடுத்தியவர்கள் அப்படியே மேடைக்கு வந்து, 'எனக்கு ஒரு கதர் வேஷ்டி தாருங்கள். இந்த அந்நிய ஆடையைக் கொளுத்தி விடுகிறேன்' என்று மேடையிலேயே கொளுத்துகிற அளவுக்கு உணர்ச்சியைத் தூண்டிவிட்ட நாடகம் 'கதர் பக்தி'.

நாடகம் 'கதர் பக்தி'. அந்த நாடகத்தில் அவர் கதரைப்பற்றி மட்டும் சொல்லவில்லை. வாழ்க்கையில் தவறிப்போன பெண்கள், ஒதுக்கப்பட வேண்டியவர்கள் என்று கருதப்பட்ட அந்த நேரத்தில், தவறிப்போன ஒரு பெண் தன்னுடைய நிலையை உணர்ந்து, தன் வாழ்க்கையைத் திருத்திக்கொண்டு, தேச சேவகியாகிப் பாடுபடவும் முன்வரக்கூடிய ஒரு பாத்திரமாகவும் அமைய முடியும் என்பதற்கு எடுத்துக் காட்டாக, ஓர் உயர்ந்த பாத்திரத்தை அந்த நாடகத்திலே அவர் அறிமுகப் படுத்தியிருந்தார். வாழ்க்கையில் தவறிய பெண்ணும், நல்லவளாக. சமூகத்தால் மதிக்கப்படும் அளவுக்குத் தன்னை மாற்றிக் கொள்ள முடியும் என்ற உண்மையை அந்த நாடகத்தின் மூலம் ..அந்த நாளிலேயே எடுத்துக் காட்டினார்!

பிரசார நாடகமென்றால் யாரையாவது குறை கூறுவது, யாரையாவது முன்நிறுத்தி அவமானப்படுத்துவது என்ற நோக்கத்தில் பாவலர் பாத்திரங்களைப் படைக்கவில்லை.

மூன்றாவது நாடகமாக, பாவலர் எங்கள் மதுரை ஒரிஜினல் பாய்ஸ் கம்பெனிக்குத் தந்த நாடகம் 'கவர்னர்ஸ் கப்' என்பது! இந்நாடகம் குதிரைப் பந்தயத்தால் எத்தனைக் குடும்பங்கள் நாட்டில் நாசமுறுகின்றன என்பதை எடுத்துக்காட்டுகின்ற ஒரு நாடகம்! கோடீஸ்வரனான ஒரு பணக்காரன் தன்னுடைய மனைவி மக்களின் நகைகளையெல்லாம் அடகு வைத்து, நண்பர்களால் ஏமாற்றப்பட்டு சூதாடியாகி தன்னுடைய வாழ்க்கையைப் பாழ்ப்படுத்திக்கொண்டு, கர்ப் பிணியான தன் மனைவியைப் பாதுகாக்கக் கூட வழியில்லாமல், பிச்சை எடுக்கவேண்டிய நிலையிலே, சின்னஞ் சிறு குழந்தைகளை விட்டு ஓட வேண்டிய நிலையிலே. கொலைகாரனாக மாற வேண்டிய நிலையிலே, எப்படியெல்லாம் அழிந்து போகிறான் என்பதை அழகாக அந்த நாடகத்திலே சித்தரித்துக் காட்டினார்.

கதிரின் வெற்றி தேசிய புரட்சி நாடகத்தில் அவர்பாடிய ஒரு பாடல்..

சீரான இந்தியாவில் பேர் போன
தொழில்க ளெல்லாம்
செத்து கிடக்கும் இந்தச்
சீர் குலைந்த நாளையிலே
சேர்ந்த ராட்டின் பெருமை
செப்புவோர் கேள் அருமை
தீருமே நம் வறுமை இப்பாடலை பாடுகியயில்,அவையில் ரசிகர்கள் உணர்ச்சிவசப்பட்டு தொடர்ந்து கையொலி எழுப்புவார்களாம்.

"பஞ்சாப் கேசரி" என்ற நாடகத்தை அன்றைய மதராஸ் மாகாணம் முழுவதும் நடத்தியதுடன், இலங்கை, சிங்கப்பூர், மலேசியா, பர்மா போன்ற அயல் நாடுகளிலும் நடத்தினார். பின்னர், பி.யு. சின்னப்பா நடிப்பில், அது திரைப் படமாகவும் வெளி வந்தது. படத்தின் தொடக்கக் காட்சியில், "வந்தே மாதரம்" என்ற பாடலுடன் படம் தொடங்கியது. தமிழர்கள் பெருமளவில் சுதந்திரப் போராட்டத்தில் கலந்து கொள்ள, அப்பாடல், எழுச்சி ஊட்டியது.

பாவலரின் மற்றொரு நாடகமான "பாம்பே மெயிலில்" கதாநாயகன், அன்றைய காங்கிரஸ் கொடியை ஏந்தி, "பாரத மணிக்கொடி வாழ்க" என்ற பாடலுடன் தொடங்கியது. பாடல்களை தேசிய உணர்வுடன், மகாத்மா காந்தியின் சக்கரத்துடன், கதாநாயகன் பாடுவது போல், நாடகம் அமைக்கப்பட்டு இருந்தது.

இவர் இங்கிலாந்து மன்னர் ஐந்தாம் ஜார்ஜ் வெள்ளிவிழா (silver jubilee) நடந்தபோது தன்னுடைய பாலசபையினரை அழைத்துக்கொண்டு இங்கிலாந்துக்குப்போய் அச்சமயம் பல தமிழ் நாடகங்கள் நடத்தினார்.

கிருஷ்ணசாமி பாவலர் சிறந்த இலக்கியவாதி. முருகன் மீது மிகுந்த பக்தி கொண்டு பல பாடல்கள் பாடியுள்ளார். அதில் குறிப்பிடத் தக்கவை "போரூர் முருகன் அபிஷேக மாலை", "கந்தர் கவசம்", "திருக்கழுக்குன்றம் திரிபுரசுந்தரி பதிகம்", "வேம்படி விநாயகர் பஞ்சரத்தினம்" போன்றவை. சிந்தாதரிப்பேட்டையில் உள்ள ஆதிபுரீஸ்வரர் கோவிலுக்கு பழனி ஆண்டவரை தானமாக வழங்கினார்.

அந்த காலத்தில் பலர் சூழ்ந்திருக்க, நூறு கேள்விகள் கேட்பார்கள். ஒருவர் அமர்ந்து பதில் சொல்வார், அனைத்து

கேள்விகளுக்கும் சிறப்பாக பதிலளிப்பவர் "சதாவதானி" என அழைக்கப்படுவார். அனைத்து கேள்விகளுக்கும் சிறப்பாக பதில் அளித்ததால், கிருஷ்ணசாமி பாவலர், "சதாவதானம் கிருஷ்ணசாமி பாவலர்" என அழைக்கப் பட்டார்.

காங்கிரஸ் கட்சியில் பல்வேறு பொறுப்புகளை வகித்தார். வார இதழான "தேசபந்து", மாத இதழான "பாரதி" காங்கிரஸ் நாளிதழான "இன்றைய சமாச்சாரம்" போன்ற பல பத்திரிகைகளில் பணி புரிந்தார்.

காசநோயால் பாதிக்கப்பட்டு 1934 ஆம் ஆண்டு மார்ச் 1 ஆம் தேதி இறைவனடி சேர்ந்தார். நாடக உலகில், அனைவருக்கும் தெரிந்த முகமாக, கிருஷ்ணசாமி பாவலர் இன்றளவும் உள்ளார்.

இந்த உண்மைகளையெல்லாம் வைத்துப் பார்க்கும்போது, நாடகக்காரர்கள் வெறும் கூத்தாடிகள் அல்லர்; சமுதாயத்தால் போற்றப்பட வேண்டியவர்கள் என்பதையும் தேசிய வரலாற்றை உருவாக்கிய நாட்டுப்பற்றுடைய பெருங்கலைஞர்கள் என்பதை நிருபித்தவர்களில் பாவலரும் ஒருவராவார் என்றால் அது மிகையில்லை.

10

பாலாமணி அம்மையார்

1880-90 களில் "நாடக அரசி"யாக கொடி கட்டி பறந்தவர் பாலாமணி அம்மையார்.

பாரதி சொன்னாற் போல "விட்டுக்குள்ளே பெண்ணை பூட்டி வைந்த விந்தை மனிதர்கள் வாழ்ந்த காலம்"

ஆனால், ஆண்களுக்கு இணையாக,பெண்காளாலும் சாதிக்க முடியும் என அன்றே நிரூபித்த பெண்மணி இவர்.

பெண்களை மட்டுமே வைத்து..ஆண் வேடங்களையும் பெண்களே ஏற்று நாடகங்களை நடத்தி வந்த குழு இவருடையது.ஒப்பனை கலைஞரும், நாடக கணக்கு வழக்குகளைப் பார்த்தவரும்,நாடகங்களில் சில பாத்திரங்களை ஏற்று நடித்தவருமான நகைச்சுவை நடிகர் சி எஸ் சாமண்ணா என்பவர் மற்றுமே ஒரே ஆண்.

மனோகரா நாடகத்திற்காக கந்தசாமி முதலியாரிடம் ஸ்பெஷலாக பயிற்சி எடுத்துக் கொண்டாராம் பாலாமணி குறைந்தது 670 பெண்கள் இவர் குழுவில் இருந்தனர்.பாலாமணி திருமணம் செய்து கொள்ளவில்லை.மணந்தால்.. அது தன் நாடக வாழ்க்கையை பாதிக்கும் என எண்ணியதாலேயே. சம்பாதித்த பணத்தை,கோயில் திருப்பணிகளுக்கும்,ஆதரவற்ற பெண்களுக்குமே செலவு செய்தார்.

கும்பகோணம் கும்பேஸ்வரர் கோயிலில் உள்ள திருமண மண்டபம் இவர் பெயரில்தான் உள்ளது. இவரது வீடு பெரிய அரண்மனை போல இருக்குமாம்.வீட்டில் எப்போதும் யார் வந்தாலும் சாப்பிடலாம்.60-70 பணியாளர்கள் என ராஜ... இல்லை..இல்லை..ராணி வாழ்க்கை வாழ்ந்தவர் அவர்.நான்கு

குதிரைகள் பூட்டப்பட்ட சாரட்டு வண்டியிதான் பயணம் செய்வாராம்.

கும்பகோணத்தில் இரவு 9.30 மணிக்கு நாடகம் தொடங்கும். மாயவரத்திலிருந்து இரவு 8மணிக்கு ஒரு ரயிலும், திருச்சியில் இருந்து 8.30க்கு ஒரு ரயிலும் வரும்.ரயில்கள் கும்பகோணத்தில் நின்று இரவு 3 மணிக்கு புறப்படும்.

பாலாமணியின் நாடகத்தைப் பார்க்க வேண்டும் என்பதற்காகவே ரசிகர்களுக்காக விடப்பட்ட அந்த ரயில்கள் "பாலாமணி ஸ்பெஷல் ரயில்கள்"என அழைக்கப்பட்டன.

இலுப்பெண்ணைய்...வேப்பெண்ணய்..ஊற்றி நீண்ட நேரம் எரியும் தீப்பந்தங்கள்,பெட்ரமேக்ஸ் லைட் ஆகியவற்றைக் கொண்டே நாடகம் நடைபெறும்.

பாலாமணியின் வாளிப்பான உடல்..அழகு..ஆகியவற்றைக் காண இளைஞர்கள் அவர் வீட்டு வாசலிலேயே காத்திருப்பார்களாம். இவரது "தாரா சசாங்கம்" என்ற நாடகத்தில் இவர் "தாரா"எனும் பாத்திரத்தில் நடித்தார்.எஸ் ஆர் ஜானகி சந்திரன் எனும் கதாநாயகன் பாத்திரம்.

ஒருகாட்சியில் சந்திரன் ,தன் காதலியை..அவள் ஆடை ஏதும் அணியாமல் தனக்குக் குளிப்பாட்டிவிட வேண்டும் என்கிறான்.அப்படியே தாராவும் ஒட்டுத்துணிக்கூட இல்லாமல் மேடையில் சந்திரனைக் குளிப்பாட்டி விட்டாளாம். அதற்காக பாலாமணி அவர் உடல் வண்ணத்திலேயே இறுக்கமாக உடையணிந்து, தலைமுடியுடன் நீளமான சவுரியை இணைத்து அதை முன்பக்கமாக விரித்துப் போட்டு உடலை மறைத்துக் கொண்டு..மேடையில் தோன்றும் வெளிச்சத்தை குறைத்து சந்திரனுக்கு (எஸ் ஆர் ஜானகிக்கு) குளிப்பாட்டி விடுவாராம்.

அடுத்து பிரபல கதாசிரியராய் அக்காலத்தில் இருந்த ஜே ஆர் ரங்கராஜுவின் "ராஜாம்பாள்" எனும் கதையை நாடகமாகினார்.மாபெரும் வெற்றி நாடகமானது அது.

அடுத்து காசி விசுவநாத முதலியர எழுதிய "டம்பாச்சாரி விலாசம்".இந்நாடகத்தில் சாமண்ணா 11 வேடங்களில் நடித்தாராம்.1935ல் அக்கதை திரைப்படமான போது அதே போல 11 வேடங்களில் நடித்துள்ளார் சாமண்னா.

பாலாமணியின் இறுதிக் காலம் சோகமயமானது.

சம்பாதித்த பணத்தையெல்லாம் தனக்கென வைத்துக் கொள்ளாமல் தான தருமங்களுக்கே செலவு செய்தார்.

இவர் நாடகத்தில் புகழ் மயங்கிய போது..இவரால் உதவி பெற்றவர்கள் கூட இவருக்கு உதவ வரவில்லையாம்.

கும்பகோணத்தை விட்டு மாயவரம் வந்து சிறு குடிலில் தங்கி இருந்த இவர் நோய்வாய்ப்பட்டு இறந்த போது ,சாமண்ணா.. நாலணா..எட்டணா..என பிறரிடம் கையேந்தி இவர் உடலுக்கு இறுதிச் சடங்குகளை செய்தார்

11

சின்ன பொன்னுசாமி படையாட்சி

சிவாஜிக்கு நடிப்பு சொல்லிக்கொடுத்த சின்ன பொன்னுசாமி–படையாட்சி!

இந்த உண்மையை, தன்னுடைய சுய சரிதையில் நடிகர் திலகம், சொல்லியுள்ளார்

நாடக ஆசிரியர், நடிப்பு சொல்லிக்கொடுக்கும் வாத்தியார், நடிகர் என பல்வேறு பரிணாமங்களில் ஜொலித்தவர் அவர்.

நாடகம் மற்றும் திரையுலகின் முன்னணி நட்சத்திரங்களாக திகழ்ந்த

சிவாஜி, என்.எஸ்.கிருஷ்ணன், எம்.ஆர்.ராதா, டி.எஸ். பாலையா, நவாப் ராஜமாணிக்கம், கே.சாரங்கபாணி, வி.கே.ராமசாமி, காக்கா ராதா கிருஷ்ணன், டி.கே.சம்பங்கி, டனால் தங்கவேலு, இ.ஆர்.சகாதேவன், டி.ஆர்.மகாலிங்கம், துரைபாண்டியன், இயக்குனர்கள் எஸ்.வி.வெங்கட்ராம ஐயர், ஏ.பி.நாகராஜன், பாடகர் சிதம்பரம் ஜெயராமன், இசை அமைப்பாளர் புகழேந்தி

போன்ற பலரும், சின்ன பொன்னுசாமி படையாட்சியின் பயிற்சிப் பட்டறையில் பாடம் பயின்றவர்களே.

சிதம்பரத்தை அடுத்த தரசூர் என்ற கிராமத்தில், 1913 ம் ஆண்டு ஒரு விவசாயக்குடும்பத்தில் பிறந்தார் சின்ன பொன்னுசாமி படையாட்சி. தந்தையார் பெயர் ராமசாமி–படையாட்சி. தாயார் மாணிக்கம் அம்மாள். இவரது மனைவியின் பெயர் ரங்கநாயகி. நாடக உலகில், பொன் னுசாமி என்ற பெயரில், புகழ் பெற்ற இரண்டு பேர் இருந்தனர்.

அதில் ஒருவர் பொன்னுசாமி பிள்ளை, மற்றவர் பொன்னுசாமி படையாட்சி. பிற்காலத்தில் இவர்கள் யதார்த்தம் பொன்னுசாமி என்றும் சின்ன பொன்னுசாமி என்றும் அழைக்கப்பட்டனர்.

சிறு வயதிலேயே, ஓடக்க நல்லூர் பழனி வேல் வாத்தியாரின் தெருக்கூத்து, துரையப்பா_சேதுவராயரின் நாடகம் போன்றவற்றால் பெரிதும் ஈர்க்கப்பட்ட சின்ன பொன்னுசாமி, தமது பனிரண்டு வயதிலேயே நாடகத்தில் நடிக்க ஆரம்பித்து விட்டார்.

1927 ம் ஆண்டு சிதம்பரத்தை அடுத்த வாக்கூரில் நடந்த அரிச்சந்திரா நாடகத்தில், லோகிதாசன் வேடத்தில் சின்ன பொன்னுசாமி நடித்துக் கொண்டிருந்தார். அப்போது, மதுரை ஜெகநாத ஐயர் கம்பெனியின் சார்பில், சேத்தியாதோப்பில் நாடகம் நடந்துகொண்டு இருந்தது. அதில் கதாநாயகனாக நடித்துக் கொண்டிருந்த யதார்த்தம் பொன்னுசாமி என்பவர், வாக்கூரில் நடந்த நாடகத்தை காண வருகை தந்தார்.

அப்போது, லோகிதாசன் வேடத்தில் நடித்த சின்ன பொன்னுசாமியின் நடிப்பின் உயிரோட்டத்தை பார்த்து வியந்து போன, யதார்த்தம் பொன்னுசாமி, மனப்பூர்வமாக அவரை பாராட்டினார். கடுகு சிறுத்தாலும் காரம் குறையாமல் இருப்பது போல, கடுகு போல தோற்றத்தில் சிறிய அளவில் இருந்தாலும், நடிப்பில், வீரியத்தின் வீச்சு குறையவே இல்லை என்றும் யதார்த்தம் பொன்னுசாமி பாராட்டினார். அன்று முதல், சின்ன பொன்னுசாமி, கடுகு பொன்னுசாமி என்றும் அழைக்கப்பட்டார். சின்ன பொன்னுசாமியை பாராட்டியதோடு நின்று விடாமல், அவரை தன்னுடன் சென்னைக்கும் அழைத்து சென்ற யதார்த்தம் பொன்னுசாமி, தாம் நடிக்கும் நாடகங்களில், சின்னவருக்கு ஸ்திரீ பார்ட்டும் (பெண் வேடங்கள்) வாங்கிக் கொடுத்தார்.

அந்த வாய்ப்பை பயன்படுத்திக் கொண்ட சின்ன பொன்னுசாமி, ஆங்கில அரசின் அடக்கு முறைகளையும் மீறி,

தம்முடைய நாடகங்களில் சுதந்திர வேட்கையை தூண்டும் கனல் தெறிக்கும் வசனங்களை தீட்டினார். பதிபக்தி, பம்பாய் மெயில், கதரின் வெற்றி போன்ற நாடகங்களில் அத்தகைய வசனங்களால் மக்கள் ஈர்க்கப் பட்டனர்.

அதனால், "கதரின் வெற்றி" என்ற நாடகம், அப்போதைய ஆங்கிலேய அரசால் தடை செய்யப்பட்டது. அத்துடன் அதற்கு வசனம் எழுதிய சின்ன பொன்னுசாமிக்கு சிறை தண்டனையும் கிடைத்தது. அந்த தண்டனையை மனப்பூர்வமாக ஏற்றுக்கொண்ட அவர், மீண்டும் கதரின் வெற்றி என்ற நாடகத்தை "கதரின் பக்தி" என்ற பெயரில் துணிந்து நடத்திக் காட்டினார். சுதந்திரப் போராட்டத்தில் பங்காற்றிய நாடக கலைஞர்களில் சின்ன பொன்னுசாமியின் பங்கும் தவிர்க்க முடியாதது.

1933 ம் ஆண்டு யதார்த்தம் பொன்னுசாமி, தனியாக "மதுரை ஸ்ரீ மங்கள கான சபா" என்ற பெயரில் நாடக கம்பெனியை தொடங்கினார். அப்போது, சின்ன பொன்னுசாமியே அந்த கம்பெனியின் நாடக ஆசிரியராகவும், நடிப்பு ஆசானாகவும் இருந்து வெற்றிகரமாக நிர்வாகம் செய்தார்.

1934 ம் ஆண்டு, அந்த கம்பெனியின் நாடகம் திருச்சி தேவர் ஹாலில் நடைபெற்றது. அப்போது, ஏழு வயதே நிரம்பிய சிவாஜி கணேசன் மற்றும் காக்கா ராதாகிருஷ்ணன் ஆகியோர், அங்கு நடிப்பு சொல்லிக் கொடுத்துக் கொண்டிருந்த சின்ன பொன்னுசாமியை சந்தித்தது, தங்களுக்கு வேலை வேண்டும் என்று கேட்டனர்.

அவர்கள் நிலையை கண்டு யோசித்த சின்ன பொன்னுசாமி, தமது முதலாளி யதார்த்தம் பொன்னுசாமியிடம் சொல்லி அவர்கள் இருவரையும் வேலைக்கு சேர்த்துக் கொண்டார்.

வி.சி.கணேசன் என்ற பெயரில் வேலைக்கு சேர்ந்த சிறுவனுக்கு, இராமாயண நாடகத்தில், சிறு வயது சீதையாக பாட்டு பாடி நடிக்கும் பயிற்சியை வழங்கினார் சின்ன பொன்னுசாமி.

முதல் நாடகத்திலேயே சிறப்பாக நடித்த சிவாஜியை சின்ன பொன்னுசாமிக்கு மிகவும், பிடித்துப் போனது. அதன் பின்னர், தொடர்ந்து அவருக்கு பல்வேறு வேடங்களில் நடிக்க பயிற்சி அளித்தார். அதன் பிறகு ராமாயணத்தில் சூர்ப்பனகை வேடமும் சிவாஜிக்கு வழங்கினார்.

முக பாவனை மற்றும் வசன உச்சரிப்பு எப்படி இருக்க வேண்டும்? உடல் மொழி எப்படி இருக்க வேண்டும் என்ற நுணுக்கங்களை எல்லாம் சிவாஜிக்கு கற்றுக் கொடுத்தார் சின்ன பொன்னுசாமி.

அதுவே, பிற்காலத்தில் தமக்கு நடிப்பில் மிகப்பெரிய பாராட்டை ஏற்படுத்தி தந்தது என்று சிவாஜி கணேசன் பல சந்தர்ப்பங்களில் கூறி உள்ளார். சம்பூர்ண ராமாயணம் என்ற படத்தில் பரதனாக சிவாஜி கணேசன் நடித்ததை கண்ட ராஜாஜி "நான் பரதனை கண்டேன்" என்று பாராட்டி எழுதும் போது, அவர் சின்ன பொன்னுசாமியையே நினைவு கூர்ந்தார்.

சின்ன பொன்னுசாமி படையாட்சியே, தனக்கு நடிப்பு சொல்லிக்கொடுத்த குரு என்று தமது சுய சரிதையில் பெருமை பொங்க குறிப்பிட்டுள்ளார் சிவாஜி கணேசன். அத்துடன், பல்வேறு ஊடக நேர்காணல்களிலும் அதைக் குறிப்பிட்டு, தமது குருவுக்கு நன்றி தெரிவித்துள்ளார். சின்ன பொன்னுசாமியின் இறுதிக்காலம் வரை, சிவாஜி கணேசன், தம்மால் முடிந்த அனைத்து உதவிகளையும், வெளியில் தெரியாமல் செய்து அவரை ஆதரித்துள்ளார் என்பது குறிப்பிடத்தக்கது.

இலட்சிய நடிகர் எஸ்.எஸ்.ராஜேந்திரன் நடித்த மனோகரா, இழந்த காதல், லட்சுமி காந்தன் போன்ற நாடகங்களையும் வசனம் எழுதி இயக்கி உள்ளார். ,

சுதந்திர வேட்கையைப் போலவே, சமூக சீர்திருத்த கருத்துக்களை பிரதிபலிக்கும் வசனங்களையும் தமது நாடகங்களில் புகுத்தியவர் சின்ன பொன்னுசாமி. அதை வெளிப்படுத்தும் "இருவர் உள்ளம்" என்ற நாடகம் தஞ்சாவூர் ராபின்சன் ஹாலில் நடந்தது. அந்த நாடகத்திற்கு தலைமை தாங்கிய பெரியார், சின்ன பொன்னுசாமியின் கனல் தெறிக்கும் வசனங்களை மனமுவந்து பாராட்டி, நாடக மேடையிலேயே, அவருக்கு 101 ரூபாயை ரொக்கப் பரிசாக வழங்கினார்.

சின்ன பொன்னுசாமியின் நடிப்புத்திறன், நாடக சேவை போன்றவற்றை பாராட்டி திருவனந்தபுரம் ராஜ குடும்பத்தின் சார்பிலும், தசாவதாரம் கண்ணையா சார்பிலும், நவீன நாடகங்களில் தந்தை என்று போற்றப்பட்ட பம்மல் சம்பந்தம் சார்பிலும், மூன்று முறை தங்கப்பதக்கங்கள் வழங்கப்பட்டுள்ளன.

சின்ன பொன்னுசாமியை கௌரவிக்கும் வகையில், கலைமாமணி விருது மற்றும் பொற்கிழி வழங்கி தமிழக அரசும் பாராட்டி உள்ளது.

1984 ம் ஆண்டு காலமான சின்ன பொன்னுசாமி, அதுவரை சிதம்பரத்தை சுற்றியுள்ள பகுதிகளில் நாடகங்களை நடத்தியதுடன், பலருக்கு நடிப்பு பயிற்சியையும் வழங்கி வந்துள்ளார்

உலகப்புகழ் பெற்ற நடிகர் திலகம், சிவாஜி கணேசனே தமது குரு என்று போற்றிப் புகழ்ந்த, சின்ன பொன்னுசாமி படையாட்சியின் வரலாறு, தமிழ் திரையுலகத்திற்கும், வெகு மக்களுக்கும், இன்னும் முழுமையாக சென்றடையவில்லை என்பது வருத்தத்திற்குரியதே.

12

கே பி சுந்தராம்பாள்

ஈரோடு மாவட்டத்திலுள்ள கொடுமுடியில் கிருஷ்ணசாமி பாலாம்பாள் தம்பதியருக்கு கே பி சுந்தராம்பாள் என அறியப்படும் கொடுமுடி பாலாம்பாசுந்தராம்பாள் 1908ஆம் ஆண்டு அக்டோபர் மாதம் 11ஆம் நாள் மகளாக பிறந்தார். தமிழிசை,நாடகம்,அரசியல்,திரைப்படம் எனப் பலதுறைகளிலும் புகழ் ஈட்டியவர்.இவர் கொடுமுடி கோகிலம் என்று அழைக்கப்பட்டார்.இவருக்கு கனகசபாபதி, சுப்பம்மாள் என்ற இரண்டு சகோதரர்கள். இளம்வயதிலேயே தந்தையை இழந்தார். தனது சகோதரர்களின் ஆதரவால், குடும்பத்தை நடத்தி வந்தார் தாயார். 'கொடுமுடி லண்டன் மிஷன் பள்ளி'யில் கல்வி கற்றார் சுந்தராம்பாள்.

குடும்ப வறுமைநிலை காரணமாக இவர் ரயில்களில் பாடி பிச்சை எடுத்து வந்ததாகவும், அப்போது ஒரு நாள் நடேசையர் என்பவர் இவரது பாடும் திறமையைக் கண்டு இவரை ஒரு நாடகக் கம்பெனியில் சேர்த்துவிட்டதாகவும் சுந்தராம்பாள் ஒரு பேட்டியில் தெரிவித்துள்ளார்.

வேலுநாயர் ராஜாமணி அம்மாள் நாடகக் குழுவினர் நல்லதங்காள் நாடகம் நடத்த கரூருக்கு வந்திருந்தனர். அந்த நாடகத்தில் நல்லதங்காளின் மூத்த பிள்ளையான ஞானசேகரன் வேடத்தை சுந்தராம்பாள் ஏற்று ஆண் வேடத்தில் நடித்தார். பசிக்குதே! வயிறு பசிக்குதே என்ற பாட்டை மிக அருமையாகப் பாடி ரசிகர்களிடன் ஏகோபித்த பாராட்டைப் பெற்றார். தொடர்ந்து நாடகங்களில் நடிக்கத் தொடங்கினார். சொந்தக் குரலிலேயே பாடி நடித்தார்.

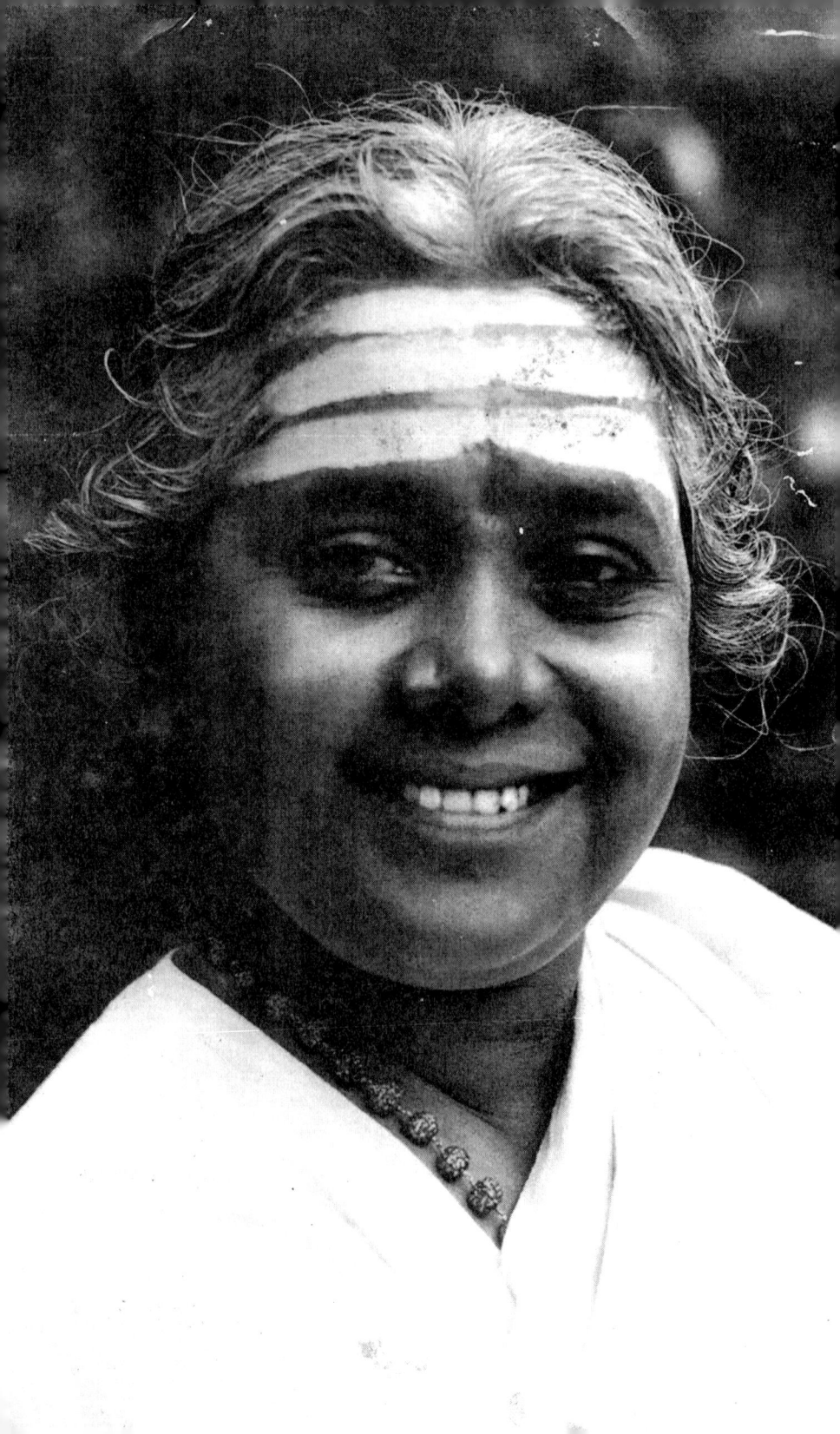

1917ல் கொழும்பு சென்று நடிக்கத் தொடங்கினார். இலங்கையின் பல ஊர்களிலும் இவர் நடித்த நாடகம் நடைபெற்றது. 1929களில் நாடு திரும்பினார்.

வள்ளி திருமணம், நல்லதங்காள், கோவலன், ஞானசௌந்தரி, பவளக்கொடி போன்ற அக்காலத்தில் புகழ்பெற்ற நாடகங்களில் நடித்தார்.

மீண்டும் கே.பி.எஸ். 1926 ல் கொழும்புக்கு நாடகக் குழுவுடன் சென்றார். கே.பி.எஸ் புகழ் பரவலாக வளர்ந்திருந்தது. அக்காலத்தில் எஸ். ஜி. கிட்டப்பா தனது குரல் வளத்தால் நடிப்பால் பலரது கவனத்தைப் பெற்று புகழுடன் இருந்து வந்தார். கொழும்பில் கேபிஎஸ் உடன் இணைந்து கிட்டப்பா நடிக்க ஆரம்பித்தார்.

1926ஆம் ஆண்டு சுந்தராம்பாள் கிட்டப்பா நடித்த வள்ளிதிருமணம் அரங்கேறியது. இருவரும் பின்னர் திருமணம் புரிந்து கொண்டனர்.

பல்வேறு இசைத் தட்டுகளில் கேபிஎஸ் பாடல்கள் பதிவு செய்யப்பட்டு எங்கும் ஒலிக்கத் தொடங்கின.

1933 ல் டிசம்பர் 2இல் கிட்டப்பா காலமானார். அப்போது அவருக்கு வயது 28. சுந்தராம்பாளுக்கு வயது 25. அன்றிலிருந்து அவர் வெள்ளை சேலைக் கட்டத்தொடங்கினார். எந்தவொரு ஆண் நடிகருடனும் ஜோடி சேர்ந்து நடிப்பதில்லை என சபதம் மேற்கொண்டார். அதைக் கடைசி வரை காப்பாற்றி வந்தார்.

நீண்டகாலமாக பொதுவாழ்க்கையில் இருந்து ஒதுங்கி இருந்த கேபிஎஸ் 1934 ல் நந்தனார் நாடகத்தில் நடித்தார். தொடர்ந்து பல நாடகங்களை நடத்தி வந்தார். அவைகளில் பெரும்பாலும் அவர் ஆண் வேடம் தரித்து பெண் வேடத்துக்கு வேறு பெண் நடிகர்களை அமர்த்தியிருந்தார்.

காங்கிரஸ் பிரச்சாரங்களில் சுந்தராம்பாள் தவறாது ஈடுபட்டு வந்தார். கதர் இயக்கம், தீண்டாமை ஒழிப்பு, வெள்ளை ஏகாதிபத்திய எதிர்ப்பு ஆகிய பாடல்களையும் பாடி வந்தார். காமராசர் ஆட்சியின் போது 1958 ஆம் ஆண்டில் தமிழ்நாடு சட்டமன்ற மேலவை உறுப்பினராகத் தேர்ந்தெடுக்கப்பட்டார்

மத்திய அரசின் "பத்மஸ்ரீ" விருது பெற்றவர் ஔவையார்,பூம்புகார்,திருவிளையாடல் உட்பட 12 திரைப் படங்களிலும் நடித்துள்ளார்

நான் கண்ட நாடக கலைஞர்கள் என்ற புத்தகத்தில் பம்மல் சம்பந்த முதலியார் அவர்கள் சுந்தராம்பாள் பற்றிகூறியுள்ளது.

"நடிப்பதில் மிகவும் திறமையுடையவர். ஆயினும் இவருடைய பெயரினை தமிழ் நாடெங்கும் பரவச் செய்தது இவருடைய அபாரமான சங்கீதக் கலையே. நல்ல ராக, தாள ஞானமுடையவர். நான் கண்ட அளவில் இவர்களுடைய சங்கீதத்தில் ஈடு ஜோடு இல்லாத பெருமை என்னவென்றால், இவர்கள் பக்க வாத்தியங்கள் இல்லாமலே மிகவும் இனிமையாகப் பாடும் திறமே யாம். அநேக சங்கீத வித்வான்கள் பக்க வாத்தியத்தோடு பாடுவது ஒரு மாதிரியாக இருக்கும். பக்க வாத்தியம் இல்லாமல் பாடுவது வேறு ஒரு மாதிரியாய் இருக்கும். இவரது பாட்டில் அப்படியில்லை. பக்க வாத்தியங்கள் இல்லாமல் பாடினாலும் மிகவும் காதுக்கு இனிமையாயிருக்கும். இது ஒரு அரிய குணம்" என்று சுந்தராம்பாள் பற்றி குறிப்பிட்டிருப்பார்.

தமிழிசை, நாடகம், அரசியல், திரைப்படம், ஆன்மிகம் எனப் பலதுறைகளிலும் பணியாற்றிய கே.பி சுந்தாராம்பாள் 19 செப்டம்பர் 1980 அன்று உயிர் நீத்தார்

13

எஃப் ஜி நடேச ஐயர்

1880 ஆம் ஆண்டு நவம்பர் 11ஆம் நாள் பிறந்தார். இந்திய தேசிய காங்கிரஸில் செயல்பட்ட விடுதலை போராட்ட வீரர் இவர்.நவீன தமிழ் நாடக முன்னோடிகளில் ஒருவராகத் திகழ்ந்தார். நாடகங்கள் மீதான ஈர்ப்பினால் திருச்சியில் ரசிக ரஞ்சனி சபாவினைத் துவக்கினார்.

1938ல் கே சுப்ரமணியம் இயக்கத்தில் வந்த சேவாதனம் எனும் திரைப்படத்தில் ஈஸ்வர ஐயர் எனும் பாத்திரத்தில்.. திருமதி எம் எஸ் சுப்புலட்சுமியுடன் நடித்தார். தியாகராஜன் எனும் பத்து வயது சிறுவனின் குரல் வளத்தால் ஈர்க்கப்பட்டவர் தான் தயாரித்த “ஹரிச்ந்திரா” நாடகத்தில், அச்சிறுவனுக்கு லோகிதாசன் வேடம் கொடுத்து நடிக்க வைத்தார்.அச்சிறுவன்தான் பின்னாளில் திரையுலகில் சூபர்ஸ்டாராகத் திகழ்ந்த எம் கே தியாகராஜ பாகவதர் ஆவார். இவர் தயாரிப்பில் வந்த நாடகங்கள்

மனோஹரா, லீலாவதி, வேதாள உலகம், ஞானசௌந்தரி, சிவ லீலா மனோஹரா நாடகத்தின் வெற்றியால் தன் இல்லத்திற்கு “மனோஹரா விலாஸ்” என்று பெயரிட்டார், கே பி சுந்தராம்பாள் திறமையைப் பார்த்து அவரை நாடகக் கம்பெனிகளுக்கு அறிமுகப்படுத்தியவர் இவர் ஆவார். 1963ஆம் ஆண்டு ஜனவரி மாதம் 23ஆம் நாள் அமரர் ஆனார்.

1914ல் இவரால் ஆரம்பிக்கப்பட்டது திருச்சி ரசிக ரஞ்சனி சபா.இந்த சபாவிற்கான கட்டிடம் 1935ல் உருவானது.

இன்றும்..இந்த சபா நாடகக்கலைஞர்களுக்கு ஆதரவு அளித்து செயல் பட்டுக் கொண்டிருக்கிறது.

14

மதுரகவி பாஸ்கரதாஸ்

தமிழ்நாட்டில் சுதந்திரப் போராட்டத்தில் கலைஞர்களின் பங்களிப்பு மகத்தானது . கே.பி.சுந்தராம்பாள், கிட்டப்பா, விஸ்வநாத தாஸ் என்று அந்தப் பட்டியல் மிக நீளமானது. அந்தப் படடியலில் பிரதானமாக முன்னால் வருபவர் கலைஞர் மதுரகவி பாஸ்கர தாஸ்

விளாத்திக்குளம் வட்டம், நாகலாபுரத்தில் பள்ளி வாசல்பட்டி கிராமத்தில் 1892 இல் முத்தாண்டி தேவர். இருளாயி தம்பதியினருக்கு பாஸ்கரதாஸ் பிறந்தார். இயற்பெயர் வெள்ளைச்சாமி. நாகலாபுரத்தில் தொடக்கக் கல்வியை முடித்து விட்டு. இளம் பருவத்தில் தனது பாட்டி யிடம் மதுரைக்குச் சென்றார்

தமிழ்த் திரையுலகின் முதல் திரைப்பாடலாசிரியரும்,பன்முகப் பரிமாணங்களைக் கொண்ட கலைஞரும் ஆவார். இவர் தன்னுடைய 16வது வயதில் பாடல்களை எழுதத் தொடங்கினார். இவரது முதல் பாடல் தொகுதி 1915இல் பக்தி ரச கீர்த்தனை என்ற பெயரில் வெளிவந்தது. 1925இல் இந்து தேசபிமானிகள் செந்தமிழ் திலகம் நூலை வெளியிட்டார். இதன் இரண்டாம் பாகத்தினை 1925இல் வெளியிட்டார்

ராமநாதபுரம் மன்னர் பாஸ்கர சேதுபதியின் அவைக்கவிஞராக அங்கிகரிக்கப் பெற்று வெள்ளைச்சாமி என்ற இயற்பெயரை இழந்து பாஸ்கர தாஸ் என்று அழைக்கப்பெற்றார். 1931இல் தமிழ் திரையுலகின் முதல் பேசும் படமான காளிதாஸில் அனைத்துப் பாடல்களையும் எழுதித் தமிழ் திரையுலகின் முதல் திரைப்பாடலாசிரியரானார்.

இத்திரைப்படத்திற்குப் பாஸ்கரதாஸ் தன்னுடைய நாடகத்திற்கு எழுதிய பாடல்களும் பயன்படுத்தப்படதாகவும் கூறப்படுகிறது

இவர் இயல், இசை, நாடகம் என்ற முத்தமிழும் கைவரப்பெற்றவராக இருந்துள்ளார். இதனால் திரைக்கதை, உரையாடல், பாடல்களை எழுதுபவராகவும், நாடக நடிகராகவும், நடிப்பு பயிற்சியாளராகவும் இருந்துள்ளார். இத்துடன் கிராமிய நாட்டுப்புறப் பாடல்களைச் சேகரிப்பவராகவும், புதிய இசையுருக்களை அமைத்தவராகவும் உள்ளார். இவருடைய பாடல்கள் 'மதுரகவி பாஸ்கரதாஸ் கீர்த்தனைகள்' என்ற பெயரில் தொகுக்கப்பட்டுள்ள. இவருக்கு

ஆண் குழந்தைகள் வேல்சாமி, சேது, மருதுபாண்டி, தினகரன், மனோகரன் பெண் குழந்தைகள் சரஸ்வதி, இந்துராணி, ஜானகி, முத்துலட்சுமி, காந்திமதி, கமலா ஆகியோர் ஆகும்.

காந்தியக் கொள்கைகளில் ஈடுபாடு கொண்ட பாஸ்கரதாசு கதராடையையே அணிந்தார். கடைசி வரை பிரிட்டிஷ் ஏகாதிபத்திய எதிர்ப்பில் உறுதியாய் நின்றுள்ளார். ஏகாதிபத்திய எதிர்ப்புப் பாடல்களை எழுத மேடையில் பாடியதற்காக 29 முறை கைது செய்யப்பட்டுள்ளார். இவரது பாடல்களைப் பாடிய விஸ்வநாததாஸ், காதர்பாட்சா போன்ற கலைஞர்களும் அக்காலத்தில் காவலர்களால் மேடையில் வைத்தே கைது செய்யப்பட்டுள்ளனர். 1921இல் காந்தியடிகள் மதுரை வந்த பொழுது காந்தியோ பரம ஏழை சந்நியாசி என்ற பாடலை எழுதினார். அதனைக் காந்தியடிகள் கேட்டார்.

தனக்கு மேடையிலும், தனிப்பட்ட முறையிலும் கிடைக்கும் பணம் மற்றும் பரிசுகள் சக கலைஞர்களுக்கு வாரி வழங்கும் வள்ளலாக வாழ்ந்துள்ளார். சாதி வேறுபாடுகளைப் பாராமல் சக கலைஞர்கள், தலித்துகள் வீடுகளில் சாப்பிட்டு, அவர்களுக்கும் தனது வீட்டில் விருந்தளித்திருக்கிறார். தீண்டாமையை எதிர்த்தவராக இருந்துள்ளார். சாதிக்கொடுமைகள் மலிந்த அன்றைய சமூகத்தில் கலப்புத் திருமணம் செய்து வைக்கும் செல்வாக்குமிக்கவராய்த் திகழ்ந்துள்ளார். அதுமட்டுமல்ல, அவ்வாறு செய்வித்த ஒரு மணப்பெண்ணுக்கு ஒரு தங்கச் சங்கிலியும் பட்டுச் சேலையும் வாங்கிக் கொடுத்துள்ளார்.

தனக்குக் கிடைக்கும் பணத்தை எல்லாம் வாரி இறைத்திருக்கிறார். பணமில்லாத போது நோட்டு எழுதியும், சொத்தை அடமானம் வைத்தும் கடன் வாங்கிக் கூட பலருக்கு உதவியுள்ளார். நாடகத் துறைப் பணிகளோடு அவர் விவசாயமும் தொடர்ந்து செய்து வந்தார்.

ஒருமுறை தேவர் எனப்படும் குலத்தவர்கள் மாநாடு ஒன்று கூட்டியிருக்கிறார்கள். அந்த மாநாட்டிற்கு மதுரகவி பாஸ்கரதாஸை அழைத்தபோது ஒரு ஜாதியின் பெயரால் கூட்டப்படும் மாநாட்டிற்கு வரமாட்டேன் என்று சொன்னார். மதுரகவி பாஸ்கரதாஸ் இந்து மதத்தைச் சேர்ந்தவராயினும், அவர் எல்லா சாதியர்களோடும் மதத்தினரோடும் நல்லுறவு கொண்டு அற்புத மனிதராகத் விளங்கினார்.

சினிமா சகாப்தம் தமிழகத்தில் 1931ல் துவங்குகிறது. தாஸ் திரைப்படங்களுக்கு வசனம் பாடல்களை எழுதியுள்ளார்.

SONG & STORY BOOK
OF
KALIDAS

FIRST TAMIL & TELUGU TALKIE

PRODUCED BY

IMPERIAL MOVI-TONE

AT KINEMA CENTRAL

FROM SATURDAY 31st OCT. 1931.

காளிதாஸ், வள்ளிதிருமணம், பிரகலாதா, சுலோசனாசதி, திரௌபதி, வஸ்திராசுரன், ராதாகிருஷ்ணன், சதி அகல்யா, சாரங்கதாரா, ராஜா தேசிங், ராஜசேகரன், போஜராஜன், உஷா கல்யாணம், சித்திரஹாசன், ராதாகல்யாணம் போன்ற படங்களுக்குப் பாடல்கள் எழுதியுள்ளார்.

விடுதலைப் போராளிகள் போராட்டங்களை நடத்திச் சிறை சென்ற காலத்தில் தாஸ் தனது நாடகங்கள், பாடல்கள் மூலம் மக்களுக்குத் தேசபக்தியூட்டியுள்ளார். விடுதலைப் போரில் மக்கள் உற்சாகமுடன் பங்கேற்க அவரது பாடல்கள் உதவியுள்ளன. இவரது பாடல்கள் பெரும்பாலும் விடுதலைப் போராட்ட வீரர்கள், அவர்களது தியாகங்கள், குறிப்பிடத்தகுந்த நிகழ்ச்சிகள் பற்றியதாகவே அமைந்தது. ஆங்கிலேயருக்கு அஞ்சாமல் ஒவ்வொரு பாடலிலும் தனது பெயரையும் பதிவு செய்துள்ளார். மதுரை காங்கிரஸ் கமிட்டித் தலைவர் வைத்தியநாதய்யருடன் பேசி மதுரையில் நடிகர்களைத் திரட்டி, கள்ளுக்கடை மறியல் போராட்டம் நடத்தினார் தாசு. புதுச்சேரி சென்று மூன்று மாத காலம் தலைமறைவு வாழ்க்கை வாழ்ந்தார்.

தாஸ் தனது காலத்தில் வாழ்ந்த விடுதலைப் போராளிகள் காந்தி முதல் அனைத்துத் தலைவர்களோடும் தொடர்புடன் இருந்துள்ளார். காந்தியைப் பற்றிப்பாடல் எழுதி அவரிடமே கொடுத்தார். நாமக்கல் கவிஞர் போன்ற அவர் காலத்திய கவிஞர்களோடும் நெருக்கமாக இருந்தார். ஈ.வே.ரா, இ.மா. பாலகிருஷ்ண கோன், அரியக்குடி ராமானுஜம் அய்யங்கார், எம்.எஸ். விஜயாள், முத்துராமலிங்கத் தேவர், தண்டபாணி தேசிகர் எனப் பல தமிழ்நாட்டு வரலாற்று நாயகர்களுடன் தொடர்பு கொண்டிருந்தார்.

பாஸ்கரதாஸ். தமிழகம் முழுவதும் சுற்றிய இவர் கொழும்பு யாழ்ப்பாணம் முதல் ஆலப்புழை வரை சென்று நாடகங்கள் நடத்தியுள்ளார். பின்னாளில் கம்யூனிஸ்ட்டுத் தலைவரான கே.பி.ஜானகியம்மாள் ஸ்திரீபார்ட் நடிகையாக இவரது ஏராளமான நாடகங்களில் நடத்துள்ளார். தாஸ் மதுரை அமெரிக்கன்கல்லூரி மாணவர்கள், மற்றும் பள்ளி மாணவர்களுக்கு தனித்தனியே நாடகப் பயிற்சியளித்துள்ளார். அவர் எழுதிய பாடல்களில் பனங்காட்டுப் பாடல்கள், சேவல் கட்டுப்பாடல், வன்னிமரப்பாடல்கள் ஆகியவைக் குறிப்பிடத்தக்கன. அக்கால நாடகக் கலைஞர்க .எம். எஸ்.சுப்புலெட்சுமி, கிட்டப்பா, கே.பி.சுந்தராம்பாள் போன்ற

கலைஞர்கள் இவர் இயற்றிய பாடல்களைப் பாடியுள்ளனர். நடிகர்களுக்கு மனக் குவிப்பு, நடுங்காத தேகம், நினைவாற்றல், குரல் வலிமை, உடை, ஞானம் ஆகியன பற்றி வகுப்புகள் நடத்தியுள்ளார்.

. இவரது பல நாடக மேடைப் பாட்டுகளும் தனிப் பாடல்களும் 'பிராட்காஸ்ட்' என்ற நிறுவனத்தின் கிராம்ஃபோன் தட்டுகளாக வெளிவந்தன. அதிலும் 'வந்தே மாதரமே, நம் வாழ்விற்கோர் ஆதாரமே' என்னும் பாட்டு மக்களிடையே மிகப் புகழடைந்தது. மதுரையில் 1940களில் இயங்கிய சித்ரகலா என்ற ஸ்டுடியோவுடன் பாஸ்கரதாஸ் தொடர்பு கொண்டிருந்தார். எம்.எஸ். சுப்புலட்சுமிக்குப் பாஸ்கரதாஸ் பாட்டுகள் எழுதித் தந்துள்ளார்.

நடிகர்களின் அமைப்பிற்கெல்லாம் முன்னோடியாய் அமைந்த மதுரை நடிகர் சங்கத்தை 1926இல் தோற்றுவித்தவர் பாஸ்கரதாஸ் ஆவார். இவரது இறுதிக்காலம் மருந்துகளுடனும் நோயுடனுமே கழிந்தது. இம்மாபெரும் கலைஞர் 20.12.1952இல் நாகலாபுரத்தில் காலமானார். இவரைச் சிறப்பிக்கும் வகையில் மதுரையில் இவர் வாழ்ந்த பகுதிக்கு 'மதுரகவி பாஸ்கரதாஸ் சாலை' எனப் பெயரிடப்பட்டுள்ளது.

15

எஸ். வி. சகஸ்ரநாமம்

இவர் பிறந்தது 1913ஆம் வருடம், இவர் சிறு வயதில் சில நாடகக் கம்பெனிகளின் நாடகங்களைப் பார்த்து தானும் நாடக நடிகனாக வேண்டு மென்று விருப்பம் கொண்டார். சுமார் 14 வயதில் ஓர் நாடக கம்பெனியில் நடிக்க ஆரம்பித்தார். அப்படி சேர்ந்தவுடன் இவர் தந்தை அதை தடுத்துப் பார்த்தார். அதனாலும் கல்விமேல் மனம் செல்லாது நடிப்பதிலேயே இவர் மனம் சென்றது. அதன் மீது இவர் தந்தை நடிக்க அனுமதி கொடுத்து விட்டார். முதலில் இவருக்கு உற்சாகமளித்தது திரு என். எஸ். கிருஷ்ணன் அவர்களின் நடிப்பாகும்.

இவர் அக்காலத்தில் அபிமன்யு சுந்தரி என்னும் நாடகத்தில் சூரியபகவானாக நடித்தார். அச்சமயம் அபிமன்யுவாக் நடித்தவர், பிரசித்தி பெற்ற நடிகராகிய திரு டி.கே ஷண்முகம் அவர்கள். பிறகு திரு வி. கந்தசாமி முதலியார் அவர்களால் பல நாடகப் பாத்திரங்கள் ஆடுவதில் பயிற்சி செய்யப்பட்டார். இதனால் கந்தசாமி முதலியார் அவர்களையே இவர் தனது நாடகக் குருவாகக் கொண்டார்.

தூக்குக் கயிறு நாடகத்தில் சகஸ்ரநாமம், வாலீசன் என்ற பாத்திரத்தில் நடித்தார். "சுதந்திரத்துக்காகப் பாடுபடுவது குற்றமென்றால் அந்தக் குற்றத்தைச் செய்து கொண்டுதான் இருப்பேன்..." என்று ஒரு நீண்ட வசனத்தைப் பேசி முடித்தவுடன் அரச உத்தரவின் பேரில் அவன் தூக்கிலிடப்படுவான். இந்த நாடக அரங்கேற்றத்துக்குச் சில வாரங்கள்முன் தான் சுதந்திரப் போராட்ட வீரர்கள் பகத்சிங், சுகதேவ் ஆகியோர் தூக்கிலிடப்பட்டார்கள். அரசன்

தூக்கிலிட உத்தரவிட்டதும், மக்கள் "வாழ்க சுகதேவ் வாழ்க பகத்சிங் " என்று முழுங்குவார்கள்.

1935இல் டி. கே. எஸ் சபையாருடன் 'மேனகை' என்னும் திரைப்படத்தில் முதல் முதல் நடித்தார். பிறகு பல நாடக சபைகளோடு சேர்ந்து நடித்து வந்தனர். பிறகு என். எஸ். கே. தயாரித்த படங்களிலும் ஜீபிடர் கம்பெனி யிலும் பணியாற்றி வந்தார்.

பிறகு ஏற்பட்ட மதுரை பால வினோத சபாவில் சில பாத்திரங்களைத் தொடர்ச்சியாக நடித்தார். பிறகு ஒற்றைவாடை தியேட்டரில் என். எஸ். கே நாடக சபை நடத்திய நாடகங்களில் பங்கெடுத்துக் கொண்டார். பிறகு 'நாம் இருவர்', 'ரத்த சோதனை' என்ற நாடகங்களில் நடித்தார். பைத்தியக்காரன் என்ற நாடகத்தை இவரே எழுதி அதில் முக்கிய பாத்திரமாக நடித்து பெரும் புகழ் பெற்றார்.

இந்திய அரசின் சங்கீத நாடக அகடெமி விருது பெற்றவர்.

1952இல் இவர் தன் சொந்தமாக 'சேவாஸ்டேஜ்' என்னும் நாடக சபையை ஸ்தாபித்தார். 1956 முதல் பி. எஸ். ராமையா அவர்கள் எழுதிய பிரசிடெண்ட் பஞ்சாட்சரம், மல்லியம் மங்களம், தேரோட்டி மகன், போலீஸ்காரன் மகள், பூவிலங்கு முதலிய நாடகங்களில் பங்கெடுத்துக் கொண்டு நல்ல முறையில் நடித்தார். பாரதியார் எழுதிய பாஞ்சாலி சபதம் என்னும் நாடகத்தைப் பாட்டுகளாக நடத்திய போது அதில் பங்கெடுத்துக் கொண்டார். அன்றியும் தி. ஜானகி ராமன் எழுதிய நாலு வேலி நிலமும், வடிவேலு வாத்தியார் என்னும் நாடகமும், கோமல் சுவாமிநாதன் எழுதிய புதிய பாதை, தில்லை நாயகம் என்கிற நாடகங்களையும் இவர் மேடையேற்றினார். இதன் பிறகு இவர் ஐரோப்பா கண்டத்தில் மாஸ்கோ, தாஷ்கண்ட், லெனின் கிராட், கிழக்கு பெர்லின் முதலிய ஊர்களுக்குப் போய் அங்குள்ள நாடகக் குழுவினரால் மரியாதை செய்யப்பட்டு அவர்களிடமிருந்து பல நாடக விஷயங்களைக் கற்றுக் கொண்டது மன்றி தமிழ் நாடகத்தின் பெருமையை அவர்களுக்குத் தெரிவித்து திரும்பினார்

16
எஸ்.ஜி.கிட்டப்பா

சென்ற நூற்றாண்டின் முதல் பாதியில், ஏழைப் பையன்கள், சின்னஞ்சிறார் நடிக்கும், 'பாய்ஸ் நாடகக் கம்பெனியில்' தஞ்சம் அடைவது வாடிக்கையான ஒன்றாக இருந்தது. அப்படி வந்து சேர்ந்தவர் தான், ராமகிருஷ்ணன் என்று பெயரிடப்பட்டு, பொங்கப்பா என்றும், நண்பர்களால் கிட்டன் என்றும், நாடக உலகத்தில் கிட்டப்பா என்றும் அழைக்கப்பட்ட எஸ்.ஜி.கிட்டப்பா

1906ஆம் ஆண்டு ஆகஸ்ட் திங்கள் 25ஆம் நாள் பிறந்தார்

வாழ்ந்து கெட்டவரான கங்காதர அய்யரின் பத்து குழந்தைகளில் கடைக்குட்டியாகப் பிறந்தவர் கிட்டப்பா. தனது தமையன்மார்களான சுப்பையா, செல்லப்பா ஆகியோரின் அடியொற்றி நாடக உலகத்திற்கு வந்தார். ஆறு வயதில், சங்கரதாஸ் சுவாமிகளின், 'சமரச சன்மார்க்க நாடக சபை' மதுரையில் நடத்திய நாடகத்தில், பிரார்த்தனை கீதம் பாடியபடி மேடையேறினார்.

ஆறு வயதிலேயே சிங்கப்பூர் சென்று, அங்குள்ள தமிழ் ரசிகர்களைக் கொள்ளை கொண்டார். அற்புதமான குரல்வளமும், அதிசயமான சங்கதிகளை தெய்வ பலத்தால் அழகாகப் பாடும் திறனும், ராக்கெட் வேக முன்னேற்றத்தைக் கொடுத்தன. எட்டு வயதில் கொழும்பு சென்று, இலங்கையில் வெற்றிக் கொடி நாட்டினார்.

வாலிபரான பிறகு, 1927ஆம் ஆண்டு சுந்தராம்பாளுடன் அதே கொழும்புவில் அவர், 'வள்ளி திருமணம்' நடித்தபோது, மேடைக் காதலர்கள், வாழ்க்கையிலும் இணைந்தனர்.

மின்சார ஜோடனைகளுடனும், பிரமிக்க வைக்கும் அரங்க நிர்மாணத்துடனும், கன்னையா நாயுடு தந்த தசாவதாரம், ஆண்டாள் கல்யாணம் போன்ற நாடகங்களில் நடுநாயகமாகவும், அவற்றின் நாதஜீவனாகவும் விளங்கினார்

திருமணத்துக்குப் பின் இருவரும் சேர்ந்து நடித்த பல நாடகங்கள் அமோகவெற்றி பெற்றன.

இத்தகைய நாடகங்களில், கிட்டப்பா இசைத்த, 'கோபியர் கொஞ்சும் ரமணா' உடனும், பாமா விஜயத்தில் அவர் பாடிய, 'காமி சத்யபாமா' உடனும், பிற்காலத்தில் திரையில் ஒலித்த அதே பாடல்களை ஒப்பிட்டுப் பார்த்தால், கிட்டப்பாவின் இசை வல்லமை விளங்கும்.

கோபாலகிருஷ்ண பாரதியின் "நந்தன் சரித்திரம்" நாடகத்தில் "நாளை போகாமல் நான் இருப்பேனோ" "ஆண்டவன் தரிசனமே" ஆகிய பாடல்களைக் கேட்கவே நாடகத்திற்கு மீண்டும் மீண்டும் மக்கள் வருவார்களாம்.

ஓயாத உழைப்பே இவரது உடல் நலத்துக்குக் கேடாக அமைந்தது. திருவாரூரில் நடித்துக் கொண்டிருக்கும்போது மேடையிலேயே மயங்கி விழுந்து இவரது உயிர் பிரிந்தது. 1933இல் இவர் இறந்தபோது இவருக்கு வயது 28தான்

17

பி யூ சின்னப்பா

நடிப்பை ஒரு தொழிலாக மட்டுமன்றி உயிராக மதிப்பவர்கள் கலைஞர்கள்.

1916ஆம் ஆண்டு மே மாதம் 5ஆம் நாள் பிறந்தவர் சின்னப்பா. தந்தை உலகநாதபிள்ளை நாடக நடிகராக இருந்ததால் இவரும் தன் ஆறாவது வயதிலேயே நாட்கங்களில் நடிக்க ஆரம்பித்தார். 6 வயதில் இவர் நடித்த முதல் நாடகம் சதாரம் ஆகும்

சங்கரதாஸ் சுவாமிகள் நாடக சபா,மதுரை ஒரிஜினல் பாய்ஸ் ஆகிய குழுக்களில் நடித்தவர், நன்றாகப் பாடும் குரல்வளம் இருந்ததால் இவர் பாடலைக் கேட்கவே நாடகங்களுக்கு ரசிகர்கள் கூட்டம் வருமாம்.

இவர் நடிப்பில் வந்த நாடகங்கள்

சந்திரகாந்தா,

தயாளன்

வானவிளக்கு

அனுசுயா

ராஜேந்திரன்

கோவலன்

।।திபக்தி

புகை பிடிக்கும் வழக்கமும், மது அருந்தும் வழக்கமும் அதிகமாய் இருந்ததால் தன் 35ஆவது வயதில் 1951ம் ஆண்டு செப்டெம்பர் திங்கள் 23ஆம் நாள் மறைந்தார்

டி. வி.ராதாகிருஷ்ணன்

18

எம் ஆர் ராதா

எம்.ஆர்.ராதா 1907 ஆம் ஆண்டு ஏப்ரல் 14 இல் சென்னையில் பிறந்தார். மதராஸ் ராஜகோபாலன் ராதாகிருஷ்ணன் என்பதன் சுருக்கமே எம்.ஆர்.ராதா. இவர் ராஜகோபாலன் நாயுடு ராஜம்மாள் தம்பதியருக்கு 2வது மகனாக பிறந்தார் ராதாவைப் புகழின் உச்சிக்குக் கொண்டு சென்ற 'ரத்தக்கண்ணீர்' நாடகம் 1949ம் ஆண்டு ஜனவரி 14ம் நாள் கி.ஆ.பெ.விசுவநாதம் தலைமையில் திருச்சியில்தான் அரங்கேறியது. 3000 முறை மேடை கண்ட அந்த நாடகத்தைத் திருவாரூர் கே.தங்கராசு எழுதினார். சாகித்ய அகாடமியின் செயலாளராக நேருவால் அமர்த்தப்பட்ட பிரபாகர் மாச்வே ஒரு மராத்தியர். அவர் ரத்தக்கண்ணீர் பார்த்துவிட்டு, சிறந்த உலக மேடை நாடகங்களில் ரத்தக்கண்ணீர் ஒன்று என்றும் எம்.ஆர்.ராதா இந்திய வரலாற்றில் உள்ள முக்கியப் பெயர்களில் ஒன்று என்றும் சொன்னார். ரத்தக்கண்ணீர் நாடகத்தை காங்கிரஸ்காரரரான பி.ஏ.பெருமாள் முதலியார் சினிமாவாக எடுத்தார். ராதா முதலியாரிடம் சில நிபந்தனைகள் விதித்தார். சினிமாவுக்காக நாடகம் நடத்துவதை விட முடியாது. நாடகம் முடிந்துதான் ஷூட்டிங் வைக்கணும். நாடகத்தின் உச்சக் காட்சியான தன் மனைவியை நண்பன் பாலுவுக்கு மணமுடிப்பதை மாற்றக்கூடாது. அடுத்ததுதான் அவரின் தனித்துவம், கே.பி.சுந்தராம்பாள்தான் அந்தக் காலத்தில் நந்தனாராக நடிக்க ஒரு லட்சம் சம்பளம் வாங்கியவர். அதைவிட அதிகமாக ரூ.25,000 தரவேண்டும் என்றார் ராதா.

எம்.ஆர்.ராதாவின் நாடகங்களில் பெரிய எதிர்ப்பைச் சந்தித்த நாடகம் 'ராமாயணம்.' அதில் ராதா ராமனாக

நடித்தார். வால்மீகி ராமாயணத்தை அடிப்படையாகக் கொண்டு எழுதப்பட்ட நாடகமது. மேடையின் இரண்டு பக்கமும் தன் நாடக எழுத்துக்கு ஆதாரமான சமஸ்கிருத மொழிபெயர்ப்புப் புத்தகங்களை அடுக்கி வைத்தார். அரசு தடை விதித்தது. நீதிமன்றம் சென்று அனுமதி பெற்று 15-9-1954ல் பெரியார் தலைமையில் சென்னை ஒற்றைவாடை தியேட்டரில் முதல் முறையாக மேடையேற்றினார். திருச்சி தேவர் ஹாலில் ராமாயணம் நடந்தபோது "உள்ளே வராதே" என்று அதிரடியாக போஸ்டரும் நோட்டீசும் வெளியிட்டார். "என் நாடகத்தால் மனம் புண்படும் என்று கருதுகிறவர்கள் எவராயிருந்தாலும் அவர் எம்மதத்தினராய் இருந்தாலும் உள்ளே வர வேண்டாம்"

'இழந்த காதல்' நாடகம்தான் ராதாவை அடையாளப் படுத்திய நாடகம். "எம்.ஆர்.ராதாவின் சவுக்கடி சீனைக் காணத்தவறாதீர்கள்" என்று விளம்பரம் செய்யப்பட்ட நாடகமிது. இந்த நாடகம் சேலத்தில் நடந்தபோதுதான் ராதாவின் ஆற்றலைக் கண்டு வியந்த அண்ணா, பெரியா ரையும் அழைத்துவந்து நாடகம் பார்க்கவைத்தார். மேலை நாட்டு நடிகர் பால்முனிக்கு ராதாவை அண்ணா ஒப்பிட்டார். ராதாவின் ஒரு நாடகம் தாங்கள் நடத்தும் 100 மாநாடுகளுக்குச் சமம் என்றார் அண்ணா. இந்த நட்பால்தான் ராதாவின் 'திராவிட மறுமலர்ச்சி நாடக சபா' உருவானது. ஆனாலும் அண்ணா பெரியாரை அரசியலில் பிரிந்தபோது 'அண்ணாவின் அவசரம்' என்று புத்தகம் எழுதி அண்ணாவிடமே கொடுத்து, இதைப் படியுங்கள் என்றவர் ராதா.

விமலா அல்லது விதவையின் கண்ணீர்' என்ற புது நாடகத்தில் பெண்கள் படும் வேதனைகளை ராதா வலிமையாகப் பேசினார். சமூக சீர்திருத்த நாடகம் என்று நாகப்பட்டினத்தில் விளம்பரம் செய்திருந்தார். ஊர் பெரியவர்கள் சிலர் நாடகம் நடத்தத் தடை கேட்டு நீதிமன்றம் சென்றனர்.

கணேசய்யர் நீதிபதியாக இருந்தார். இவர் சாஸ்திர அறிவு மிக்கவர். பார்க்காமல் தடை விதிக்க மறுத்த கணேசய்யர் ஒருநாள் நாடகம் பார்க்க வந்தார்.

ராதா தன் சக நடிகர்களிடம் எதையும் மாற்றாமல் அப்படியே நடியுங்கள், வருவது வரட்டும் என்றார்.

ஒரு காட்சிகூட விடாமல் எல்லாக் காட்சிகளையும் ரசித்த கணேசய்யர் மேடையில் சொன்னார், "விதவைகள் படும் துன்பம் சாதாரணமானதல்ல. அவர்களுக்கு மறுமணம் செய்து வைக்க வேண்டும் என்னும் இந்த நாடகம் நாட்டுக்குத் தேவையான ஒன்று. விதவைகள் பூ வைக்கக்கூடாது, பொட்டு வைக்கக்கூடாது என்பதெல்லாம் அவளை உடன்கட்டை ஏற்றுவதற்கு சமமல்லவா. நாடகம் எல்லா ஊரிலும் நடக்கட்டும். ராதா நீண்டநாள் வாழ்ந்து தொண்டு செய்யட்டும்" என்றார்.

'தூக்கு மேடை' நாடகம் கலைஞர் கருணாநிதி எழுதியது. 'கலைஞர்' என்ற அடைமொழிதான் அவரது பெயரான கருணாநிதி என்பதைவிட அதிகமான தமிழர்களால் உச்சரிக்கப்படுகிறது. இந்தக் கலைஞர் பட்டம் அவரை வந்தடைந்ததே ஒரு சுவாரஸ்யமான கதை. புது நாடகம் ஒன்று போட எம்.ஆர்.ராதா விரும்பினார். திருவாரூரிலிருந்து வந்த இளைஞரான கருணாநிதி தஞ்சையிலேயே தங்கி 'தூக்கு மேடை' நாடகத்தை எழுதிக்கொடுத்தார். மகிழ்ந்துபோன ராதா, நாடகம் எழுதியவரை 'அறிஞர் கருணாநிதி' என்று போஸ்டர்களில் விளம்பரப்படுத்தினார். அண்ணாவுக்கான அடைமொழியைத் தனக்குப் பயன்படுத்தியதை கருணாநிதி ஏற்கவில்லை. "ஏன் உங்க கட்சியில ஒரு அறிஞர்தானா" என்று ஜாலியாகச் சிரித்த ராதா, நாடகத்தின் முதல் நாள் கருணாநிதியை 'கலைஞர் கருணாநிதி' என்று அழைத்தார். அன்றுமுதலே தான் கலைஞரானதாகவும் அதுவே தன்னோடு நிலைத்ததாகவும் கலைஞர் 13-9-1989 முரசொலியில் எழுதினார்.

நாடகத்தில் இல்லாத வசனங்களைப் பேசி அதிர்ச்சி யூட்டுவது ராதாவின் வாடிக்கை. அதுவே பார்வையாளர்களை ஒரே நாடகத்தைப் பலமுறை பார்க்கவைத்தது. 'தூக்கு மேடை' நாடகத்தில் பாண்டியனாக நடித்த கலைஞரிடம் "உங்க அண்ணாவை தளபதி தளபதின்னு சொல்றீங்களே, அவரு எந்தப் போருக்குத் தளபதி" என்று திடீரெனக் கேட்டார் ராதா. கலைஞர் சுதாரித்துக்கொண்டு, "வீணை வாசிக்கப்படும்போது மட்டும் வீணையல்ல. உறையில் இருந்தாலும் வீணைதான். அதுபோலத்தான் போருக்கும் அவர்தான் தளபதி. அமைதிக்காலத்திலும் அவர்தான் தளபதி" என்று சொன்னதாக பின்னாள்களில் கலைஞர் எழுதினார்.

எதையும் எதிர்கொள்ளும் அச்சமே அறியாத மனம் ராதாவின் சொத்து. அந்த நாடகத்துக்குத் தலைமை பெரியார். பாதி நாடகம் முடிந்து இடைவேளை நேரத்தில் பெரியார் பேசுகிறார். பார்வையாளரில் ஒருவர் எழுந்து, "இவரு பேச்சைக் கேட்க நாங்க காசுகொடுக்கலை. நாடகத்தைப்போடு" எனக் கத்துகிறார். மேக்அப் ரூமிலிருந்த ராதாவுக்குச் செய்தி போகிறது. பாதி மேக்கப்போடு வந்த ராதா, கத்தியவரைப் பார்த்து, "நாடகம் முடிஞ்சிடுச்சு, நீங்கள் போகலாம். இனி இவர்தான் பேசுவார்" என்றாரே பார்க்கலாம், பெரியாரே அசந்துவிட்டார். இந்தமாதிரி பதிலை அவரே எதிர்பார்க்கவில்லை.

அவரின் கரகரத்த குரலும் அதிரடியான கருத்துகளும் அவருக்கு முரடர் போன்ற தோற்றத்தைக் கொடுத்ததென்னவோ உண்மை. ஆனால் அன்பும் மனிதமும் நிறைந்த மனிதராகவே அவர் வாழ்ந்தார். என்.எஸ்.கே, பாகவதர், ஏ.பி.நாகராஜன், இசையமைப்பாளர் ஜி.ராமநாதன், டி.ஆர். மகாலிங்கம், வசனகர்த்தா இளங்கோவன், பட்டுக்கோட்டை அழகிரி என்று பலருக்கு அவர்களின் கடைசிக்காலத்தில், அவர்களால் பயன்பட்டவர்களெல்லாம் ஒதுங்கிக்கொள்ள, சத்தமில்லாமல் உதவி செய்தவர் ராதா மட்டும்தான். நாதஸ்வர மேதை டி.என். ராஜரத்தினம் பிள்ளை மறைந்தபோது அவரின் இறுதிச் சடங்கை முன்னின்று நடத்தியதோடு, அவரின் சமாதியில் 48 அடி உயரத்தில் நாதஸ்வரம் செய்துவைத்தார். அவரின் மகனுக்கு ஒரு மெக்கானிக் பட்டறையும் வைத்துக்கொடுத்தார்.

யதார்த்தம் பொன்னுசாமி பாராட்டு விழா

நாடக விவசாயி என்று புகழப்பட்டவர் திருச்சி உறையூரைச் சேர்ந்த டி.பி.பொன்னுசாமி பிள்ளை. 'யதார்த்தம் பொன்னுசாமி' என்றே இவரை நாடக உலகம் அழைத்தது. சிவாஜி கணேசன், எம்.ஆர்.ராதா, வி.கே.ராமசாமி, டி.எஸ். பாலையா, காகா ராதாகிருஷ்ணன் போன்ற மகா நடிகர்களை உருவாக்கியவர் இவர். நாடக உலகம் இவரை மறந்துவிட்ட சூழலில் யதார்த்தம் பொன்னுசாமி பிள்ளையின் 40 ஆண்டுக்கால நாடகப் பணியைப் பாராட்டி 4-11-1956ல் விழா எடுத்து நாடகம் நடத்தி நிதியளித்து நன்றி செலுத்தியவர் எம்.ஆர்.ராதாதான்.

குன்றக்குடி பெரிய அடிகளார் எம்.ஆர்.ராதாவுக்கு 'கலைத்தென்றல்' என்ற பட்டத்தைக் கொடுத்தபோது

மலைக்கோட்டை மணி அடிக்க ராதாவின் மேல் மலர்மழை பொழிய ஒரே அமர்க்களம். அப்போது அடிகளார், "ராதா மதத்தையும் சமயத்தையும் வெளுத்தெடுப்பதாகச் சொல்கிறார்கள், தூய்மையாக்கவே அவர் வெளுக்கிறார். அதனால்தான் அவரை நான் தென்றல் என்கிறேன்" என்றார்.

"நான் சினிமா உலகத்துக்கு மாறுபட்டவன்எதிர்ப்பாளன் என்பது எல்லோருக்கும் தெரியும். அப்படிப்பட்ட நானே ராதா பெயரில் ஒரு மன்றம் நிறுவுகிறேன்" என்று சொல்லி, பெரியார் 'ராதா மன்ற'த்தை 17-9-1963ல் திறந்து வைத்தார். அப்போது சொன்னார், "எல்லாக் கலைஞர்களும் ரசிகர்களைத் திருப்திப்படுத்த அவர்களின் பின்னால் செல்வார்கள். ஆனால் ராதாவோ ரசிகர்களின் திருப்தியைப் பற்றிக் கவலைப்படாமல் அவர்களைத் தன் பின்னால் வரவைப்பவர். அதனால்தான் அவருக்கு மன்றம் வைத்தேன்" என்ற பெரியார், 'ராதா வாழ்க' என்று பேசி முடித்தார்.

இம்பாலா காரை அந்தஸ்தின் அடையாளமாகப் பலர் பார்த்தனர். ஆனால் ராதா தனது இம்பாலா காரில்

கேளம்பாக்கத்தில் இருந்த தனது மாட்டுப்பண்ணைக்கு வைக்கோல் ஏற்றி அனுப்பினார். "என்ன இது, வைக்கோல் ஏத்த இம்பாலாவா" என்ற அந்தப் பெரிய நடிகரிடம் ராதா சொன்னார், "இதுவும் ஒரு சாயம் பூசிய தகரம்தான். நம் வேலையை சற்று வேகமாகச் செய்துகொள்ளப் பயன்படும் ஒரு சாதனம் அவ்வளவுதான். இதற்கு மேல் எந்த மதிப்பும் அதுக்கு இல்லை. பசிக்கும் என் மாட்டுக்கு உடனே அனுப்பத்தான் வைக்கோலை இம்பாலாவில் ஏத்தினேன்" என்றாரே பார்க்கலாம். அந்தப் பெரிய நடிகருக்கு முகத்தில் வழிந்த அசடை தன் நடிப்பால் துடைத்துக்கொள்ள முடியவில்லை. இதுதான் பிம்பம் உடைத்தல்!

1975ஆம் ஆண்டு வந்த அவசரநிலை சட்டத்தால் (மிசா) ராதா கைது செய்யப்பட்டார். இந்தச் சட்டத்தால் கைதான இந்தியாவின் ஒரே நடிகர் அநேகமாக ராதா ஒருவர்தான். ஒரு நாள் ராதா விடுதலையானார். போலீஸ் அதிகாரி "சார் நீங்கள் உடனே கிளம்பலாம்" என்றார். 'பழகின இடம். டக்குனு போகமுடியுமா? இருங்க குளிச்சிட்டு வாரேன்' என்று நிதானமாகவே கிளம்பினாராம் ராதா. இன்பத்தையும் துன்பத்தையும் ஒரே மாதிரி பாவிக்கும் துறவு மனநிலையை ராதா பெற்றிருந்தார்.

பின் தனது வெற்றி நாடகங்களான தூக்குமேடை, ரத்தக்கண்ணீர், லட்சுமிகாந்தன் கொலை வழக்கு ஆகிய

நாடகங்களின் தொகுப்பாக கதம்பம் என்ற பெயரில் நாடகம் நடத்தினார்.

சினிமா நாடகம் எதிலும் அவர் பேசிய பல வசனங்கள் உதட்டின் உற்பத்தியல்ல; வாழ்வின் செய்தி. ஒரு படத்தில் எஸ்.வி.சுப்பையாவைப் பார்த்துக் கேட்பார், "அது எப்படி ஜேம்ஸ், நீ நல்லவனா இருந்தும் பணக்காரனா இருக்கே." இதை வெறும் வசனந்தானே என்று தள்ள முடியுமா?

எழுத்தாளர் விந்தனோடு அவர் சிறையில் நிகழ்த்திய உரையாடல் முக்கியமானது. அதில் சொன்னார், "என்னுடைய பெருமை மட்டும் உலகத்துக்குத் தெரிஞ்சாப் போதாது. பலகீனமும் தெரியணும். இல்லைன்னா மக்களை ஏமாற்றுவதா ஆகிவிடும்." இது சாதாரண நடிகனின் பேச்சா, ஒரு ஞானியின் பேச்சா?

1979 செப்டம்பரில் திருச்சி சங்கிலியாண்டபுரத்தில் உள்ள வீட்டில் ராதா தங்கியிருந்தார். அந்த சமயத்தில் அவர் மஞ்சள் காமாலை நோயால் பாதிக்கப்பட்டு தனியார் ஆஸ்பத்திரியில் அனுமதிக்கப்பட்டார். சிகிச்சை பலன் இன்றி, 17-9-1979 காலை, 71வது வயதில் ராதா காலமானார்.

எம்.ஆர்.ராதா இளமைப்பருவம் முதலே தந்தை பெரியாரின் கொள்கையில் ஆழ்ந்த பற்றும், பிடிப்பும் கொண்டவர். அதனால்தான் என்னவோ தந்தை பெரியாரின் பிறந்த நாளான செப்டம்பர் 17ந்தேதி மரணம் அடைந்தார்.

(1974ஆம் ஆண்டு அவரது "ரத்தக்கண்ணீர்" நாடகத்தை நான் அம்பத்தூரில் நடத்தினேன்.அப்போது சிறையில் இருந்து வெளியாகி பின்னர் அவர் மீண்டும் முதன் முதல் மேடையில் தோன்றிய நாள்.முதல் நாடகம் நான் ஏற்பாடு செய்தது. நாடகத்தன்று இடைவேளையில் "எனக்கு ஒரு மாலையைப் போடு" என்றார்.எனக்குக் கூட "இவர் மாலைபோடச் சொல்லி தானே கேட்கிறாரே"எனத் தோன்றியது.ஆனால், நான் மாலை அணிவித்ததும், அதைத் திருப்பி எனக்கு அணிவித்ததோடு.."தைரியமாய் என் நாடகத்தைப் போடற இந்த இளைஞனை வாழ்த்துகிறேன்" என்றார்.அப்போதுதான் அவர் ஏன் மாலை போடச் சொன்னார் என்பதை அறிந்தேன். அவரின் மனமார்ந்த பாராட்டுகளை அன்று பெற்றவன் நான்.

19

என் எஸ் கிருஷ்ணன்

நாகர்கோயில் அருகிலுள்ள ஒழுகினசேரியில்தான் கலைவாணர் என்.எஸ்.கிருஷ்ணன்பிறந்தார். தந்தையார் சுடலைமுத்துப் பிள்ளை, தாயார் இசக்கி அம்மாள்.

இவர்களுடைய மூத்த மகன் தான் தமிழகத்தில் புகழின் உச்சியில் இருந்த என்.எஸ்.கே. எனும் என்.எஸ்.கிருஷ்ணன். இவர் படித்தது என்னவோ நான்காம் வகுப்புதான். தமிழும் மலையாளமும் இவருக்கு நன்கு தெரியும். தந்தைக்கு பெயருக்கு ஒரு வேலை இருந்தது. தாயார் ஒரு குடும்பத் தலைவிதான். மேல் வருமானத்துக்காக இவர் ஒரு சோற்றுக்கடை வைத்து நடத்தி வந்தார். மிக ஏழ்மையான குடும்பம். அப்போதெல்லாம் சினிமா கொட்டகைகள் கிடையாது.

கிருஷ்ணன் நாடகக் கொட்டகைக்குச் சென்று அங்கு சோடா, கலர் விற்கத் தொடங்கினார். எல்லா ஊர்களிலும் நாடகம் போட் ஒரு கொட்டகை இருக்கும். 1924இல் கிருஷ்ணனின் தந்தை தன் மகனை ஒரு நாடகக் கம்பெனியில் சேர்ப்பதற்காக அழைத்துச் சென்றார். அந்தக் காலத்தில் பல ஊர்களில் பாய்ஸ் நாடகக் குழுக்கள் இருந்தன.

அவற்றில் பெரும்பாலும் சிறுவர்கள்தான் நடித்து வந்தனர். அவர்களுக்குப் பகலில் ஒரு வாத்தியார் பாடம் எடுத்து கதை, வசனங்கள் என்று சொல்லிக் கொடுப்பார்கள். பாடத் தெரிந்த பையன்களுக்கு கிராக்கி அதிகம். அப்படியொரு நாடகக் கம்பெனியில் கிருஷ்ணன் சேர்ந்தார். அங்கு பின்னாளில் பிரபல நகைச்சுவை நடிகராக இருந்த டி.எஸ்.துரைராஜ் என்பவரும் இருந்தார்.

இவர்கள் இருவரும் நெருங்கிய நண்பர்களாக இருந்தனர்.

பிரபல நாடக, சினிமா நடிகரும், தேசியவாதியுமான டி.கே.சண்முகம் அவர்கள் ஸ்ரீ பால ஷண்முகானந்த சபா என்ற பெயரில் ஒரு நாடகக் குழுவை நடத்தி வந்தார். டி.கே. எஸ். அண்டு பிரதர்ஸ் என்று இவர்கள் பிரபலமானார்கள். அவருடைய நாடகக் குழுவின் என்.எஸ்.கிருஷ்ணன் சேர்ந்தார்.

அங்கு என்.எஸ்.கே. சகலகலா வல்லவனாக விளங்கினார். எந்த நடிகராவது இல்லையென்றால், அவருடைய பாத்திரத்தை ஏற்று நடிக்கும் ஆற்றல் பெற்றிருந்தார். பல ஊர்களிலும் நாடகங்கள் நடித்து வந்த இவருக்கு திரைப்படத்தில் நடிக்கும் வாய்ப்பும் கிடைத்தது. அப்படி இவர் நடித்த முதல் தமிழ்ப்படம் 'சதிலீலாவதி' எனும் படம். எம்.ஜி.ஆர். அவர்களும் அந்தப் படித்தில்தான் முதன்முதலாக நடித்துப் புகழ்பெற்று, சினிமாத் துறையின் உச்சிக்குச் சென்றார்

திரைப்படங்களில் நடித்தாலும் என்.எஸ்.கே. அவர்களுக்கு நாடகம்தான் முக்கியம். இவர் ஒரு முறை புனே நகருக்கு படப்பிடிப்புக்குச் சென்றபோது உடன்வந்த ஒரு நடிகையின் நட்பு கிடைத்தது. அவர்தான் டி.ஏ.மதுரம். இவர் திருச்சி ஸ்ரீரங்கத்தைச் சேர்ந்தவர்.

புனேயில் இருந்த நாளிலேயே இவ்விருவரும் திருமணம் செய்து கொண்டனர். அதற்கு முன்பாகவே என்.எஸ்.கே. 1931இல் நாகம்மை எனும் பெண்ணைத் திருமணம் செய்திருந்தார். டி.ஏ.மதுரம் இரண்டாம் மனைவி. அதன்பின் மதுரத்தின் தங்கை வேம்பு என்பவரை மூன்றாம் மனைவியாகவும் திருமணம் செய்து கொண்டார்.

நாகம்மைக்கு கோலப்பன் எனும் மகனும் டி.ஏ.மதுரத்துக்கு ஒரு பெண் குழந்தை பிறந்து இறந்துவிட்டது. வேம்புவுக்கு ஆறு குழந்தைகள், நான்கு மகன்கள், இரண்டு பெண்கள். மதுரத்தைத் திருமணம் செய்து கொண்ட பிறகு இவ்விருவரும் சேர்ந்து நகைச்சுவைக் காட்சிகளில் நடிக்கத் தொடங்கினர்

இவர்களுக்கு நல்ல புகழ் கிடைத்து வந்தது. ஓடாத படங்களில் கூட கிருஷ்ணன் மதுரை ஜோடியின் நகைச்சுவைக் காட்சிகளை ஓட்டி வெற்றி பெற்ற படங்களும் உண்டு.

இவருடைய நகைச்சுவைக் குழுவில் பல நடிகர்கள் சேர்ந்து கொண்டார்கள். புளிமூட்டை ராமசாமி, சி.எஸ். பாண்டியன், (குலதெய்வம்) ராஜகோபால், கவிஞர்

சுப்பு ஆறுமுகம் போன்றோர் இவருடன் இருந்தவர்கள். இவருடைய மூளையில் உதயமாகி திரையில் உலாவந்து பிரபலமான சில நிகழ்ச்சிகள் உண்டு. அவை "கிந்தனார் காலக்ஷேபம்", "ஐம்பது அறுபது" நாடகம் போன்றவற்றைச் சொல்லலாம். இவருடைய பாடல்கள், நாடகங்கள் இவற்றில் புரட்சிகரமான சீர்திருத்தக் கருத்துக்கள் இருக்கும். ஆகையால் இவரை உரிமை கொண்டாடி பல அரசியல் கட்சிகளும் முயன்றாலும், இவர் திராவிட இயக்கத்தின் பால் இருப்பதைப் போன்ற ஒரு நிலைமையை உருவாக்கி யிருந்தது . அறிஞர் அண்ணா அவர்களிடம் இவருக்கு இருந்த நெருக்கமும் அந்த நிலைமையை உறுதி செய்வதாக இருந்தது. "நல்லதம்பி", "பணம்", "மணமகள்" போன்ற இவருடைய படங்கள் அன்றைய நாளில் புரட்சிகரமான கருத்துக்களை வெளிப்படுத்தின. இந்தச் சூழ்நிலையில் தான் சென்னையில் 1944இல் "இந்துநேசன்" பத்திரிகை ஆசிரியர் லக்ஷ்மிகாந்தன் கொலைசெய்யப்பட்ட வழக்கில் இவரும் அன்றைய காலகட்டத்தில் புகழின் உச்சியில் இருந்த எம்.கே.தியாகராஜ பாகவதர் மற்றும் கோவை திருப்பட முதலாளி, இயக்குனர் ஸ்ரீராமுலு நாயுடு ஆகியோர் கைதாகினர்.

சென்னையில் வழக்கு நடந்து முடிந்து என்.எஸ்.கே., பாகவதர் இருவருக்கும் ஆயுள் தண்டனை விதிக்கப்பட்டது. தமிழ் நாடே அழுதது. இவர்கள் இருவரும் லண்டனில் உள்ள பிரிவியூ கவுன்சிலுக்கு மேல்முறையீடு செய்தனர். முடிவில் 1946இல் இவர்கள் இருவரும் விடுதலை செய்யப்பட்டனர். விடுதலைக்குப் பின் என்.எஸ்.கிருஷ்ணன் சோர்ந்துவிடவில்லை.

புதிய நட்புகள், ஆதரவாளர்கள், திரைப்படத் துறையில் புதிய சிந்தனை, புதிய வளர்ச்சி இவற்றையெல்லாம் உள்வாங்கிக் கொண்டு என்.எஸ்.கே. தன்னை புதிய சூழ்நிலைக்கு ஏற்ப உருவாக்கிக் கொண்டார். சமூகப் படங்களை எடுத்து வெளியிட்டார். நன்றாக சம்பாதித்தார், நன்றாகவும் தான தர்மங்களைச் செய்து, பிறருக்கு உதவிகள் செய்து அவற்றை நல்ல முறையில் செலவிடவும் செய்தார். தன் கையில் இருப்பதை அப்படியே தானம் செய்துவிடும் நல்ல பண்பு அவரிடம் இருந்தது. அவரால் பயனடைந்தவர்கள் ஏராளம். அவருக்கு வயிற்றில் ஒரு கட்டி வந்து தொல்லை கொடுத்தது.

சென்னை பொது மருத்துவ மனையில் சேர்ந்து வைத்தியம் செய்து கொண்டும் பலன் இல்லாமல் 1957 ஆகஸ்ட் 30ஆம் நாள் என்.எஸ்.கிருஷ்ணன் இயற்கை எய்தினார்.

20

கே பி கேசவன்

கே. பி. கேசவன் என்பவர் தமிழ்த் திரைப்பட நடிகர் மற்றும் நாடக நடிகராவார். இந்திய விடுதலைப் இயக்கம் நடந்தபோது பதி பக்தி, கதர் பக்தி, பம்பாய் மெயில், நாகபுரி கொடிப் போர் போன்ற சதாவதானி கிருஷ்ணசாமி பாவலர் எழுதிய தேசிய நாடகங்களில் கதாநாயகனாக நடித்தவர்.

கே.பி.கேசவன் அன்றைய சென்னை மாகாணத்துக்கு உட்பட்ட பாலக்காட்டின் ஒரு பகுதியான ஒலவக்கோட்டில் பிறந்து வளர்ந்தவர். சிறுவயதிலேயே பாடும் திறமையைப் பெற்றிருந்த இவரை, இவரது பெற்றோர், மதுரை ஒரிஜினல் பாய்ஸ் நாடக கம்பெனியில் சேர்த்தனர். சிறு வயதுமுதலே புராண, இதிகாச நாடகங்களில் நடித்து வளர்த்திருந்து, ராஜபார்ட் நடிகராக உயர்ந்தார். அவர் நடித்த நாடகங்கள் திரைப்படங்களாக ஆனபோது சில படங்களில் கதாநாயகனாக நடித்தார்.

அந்நாளில் விதேசித் துணிகளை அணிவதே கேவலம் என்று எண்ணி அவற்றை பொது இடத்தில் எரித்து சுதந்திர உணர்ச்சியை மக்கள் வெளிப்படுத்திய நிலைமை நாட்டிலே உருவானது. அதற்குத் தலைவர்களின் போராட்டத்துடன் கே.பி.கேசவன் நடித்த ‘கதர் பக்தி’ நாடகம் ஊட்டிய தேசிய உணர்வும் ஒரு காரணமாக இருந்தது வரலாறு. கணீர் குரலும் திருத்தமான உச்சரிப்பும் கம்பீரமான உடல்மொழியும் கே.பி.கேசவனுக்கு ‘இந்திய மேடைப்புலி’ என்ற பட்டத்தைக் கொண்டுவந்து சேர்த்தன. திறமை மற்றும் அழகின் மொத்த உருமாக இருந்த கேசவன், திரையுலகில் சில படங்களில்

மட்டுமே நாயகனாக நடித்துள்ளார். ஆனால், அந்தச் சில படங்களே அவரை நாடறிந்த நடிகராக மாற்றியிருந்தன. எவ்வளவு விரைவாக அவர் புகழ்பெற்றாரோ அவ்வளவு வேகமாக மறக்கப்பட்டவர். “இவரது வாழ்க்கையிலிருந்து நான் கற்றுக்கொண்ட பாடம் என்னைப் புகழின் போதைக்கு அடிமையாகாமல் காத்தது” என எழுதியிருக்கிறார் எம்.ஜி.ஆர்.

கிருஷ்ணசாமிப் பாவலரை ஆசிரியராக ஏற்று நடிகர்களாக பாய்ஸ் குழுவில் வளர்ந்தபோது, கே.பி.கேசவனுடன் அங்கே நெருங்கிப் பழகியவர்களில் எம்.ஜி.ஆரும் அவருடைய அண்ணன் சக்கரபாணியும் அடங்குவர். அனைவருடன் இனிமையாகப் பழகுவதுடன் நில்லாமல், தன் ரசிகர்களின் வீடுகளுக்குச் சென்று அவர்களைக் கவுரப்படுத்துவதை வழக்கமாக வைத்திருந்தார் கேசவன், அவரது நாடகம் சிறிய ஊரில் நடந்தாலும் நிச்சயமான வசூலைக் குவித்தது.

பின்னர், திரையுலகில் அடிவைத்தபோது அவரது படங்களும் வெற்றிபெற்றன. கே.பி.கேசவன் ‘ராஜ்மோகன்’ என்ற படத்தில் கதாநாயகனாக நடித்துக்கொண்டிருந்தபோது, தனக்கும் வாய்ப்பு ஏற்படுத்தித் தரும்படி கேசவனிடம் உதவிகேட்டார் எம்.ஜி.ஆர். “ ராம்சந்தர் உன் அழகுக்கும் நிறத்துக்கும் இந்த சினிமாவையே ஆளப்போறவன் நீ. ஒரு சீன் வேடமெல்லாம் உனக்கு வேண்டாம்” என எம்.ஜி.ஆரை உற்சாகப்படுத்துவார் கேசவன். அவர் கொடுத்த உற்சாகம்தான் பெரிய வேடங்களுக்காக நம்பிக்கையுடன் தன்னைக் காத்திருக்க வைத்தது என்று எம்.ஜி.ஆர் தனது வாழ்க்கை வரலாற்றில் பதிவு செய்திருக்கிறார்.

21

எம் ஜி ராமசந்திரன்

எம் ஜி ஆர் என்ற பெயரில் புகழ் பெற்ற மருதூர் கோபாலன் ராமசந்திரன் 1917ஆம் ஆண்டு ஜனவரி 17ஆம் நாள் இலங்கையில் உள்ள கண்டிக்கு அருகில் நாவலப்பட்டி எனும் இடத்தில் கோபால்மேனன்,சத்யபாமா தம்பதிகளின் ஐந்தாவது மகனாகப் பிறந்தார். எம் ஜி சக்ரபாணி இவரது அண்ணன் ஆவார். அவரது தந்தை மறைந்த போது அவரது வயது மூன்று.பின் வறுமை காரணகாக குடும்பம் கும்பகோணத்திற்கு இடம் பெயர்ந்தது.

அவரது மாமா நாராயணன் அவரையும்,சக்ரபாணியையும் மதுரை ஒரிஜினல் பாய்ஸ் கம்பெனியில் சேர்த்து விட்டார்

புரட்சித் தலைவர், பொன்மனச் செம்மல் டாக்டர் எம்.ஜி.ஆர் அவர்கள் எந்தத் துறையில் நுழைந்தாலும் அதில் வெற்றிக்கொடி நாட்டுவது அவரது தனிச்சிறப்பு. சினிமா, அரசியல் என இரண்டிலும் உச்சம் தொட்டவர் அவர்.

இது.."நாடக முன்னோடிகள்" பற்றியது என்பதால்..அவரது அரசியல் பயணம் குறித்து எதுவும் எழுதவில்லை. சினிமாவில் நுழைவதற்கு முன்னால் அவர் நாடகங்களில் நடித்து அதிலும் தனி முத்திரைப் பதித்தவர் புரட்சித் தலைவர் எம்.ஜி.ஆர்.

ஆரம்பக் காலங்களில் அவர் நடித்த நாடகங்களின் பட்டியல் இதோ:

நாடகங்களும், அதில் எம்.ஜி.ஆரின் கதாபாத்திரங்களும்

1.மகாபாரதம் - உத்ரன், 2.இராமாயணம் - அகத்தியர், 3.ரத்னாவளி - நடனப்பெண், 4.தசாவதாரம் - பரதன் 5.நல்லதங்காள் - 7வது குழந்தை, 6.ராஜேந்திரன் - லட்சுமி

(பெண்ணாக), 7.மகாபாரதம் - விகர்ணன், சத்ருகன். 8.கதர்பக்தி. 9.கதரின் வெற்றி. 10.பதிபக்தி. 11.தேசபக்தி. 12.தேசியக்கொடி. 13.கவர்னர்ஸ்கப் 14.பம்பாய் மெயில் 15.ராசம்மாள் 16.சந்திரகாந்தா 17.மோகனசுந்தரம் 18.கோவலன். 19.கற்பின் வெற்றி 20.பவளக்கொடி 21.வள்ளி திருமணம்.

புரட்சித் தலைவர் எம்.ஜி.ஆரால் உருவான 'எம்.ஜி.ஆர் நாடக மன்றம்' நடத்திய நாடகங்கள் :

1.அட்வகேட் அமரன். 2.சுமைதாங்கி. 3.இடிந்த கோயில். 4.கள்வனின் காதலி. 5.இன்பக்கனவு.

மக்கள் திலகம் நடித்த நாடகக் கம்பெனிகள்:

1.மதுரை ஒரிஜினல் பாய்ஸ் கம்பெனி. 2.கிருஷ்ணன் நினைவு நாடக சபை. 3.உறையூர் முகைதீன் நாடக கம்பெனி. இந்திய அரசின் பாரதரத்னா விருது பெற்றவர்

22

டி.கே.ஷண்முகம்

டி.எஸ்.கண்ணுசாமிப் பிள்ளைசீதையம்மாள் தம்பதியருக்கு நான்கு மகன்கள். டி.கே.சங்கரன், டி.கே.முத்துசாமி, டி.கே.ஷண் முகம், டி.கே.பகவதி., இந்த நால்வரும் நாடக உலகில், திரு சங்கரதாஸ் சுவாமிகளின் நாடகக் குழுவில் நுழைந்த போது பள்ளிச் சிறுவர்கள்.ஆறாவது வகுப்பு, நான்காவது வகுப்பு, இரண்டாம் வகுப்பு என்று முறையே படித்துக் கொண்டிருந்தனர்.கடைசி மகன் பகவதி கைக்குழந்தை.

ஷண்முகம் இளமையிலேயே ,துடிப்பு, ஆர்வம்,சிந்தனைக் கூர்மை, உடையவராய் விளங்கினார்.சுவாமிகள் ஒரே இரவில் எழுதி முடித்த "அபிமன்யு சுந்தரி" நாடகத்தில் அபிமன்யுவாக நடித்து புகழ் பெற்றார். தெ.பொ.கிருஷ்ணசாமி பாவலர், எம்.கந்தசாமி முதலியார் ஆகிய நாடக ஆசிரியர்களிடம் ஷண்முகம் நடிப்புப் பயின்றார்.

1925 ஆம் ஆண்டு மார்ச் 31ஆம் நாள் டி.கே.எஸ்.ச கோதரர் களின் "ஸ்ரீ பால ஷண்முகானந்த சபை" என்ற நாடகக் குழுவைத் தொடங்கி 1950 வரை தமிழ் நாட்டிலும், மற்றும் உலக நாடுகள் பலவற்றிலும் தொழில் முறை நாடகக்குழுவாக ஏராளமான நாடகங்களை நடத்தி நாடக உலகிற்கு மறுமலர்ச் சியை அளித்தனர்.

1937ல் சமுதாயத்தில் உள்ள குறைபாடுகளைக் கலைக் கண்ணோடு எடுத்துக் காட்டி திரு டி.கே.முத்துசாமி எழுதிய "குமாஸ்தாவின் பெண்"நாடகத்தை அரங்கேற்றினார்கள். 'அன்ன பூர்னிகா மந்திர்" என்ர வங்காளி நாவலைத் தழுவி எழுதப்பட்டது இந்நாடகம்.

பின்னர் வடுவூர் துரைசாமி ஐயங்காரின் "வித்யா சாகரர்" என்ற நாவலும் முத்துசாமி அவர்களால் நாடக மாக்கப்பட்டு நடந்தது

தமிழ் மொழிக்கும், தமிழ் இசைக்கும் சிறப்புச் செய்யும் வகையில் சூலமங்கலம் வைத்தியநாத பாகவதர் எழுதிய "சிவலீலா" நாடகத்தை நடத்தினர்.இந்நாடகம் தொடர்ந்து 108 நாட்கள் நடந்தது.108ஆவது நாள் மதுரை தமிழ்ச் சங்கப் புலவர்கள் வருகை புரிந்து "முத்தமிழ்க் கலா வித்துவ ரத்தினங்கள்" என்ற பட்டத்தை வழங்கினர்.

1942ஆம் ஆண்டு ஃபெப்ருவரி 2ஆம் தேதி மதுரையில் , பி.எத்திராஜுலு அவர்கள் எழுதிய ஔவையார் நாடகம் அரங்கேறியது. இந்நாடகத்தில் கதாநாயகன் கிடையாது. கதாநாயகி உண்டு...ஆனால் கதாநாயகியும் ஒரு மூதாட்டி. காதல் காட்சிகள் இல்லை.நாடக இலக்கணப்படி தோன்றல், திரிதல் ஆகிய முறைகளை அனுசரித்து எழுதப்படாத புதுமை நாடகம்.இந்நாடகம் மகத்தான வெற்றி பெற்றது. தமிழ் நாடக உலகிற்கே மாபெரும் வெற்றி எனலாம்.இந்நாடகத்தில்

ஔவையாராக நடித்தார் டி.கே.சண்முகம் அவர்கள். இது அவரது நாடக வாழ்க்கையில் அவருக்குக் கிடைத்த மாபெரும் பேறு எனலாம்.இதற்கு பின்னர் ஔவையார் என்ற அடைமொழியோடு "ஔவை சண்முகம்' என்று அழைக்கப்பட்டார் அவர்.

கவிமணி தேசிய விநாயகம் பிள்ளை, டி.கே,எஸ். சண்முகத்தின் ஔவையார் நடிப்பைப் பாராட்டி கவி ஒன்று புனைந்தார்

மந்திரமோ தந்திரமோ மாயமோ சண்முகத்தின்
விந்தை நடிப்பு விசித்திரமோ? செந்தமிழ்நாடு
அன்றுகண்டு போற்றி அடிபணிந்த ஔவையைநாம்
இன்று கண்ட காட்சி இது

ஔவையின் நடிப்பை விமரிசித்த கல்கி அவர்கள்

"நடிப்புத் திறமையை பொறுத்த வரையில் இந்நாடகத்தில் ஔவைப்பாட்டியாக நடிக்கும் திரு டி.கே.சண்முகம் அவர்களுக்கு நோபல் பரிசு கொடுக்க வேண்டும் என சிபாரிசு செய்கிறேன்.வேஷம்,பேச்சு,நடை, உடை, பாவனை எல்லாம் அவ்வளவு பொருத்தம்.நடிப்பு அபாரம்" என்று கல்கியில் (3-6-1942) விமரிசித்தார்

திரு ஏ.எஸ்.ஏ.சாமி எழுதிய பில்ஹணன், டி.கே.முத்துசாமி எழுதிய காளமேகப் புலவர்,கு.சா.கிருஷ்ணமூர்த்தி எழுதிய அந்தமான் கைதி, ப.நீலகண்டன் எழுதிய முள்ளில் ரோஜா, ஆகிய நாடகங்களை அரங்கேற்றினர்.

நாடு சுதந்திரம் அடைந்தபின், முதல் வரலாற்று நாடகமாக ரா.வெங்கடாசலம் எழுதிய இமயத்தில் நாம் நாடகமும், (இது சிலப்பதிகாரம் வஞ்சிக் காண்டத்தை அடிப்படையாகக் கொண்டது),, தொடர்ந்து திரு நாரண துரைக்கண்ணன் எழுதிய உயிரோவியம் என்ற தமிழ்ச்சுவையும்.நகைச்சுவையும் நிறைந்த நாடகங்கள் அரங்கேறின.

"மனுஷ்யன்" எனற பா.ஆதிமூலம், நா.சோமசுந்தரம் ஆகியோர் மலையாள நாடகத்தைத் தழுவி எழுதிய "மனிதன்" நாடகம் சமுதாய நாடகங்களில் புரட்சியை ஏற்படுத்தியது எனலாம். அடுத்ததாக இவர்கள் அரங்கேற்றிய நாடகம் அகிலன் எழுதிய "புயல்".தமிழ் நாடகப் போட்டியில் பரிசு பெற்றது.

திரு ரா.வெங்கடாச்சலம் எழுதிய முதல் முழக்கம் என்ற நாடகத்தை நடத்தினர் 1950ல் டிகேஎஸ் "ஸ்ரீ பால ஷண்முகானந்த சபை" நாடகக் குழு தன் நிறைவு விழாவை நடத்தியது.

அதற்கான காரணம் என்ன? பின்னர் என்ன செய்தார்கள் சகோதரர்கள் என பார்ப்போம்

தொலைக்காட்சி வந்தப் பிறகு நாடகங்கள் அழிந்துவிடும் என ஆங்காங்கே கூக்குரல் கேட்டுக் கொண்டே இருந்தது போல....அன்று..பேசும்படம் வந்த காலகட்டத்தில்..நாடக மேடை அழிந்துவிடும் என்றனர்.

இது குறித்து திரு சண்முகம் அவர்களின் கருத்துக் கேட்கப்பட்டது.அவர் சொன்னார்....

"நாடக மேடையை நல்ல முறையில் கையாண்டவர்கள் யாரும் அழிந்து விடவில்லை.திரைப்பட வளர்ச்சியால் நாடக மேடையும் புதிய புதிய நுணுக்கங்கள் பலவற்றை கையாண்டு போட்டிப் போட்டுக் கொண்டு வளர்ச்சி பெற்றது" என்றார்

இன்றும் அது பொருந்துகிறது அல்லவா? ஆனால் என்ன ஒன்று...

"அந்த நாட்களில் நாடகக் கொட்டகை எல்லாம்...திரைப்பட கொட்டகைகளாக மாற்றிவிட்டனர்.ஆகவே நாடகம் நடத்துபவர்களுக்கு அரங்குகள் கிடைக்கவில்லை.அப்படியே கிடைத்தாலும் பலமடங்கு வாடகை அதிகமாக கொடுக்க வேண்டியிருந்தது.அது நாடக வளர்ச்சிக்கு தடையாய் இருந்தது.டி.கே,சண்முகம் அவர்களின் நாடகசபையும் இந்த காரணத்தினாலேயே மூடுவிழா கண்டது.

பின்னர் 1950ல் நாடகக் கழகம் தோன்றியது.நாடக அரங்குகள் இல்லாத குறையைத் தீர்க்க திறந்தவெளி அரங்குகள் தோன்றின.கலைவிழாக்கள் நடந்தன.ஐயாயிரம் நாற்காலிகள் போடப்பட்டு....முதல் வகுப்பு எட்டணா... இரண்டாம் வகுப்பு நாண்கனா என்று குறைந்த கட்டணத்தில் நாடகங்கள் நடந்தன.பம்மல் முதலியார், டி.கே.எஸ்., ஆகியவர்கள் முயற்சியால் நாடகங்களுக்கு கேளிக்கை வரியிலிருந்து விலக்குக் கிடத்தது.

மீண்டும் டி.கே.எஸ்., குழுவினர் நாடகம் நடத்த ஆரம்பித்தனர்.நா.சோமசுந்தரம் எழுதிய, "இன்ஸ்பெக்டர்". ரா.வெங்கடாசலம் எழுதிய "மனைவி". கல்கியின்

"கள்வனின் காதலி" (இதை எஸ்.டி.சுந்தரம் நாடகமாக்கினார்), டி.கே.கோவிந்தனின் :'எது வாழ்வு', ஸ்ரீதரின் "ரத்தபாசம்" (எம்.எஸ்.திரௌபதி முக்கிய வேடம் ஏற்றார்)ஆகிய நாடகங்களை அரங்கேற்றம் செய்தனர். தமிழறிஞர் கி.ஆ.பெ.விஸ்வநாதம் "தமிழ்ச்செல்வம்" என்ற கல்வி பிரச்சார நாடகம் எழுதினார்.

இந்நேரத்தில்தான் அரு.ராமநாதன் எழுதிய "இராஜ ராஜ சோழன்" எழுதிய நாடகத்தையும் டி.கே.எஸ்.நடத்தினார். (பின்னர் இன்றுவரை பல நாடகக் குழுக்கள் இந்நாடகத்தை மேடையேற்றி வருகின்றனர்)தஞ்சையில் நடந்த இந்நாடகம் காண 21000க்கும் மேற்பட்ட மக்கள் வந்திருந்தனராம்.

பின்னர் அகிலன் எழுதிய "வாழ்வில் இன்பம்" நாடகமும் நடந்தது. குழந்தைகளுக்காக "அப்பாவின் ஆசை" என்ற நாடகத்தையும் சிறுவர்கள் நடிக்க அரங்கேற்றினார் சண்முகம். இந்நாடகத்தில் தான் கமல்ஹாசன் சிறுவனாக இருக்கையில் நடித்தார்.

டி.கே.சண்முகத்தின் நண்பர் பொதுவுடமைக் கட்சி ஜீவானந்தம். அவருடன் சேர்ந்து பாரதியாரின் பாடல்களை நாட்டுடமையாக்க முயன்று வென்றார்.

இனி டி.கே.சண்முகம் அடைந்த பொறுப்புகளும், விருதுகளும்

1950ல் நாடகக் கழகம் அமைக்கப்பட்டு...முதல் தலைவர் ஆனார்.நாடகங்களுக்கு கேளிக்கைவரி பெற்று தந்தார்.

தென்னிந்திய நடிகர் சங்கம் நடத்திவந்த "நடிகன் குரல்" பத்திரிகைக்கு பொறுப்பாசிரியராக மூன்றாண்டுகள் பணியாற்றினார்

தமிழ் எழுத்தாளர்கள் சங்கத்தின் பொருளாளராக நான்காண்டுகள் இருந்தார்.

தவிர்த்து, தமிழ்நாடு சங்கீத நாடக சங்கம், தில்லி சங்கீத நாடக அகடெமி ஆகியவற்றில் செயற்குழு உறுப்பினராக பணியாற்றினார்

1941ல் மதுரை தமிழ்ச் சங்கத்தின் "முத்தமிழ்க் கலாவித்துவ ரத்தினம்" , 1944ல் ஈரோட்டில் நாடகக் கலை மகாநாட்டில் "ஔவை" பட்டம்,புதுவை ராமகிருஷ்ணா பாடசாலை வழங்கிய "நாடக வேந்தர்:" பட்டம்,குன்றக்குடி அடிகளாரால், "நாடகக் கோ" பட்டம்,1960ல் தமிழ்நாடு சங்கீத நாடகக் கழகம் வழங்கிய,"சிறந்தத் தமிழ் நாடக நடிகர்" பட்டம்,1962ல். புதுதில்லி சங்கீத நாடக அகடெமி வழங்கிய , "சிறந்த நாடக நடிகர்" விருது, 1966ல் கோலாலம்பூரில் நடந்த முதல் உலகத் தமிழ் மாநாட்டில் கலந்து கொண்டு, அம்மாநாட்டில்"தமிழ் நாடக வரலாறு" என்னும் தலைப்பில் ஆராய்ச்சி கட்டுரையை வழங்கினார்.

திரு அண்ணாதுரை அவர்கள் தமிழக முதல்வர் ஆனபோது சட்டமன்ற மேலவை உறுப்பினர் பதவி அளித்தார்

1971ல் இந்திய அரசின் தேசிய விருதான "பத்மஸ்ரீ" விருது பெற்றார். தமிழ் நாடகத் தலைமையாசிரியர், நாடகக் கலை, நெஞ்சு மறக்குதில்லையே, எனது நாடக வாழ்க்கை ஆகிய நூல்களை எழுதினார்.

1973 ஃபெப்ருவரி 15ல் மறைந்தார். இவரது நூற்றாண்டை இவரது மகன்கள் டி.கே.எஸ்.கலைவாணன், புகழேந்தி ஆகியோர் 2642012 அன்று சிறப்பாகக் கொண்டாடினர்.இன்று நாடக உலகில் செயல்பட்டுக் கொண்டிருக்கும் நூறு கலைஞர்களுக்கு "நாடகச் செல்வம்" என்று விருது கொடுத்து கௌரவித்தனர். அன்று விருது பெறும் பேறு அடியேனுக்கும் கிடைத்தது.

23

டி கே பகவதி

டி கே எஸ் குழு பற்றி எழுதியிருந்தாலும்..டி கே பகவதி பற்றி தனியே சொல்லித்தான் ஆக வேண்டும் என எண்ணியதால் அவரைப் பற்றிய அத்தியாயம் இது

தமிழகத்தின் தலைசிறந்த நாடகக் கலைஞர்களான டி. கே. எஸ். சகோதரர்கள் நால்வரில் திரு. டி. கே. பகவதி நான்காவது சகோதரர். இவர் 11-2-1918இல் பிறந்தார். இவர் தமது 7வது வயதிலேயே மதுரைத் தத்துவமீன லோசனி வித்துவ பால சபாவில் நடிகராக சேர்க்கப் பெற்றார். 1925இல் சகோதரர்களின் ஸ்ரீ பால ஷண்முகானந்த சபை துவக்கப் பெற்றதும், அதில் சில்லரை வேடங்களில் நடிக்கத் தொடங்கினார். சின்னஞ் சிறு வயதில் இவர் பெரும்பாலும் நகைச் சுவை யளிக்கும் 'பபூன்' வேடங்களிலேயே தோன்றினார். டி. கே, பகவதி தன் சகோதரர் திரு டி. கே முத்துசாமியிடமும் ஆசிரியர் திரு. எம். கந்தசாமி முதலியாரிடமும் நாடகப் பயிற்சி பெற்றார். இளமைப் பருவத்திலேயே ராஜாம்பாள், ராஜேந்திரன், சந்திரகாந்தா முதலிய நாவல் நாடகங்களில் இவர் கதா நாயனாக அருமையாக நடித்தும், பாடியும் பெருமை பெற்றவர்.

டி. கே. பகவதி கதாநாயக வேடங்களில் நடித்தபோது இவருக்கு நாயகியாக நடித்தவர் நடிப்புப் புலவர் திரு. கே. ஆர் ராமசாமி என்பது குறிப்பிடத்தக்கது. 1935ஆம் ஆண்டு முதல் டி. கே. பகவதி பல்வேறு நாடகங்களில் பிரதம பாகத்தை ஏற்று நடிக்கத் தொடங்கினார். 1939இல் 'சிவலீலா' நாடகத்தில் சிவபெருமானுடைய பல்வேறு வேடங்களில் நூற்றுக் கணக்கான நாடகங்களில் தொடர்ந்து நடித்து ரசிகர்களின்

பேராதரவைப் பெற்றார். தமிழ் வரலாறு நாடகங்களில் கதா நாயனாக நடிக்க இவருக்கு வாய்ப்பு கிடைத்தபோது இவரது பெருமை மேலும் ஓங்கியது. இமயத்தில் நாம், இராஜ ராஜசோழன் முதலிய நாடகங்களில் சேரன் செங்குட்டுவன், இராஜராஜ சோழன் ஆகிய வேடங்கள் இவருடைய அபார நடிப்புத் திறமைக்குச் சான்றாக விளங்கின. ராஜராஜ சோழன் என்னும் நாடகம் அரு, ராமநாதன் அவர்கள் எழுதியது அமரர் கல்கியின் 'சிவகாமியின் சபதம்' நாடகத்தில் மகேந்திர பல்லவனாகத் தோன்றியது இவருக்குப் பன்மடங்கு சிறப்பைத் தேடித்தந்தது. திரு. பகவதி நடிப்புத் துறையில் மட்டுமல்ல, நிர்வாகத் துறையிலும் சிறந்த ஆற்றல் பெற்றவர். 1950 முதல் டி. கே. எஸ். நாடக சபையின் நிர்வாக பொறுப்பு முழுவதும் இவரே ஏற்று நடத்தியவர். . புது தில்லியில் பாரத அரசாங்கத்தாரால் அமைக்கப் பெறும் நேஷனல் தியேட்டர் அமைப்பு ஆலோசனை குழுவில் பகவதி ஓர் உறுப்பினராக நியமிக்கப்பட்டார். தமிழ் நாடு சங்கீத நாடக சங்கம், தென்னிந்திய நடிகர் சங்கம் முதலிய அமைப்புகளில் இவர் அங்கம் வகித்து வந்திருக்கிறார்.

1950 முதல் டி. கே, எஸ், நாடக சபை தயாரித்த 'இன்ஸ் பெக்டர், கள்வனின் காதலி, ரத்தபாசம், தமிழ் செல்வம், வாழ்வில் இன்பம், தேச பக்தர் சிதம்பரனார், சித்தர் மகள், இராஜ ராஜ சோழன், சிவகாமியின் சபதம், உயிர்ப்பலி, பாசத்தின் பரிசு முதலிய பல்வேறு நாடகங்களுக்கு இவர் தயாரிப்பாளராகவும் இருந்து உதவி யிருக்கிறார். தேசீய பெருமை வாய்ந்த நாடகங்களான 'முதல் முழக்கம்', 'தேச பக்தர் சிதம்பரனார்' ஆகிய நாடகங்களில் பகவதி கட்ட பொம்மனாகவும், சிதம்பரனாராகவும் திறம் பெற நடித்து நாடக ரசிகர்களின் பேராதரவைப் பெற்றார்.

டி. கே. பகவதி நாடக உலகில் சிறந்த இடம் பெற்றிருப்பதோடு திரைப்படத் துறையிலும், பல படங்களில் முக்கிய பாகமேற்று நடித்திருக்கிறார். 1935இல் சிறந்த படமென்று பொது மக்களால் பாராட்டப் பெற்ற 'மேனகா'வில் பகவதி கதா நாயகன் வராகசாமியாக நடித்தார். தொடர்ந்து பாலாமணி, குமாஸ்தாவின் பெண், பில்ஹணன், மனிதன், இன்ஸ்பெக்டர், ரத்தபாசம், சம்பூர்ண இராமாயணம், மகா வீர பீமன், குலமகள் ராதை,பணமா பாசமா முதலிய திரைப்படங்களில் முக்கிய பாகமேற்று நடித்திருக்கிறார்.

24

டி கே முத்துசாமி

டி கே ஷண்முகம் அவர்களின் அண்ணண்களில் ஒருவரான டி. கே. முத்துசாமி ஆரம்ப காலத்தில் சிறு சிறு வேடங்களில் நடித்து வந்தார்.

சுலோசன சதி எனும் நாடகத்தில் அவர் ராமராகவும், ஷண்முகம் லட்சுமணனாகவும் நடிப்பார்கள்.

சீமந்தனி எனும் நாடகத்தில் அவர் சுமேதாவாக நடிப்பார்.

மற்ற நாடகங்களில் எல்லாம் அவருக்கு பெரும்பாலும் தோழி வேடந்தான்.

டி கே எஸ் சகோதரர்கள் சங்கரன், முத்துசாமி ஆகியவர்கள் சிறுவர்களாக இருந்த போதே சங்கரதாஸ் சுவாமிகள் நடத்தி வந்த 'சங்கீத மீனலோசனி வித்யா பால சபா" நடத்தி வந்த அனைத்து நாடகங்களிலும் நடித்து வந்தனர்.

சகோதரர்களின் நடிப்பை மக்கள் மிகவும் பாராட்டினார்கள்.

1921இல் சென்னைக்கு வந்தபிறகுதான் அவர் கதாநாயகியாக நடிக்கத் தொடங்கினார். அவருக்கு ஆரம்பத்தில் நன்றாகப் பாட வராது. அந்தக் குறையைப் போக்க அவர் அரும்பாடு பட்டுச் சங்கீதம் கற்றுக் கொண்டார். பின்னல் அவர் நன்முகப் பாடவும், ஆர்மோனியம் வாசிக்கவும், ஆசிரியராக இருந்து, மற்றவர்களைத் தயாரிக்கவுமாகத் தம்மை வளர்த்துக் கொண்டார். 1935இல் சகோதரர்கள் நால்வரும் நடித்த மேனகா திரைப்படத் திற்குச் சங்கீத டைரக்டராகவும் இருந்தார்

25

என்.சம்பந்தம் முதலியார்

சென்னை ஸ்பென்ஸர் அண்ட் கம்பெனியில் முக்கிய அதிகாரியாய் பணியாற்றி வந்தார் சுகுண விலாச சபை யில்பம்மல் சம்பந்த முதலியார் நாடகத்தில் நடித்ததை பன்முறை பார்த்து தானும் நாடகத்தில் நடிக்க வேண்டுமென்று என்னத்துடன் முத்லியாரிடம் சென்றார்.

பின்.. சிறுவர்களை சேர்ந்து ஓர் நாடகக் குழுவை ஏற்படுத்தினார். இதில் அந்த கம்பெனியிலிருந்தவர்களை தவிர மற்றவர்களை சேர்ப்பதில்லை,

பம்மல் சம்பந்த முதலியாரின், பெரிய நாடகங்களை யெல்லாம் தான் நடத்த வேண்டுமென்று தீர்மானித்து அவைகளில் முதலியார் நடித்த முக்கிய பாகங்களையேஅவரும் நடித்து வந்தார்

. சுகுண விலாச சபையில் பம்மல் நடிக்கும் போதெல்லாம் அவரைப் போலவே நடித்து வந்தார் நாடகம் ஆரம்பிப்பதில் சரியாக மணிப்பிரகாரம் ஆரம்பிக்க வேண்டுமென்று தீர்மானித்து அப்படியே நடந்து வந்தார். இவர் மற்ற நடிகர் களுக்கு ஒத்திகை நடத்தும்போது மிகவும் கண்டிப்பாய் நடத்தி வந்தார்

. முக்கியமான ஒத்திகைகளுக்கெல்லாம் முதலியாரை வரவழைத்து நேரில் நடத்தியிருக்கிறார். இவர் நடித்த எனது முக்கியமான நாடகங்கள் மனோகரா, லீலாவதி சுலோசனா, காலவரிஷி, சபாபதி, புத்த அவதாரம் முதலியவைகளாகும்

26

காளி என் ரத்தினம்

காளி என்.ரத்தினத்தின் சொந்த ஊர் கும்பகோணம் அருகே உள்ள மலையப்பநல்லூர் கிராமம். காளி என்.ரத்தினம், மலையப்ப நல்லூரில் 1897ம் வருடத்தில் பிறந்தார்.தந்தை நாராயணன். விவசாயி. தாயார் தங்கத்தம்மா. ரத்தினம் 5ம் வகுப்பு படித்தபோது அவரது குடும்பம் மிகவும் ஏழ்மை நிலைக்கு தள்ளப்பட்டது. இதனால் படிப்பை பாதியில் நிறுத்திவிட்டு, கும்பகோணத்தில் ஒரு பட்டு ஜவுளிக்கடையில் கணக்கு எழுதும் சிறுவனாக வேலைக்கு சேர்ந்தார்.

அதேசமயம் நாடகங்கள் மீது ஆர்வம் கொண்டு திரிந்த ரத்தினம், கும்பகோணத்தில் தம்பா வெங்கடாசல பாகவதர் நாடகக் கம்பெனியில் (தஞ்சை பாலமோகன அபிநயசித்தி விலாச சபா) நடிகராக 1904ம் ஆண்டு சேர்ந்தார். இது ஒரு பாய்ஸ் நாடகக் கம்பெனி. இதுதான் தமிழ் நாட்டில் முதன்முதலில் தோற்றுவிக்கப்பட்ட பாய்ஸ் நாடகக் கம்பெனி.

மதுரை ஒரிஜினல் பாய்ஸ் கம்பெனியில் 1909 முதல் ரத்தினம் நடிக்கத் தொடங்கினார். அப்பொழுது 12 வயதான ரத்தினத்திற்கு முதலில் பெண்வேடங்கள் வழங்கப்பட்டன. அவரது வேடங்கள் மக்கள் மத்தியில் ரசிக்கப்பட்டதால், பிறகு முக்கிய வேடங்களில் நடிக்க வாய்ப்பு கிடைத்தது. பின்னர் பலஊர்களுக்கு சென்று நாடகங்களை நடத்தினர். அப்பொழுது ‘ராஜபார்ட்’ வேடங்களில் ரத்தினம் நடிக்கத் தொடங்கினார்.

1936ம் ஆண்டு வரை அதே நாடகக் குழுவில், நடிகராக சுமார் 27 ஆண்டுகள் விளங்கினார். பின்னர் இந்த

கம்பெனியின் நிர்வாகம் மாறியது. புதிய நிர்வாகிகளாக மதுரை சச்சிதானந்தம் பிள்ளையும், மதுரை ஜெகன்னாத அய்யரும் இதில் சேர்ந்து கொண்டார்கள்.

அதன் பின்னர் ரத்தினத்திற்கு தொண்டையில் பிரச்சினை ஏற்பட்டது. அதன்காரணமாக நகைச்சுவை வேடங்களில் நடிக்கத்தொடங்கினார். அவரது காமெடி வேடம் ரசிகர்களை வெகுவாக கவர்ந்தது. கோவலன் நாடகத்தில், காளி வேடம் போட்டு நடித்தார். காளி வேடத்தில் நடிப்பதில் ரத்தினத்திற்கு நிகர் யாரும் இல்லை என்று பலரும் போற்றியதால், ‘காளி என்.ரத்தினம்’ ஆனார்.

ஒரிஜினல் பாய்ஸ் கம்பெனி நடத்திய நாடகங்களில் ‘பதிபக்தி’ நாடகம் மிகவும் புகழ் பெற்றது.

துப்பறியும் கதைகள் எழுதுவதில் புகழ் பெற்றிருந்த ஜே.ஆர். ரங்கராஜூ எழுதிய ‘சந்திரகாந்தா’ என்ற படத்தை ஜூபிடர் பிக்சர்சார் 1936ல் படமாகத் தயாரித்தனர். இதில் போலி மடாதிபதியாக (பிரதான பாத்திரத்தில்) காளி என்.ரத்தினம் நடித்தார்.

படத்தில் 'பெண்ணாகி வந்ததொருமாயப் பிசாசாம் பிடித்திட்டென்னை.....என்ற பாடலை பாடி, சில பண்டார சன்னதிகள், சைவ மடங்களில் செய்து வந்த அக்கிரமங்களை தோலுரித்துக் காட்டினார். படத்தில் இக்காட்சியை ரசிகர்கள் பலமுறை கொட்டகைக்குச் சென்று பார்த்து ரசித்தார்கள். 1930களில் சமூக சீர்திருத்தப் படமாக வெளிவந்த இப்படம், மதவாதிகளின் கடும் கண்டனத்திற்கு உள்ளான போதும், படம் திரையிடப்பட்ட ஒவ்வொரு ஊரிலும் பல நாட்கள் படம் ஓடி, வெற்றி சாதனை படைத்தது.

படத்தில் காளி என்.ரத்தினத்தின் நடிப்பு வெகுவாக ரசிக்கப்பட்டது. முதன்முதலாக ஒரு தமிழ்த் திரைப்படம், ஒரே ஊரில் இரண்டு தியேட்டர்களில் காட்டப்பட்ட வழக்கம், இப்படத்திலிருந்துதான் தொடங்கியது எனலாம். கும்பகோணத்தில்தான் ஒரே நேரத்தில் இரண்டு தியேட்டர்களில் இப்படம் ஓடியது.

படம் வெற்றி பெற்றது. காளி என்.ரத்தினம் பெரும் புகழ் பெற்றார். இதனால் காளி என்.ரத்தினத்தை நேஷனல் மூவிடோன் ஒரு ஆண்டுக்கு ஒப்பந்தம் செய்தனர். ராஜமோகன், பஞ்சாப்கேசரி ஆகிய படங்களில் நடித்தார். பின்னர் மாத்ருபூமி, பாண்டுரங்கா, ரம்பையின்காதல் போன்ற படங்களில் நகைச்சுவை காட்சிகளில் நடித்து புகழ்பெற்றார் மாடர்ன் தியேட்டர்சார் 1940ல் ‘உத்தமபுத்திரன்’ படத்தைத் தயாரித்தனர். இந்தப் படத்தில்தான், காளி என்.ரத்தினத்துடன் சி.டி.ராஜகாந்தம் முதன் முதலாக ஜோடி சேர்ந்து நடித்தார். அதன்பின், மாடர்ன் தியேட்டர்சாரின் பெரும்பாலான படங்களில் இந்த ஜோடி நகைச்சுவை விருந்தளித்தது. ‘ஆயிரம் தலைவாங்கிய அபூர்வ சிந்தாமணி’, ‘போஜன்’, ‘பர்மாராணி’ முதலான படங்களில் இவர்கள் நகைச்சுவை பிரமாதமாக அமைந்தது. ஏவி.மெய்யப்ப செட்டியார் தயாரித்த ‘சபாபதி’ படத்தில், காளி என்.ரத்தினம் அசட்டு வேலைக்காரனாக பிரமாதமாக நடித்து பெரும் புகழ் பெற்றார்.

1924ம் ஆண்டு மதுரை ஒரிஜினல் பாய்ஸ் நாடக் கம்பெனியில், பின்னாளில் தமிழ்த்திரையுலகை கட்டிப்போட்ட ஒரு பிரமுகர், தன் 7 வயதில் தன் சகோதரருடன் சேர்ந்தார். பின்னாளில் திரையுலகில் பிரபலமடையவும், தேர்ந்த நடிகராக அவரும் அவரின் சகோதரரும் புகழடைய பாய்ஸ் நாடக கம்பெனியில் அவர்கள் பெற்ற பயிற்சியே காரணம் என்பர். நடிகராயிருந்து, பின்னர் தமிழக முதல்வராகவும்

ஆன மக்கள் திலகம் எம்.ஜி.ஆர்தான் அந்த பிரபலம். அவரது சகோதரர் எம்.ஜி. சக்கரபாணி

சகோதரர்கள் பாய்ஸ் கம்பெனியில் சேர்ந்த சமயம், கம்பெனியின் நாடக ஒத்திகை ஆசிரியர் மற்றும் மேனேஜராக இருந்தவர் காளி என்.ரத்தினம். சின்னஞ்சிறுவயதில் நாடக அனுபவம் இல்லாத அந்த சகோதரர்களுக்கு, நடிப்பு பயிற்சி அளிப்பதுதான் காளி.என். ரத்தினத்தின் பணி. தேர்ந்த கலைஞரான காளி.என்.ரத்தினம், சகோதரர்களுக்கு நன்கு பயிற்சி அளித்தார்.

ஆனால் காளி என்.ரத்தினம் மிகவும் கறாரான ஆசிரியர். இது சகோதரர்களுக்கு மிக பயத்தை ஏற்படுத்தியது. அந்த பயத்தினாலேயே அவரிடம் முரண்டு பிடிக்காமல் பயிற்சிபெற்றனர் இருவரும். பாய்ஸ் நாடக கம்பெனியில் அரங்கேற்றப்பட்ட ஒரு நாடகத்தில், சிறுவன் எம்.ஜி.ஆர் தன் தாயை பார்த்து கதறி அழவேண்டும்.

ஆனால் எம்.ஜி.ஆருக்கு அழ வரவில்லை. அதற்கான ஒத்திகையின்போது எம்.ஜி.ஆர் அழாததால் காளி.என். ரத்தினம் ஒரு உபாயம் செய்தார்

அரங்கேற்றத்தின்போது அழவேண்டிய காட்சிக்கு முன் எம்.ஜி.ஆரை, காளி.என்.ரத்தினம் படுதாவின் பின்புறம் ஒளிந்துகொண்டு அழைப்பார். எம்.ஜி.ஆர் ஓடோடி என்னண்ணே என்று நிற்க, காளி.என்.ரத்தினம் அவர் தலையில் ஒரு குட்டு வைப்பார். வலிதாங்காமல் எம்.ஜி.ஆர் அழ, காட்சிக்கு அது தத்ரூபமாக அமைந்து பார்வையாளர்களை அழ வைத்தது. எம்.ஜி.ஆருக்கு கைதட்டல் எழுந்தது.

பின்னாளில் எம்.ஜி.ஆர் அந்த காட்சியில் இயற்கையாய் அழுது ரசிகர்களிடம் பாராட்டுக்களை பெற்றார். பாய்ஸ் கம்பெனியில் எம்.ஜி.ஆருக்கு நடிக்கக் கிடைத்த முதல்வாய்ப்பு, மகாபாரத நாடகத்தில் உத்திரன் வேடம். அதில் நடிக்க வாய்ப்பு ஏற்படுத்தி தந்தவர் காளி என்.ரத்தினம். இந்த வாய்ப்புதான் எம்.ஜி.ஆரை நாடக உலகத்தில் அறிமுகம் செய்து வைத்தது. அந்த வகையில் எம்.ஜி.ஆரின் முதல் வாத்தியார் ரத்தினம் தான்., அவருக்கு நடிப்பு சொல்லிக் கொடுத்த முதல் ஆசான் காளி என்.ரத்தினமே.

1950ம் ஆண்டு, ஆகஸ்ட் மாதம் 7ம் தேதி, சொந்த ஊரான மலையப்ப நல்லூரில் காலமானார்.

27

சத்தியமூர்த்தி

சுந்தர சாஸ்திரி சத்யமூர்த்தி இவரை அறியாத அரசியல் கட்சிக்காரர்கள் யாரும் இருக்க முடியாது எனச் சொல்லலாம்

1887 ஆம் ஆண்டு ஆகஸ்டு மாதம் 19ஆம் ஆம் நாள் திருமயத்தில் பிறந்தார். ராஜாஜி,பிரகாசம் ஆகியோர்கள் அன்றைய சென்னை மாகாணத்தில் முன்னணி அரசியல்வாதியாக இருந்தார்கள்.சத்யமூர்த்தியும் அவர்களுடன் இந்திய தேசிய காங்கிரஸில் முன்னணி நிலைமை வகித்தார்.

1954ல் இருந்து 1962 வரை மெட்ராஸ் மாநிலத்தின் முதல்வராய் இருந்த காமராஜ் அவர்களுக்கு வழிகாட்டியாய் இருந்தவர் சத்யமூர்த்தி. சென்னையில் மியூசிக் அகடெமி அமைந்ததில் இவர் பங்கும் உணடு

இவர் நடிப்புக் கலையிலும் தேர்ச்சிப் பெற்றவர் என்பது பலருக்குத் தெரியாமலிருக்கலாம். . இவர் காலேஜ் படித் தவுடன் சுகுணவிலாச சபையில் அங்கத்தினராக சேர்ந்தார். பம்மல் சம்பந்த முதலியார் குழுவில் சேர்ந்து சிறு சிறு பாத்திரங்களை ஏற்று நடித்து வந்தார். முதலில் மிகவும் கூச்சமுள்ளவராயிருந்தபோதிலும் சீக்கிரம் அக்கூச்சம்போய் பெரிய பாத்திரங்களில் நடிக்கலானார்.

இவர் சேர்ந்த சமயம் சுகுண விலாச சபாவில் சம்ஸ்கிருத பிரிவு ஒன்று ஆரம்பிக்கப்பட்டது. சத்யமூர்த்தி சமஸ்கிருத்தில் மிகுந்த ஆர்வமுடையவர். சபா போட்ட ஒவ்வொரு சம்ஸ்கிருத நாடகத்திலும் பங்குஎடுத்துக்கொண்டு வந்தார். இவர் முக்கியமாக நடித்த சம்ஸ்கிருத பாத்திரங்கள் மிருச்சகடி

என்னும் நாடகத்தில் கதா நாயகனுடைய நண்பனாகிய வேடம் ஒன்று. இரண்டாவதாக வேணி சம்ஹாரத்தில் அஸ்வத்தாமனாக நடித்ததாகும். இவர் இரண்டொரு வருஷம் சம்ஸ்கிருத நாடகமேடையை கவனித்து வந்தார். பின்னர் தமிழ் மேடை நிர்வாகியாகவும் நியமிக்கப்பட்டார்.

ஒருநாள் முதலியாரிடம் வந்த அவர் "நான் மனோகரனாக நடிக்க வேண்டுமென்று விரும்புகிறேன்" என்று கூற, "அப்படியே செய்யுங்கள் அதற்கென்ன தடை" என்று பம்மலும் அனுமதி அளித்தார்.

பிறகு பல ஒத்திகைகளில்தான் நடித்துவந்தார்:

. ஒருநாள் இவர் ஒத்திகையை முடித்துவிட்டு திடீரென்று முதலியாரிடம் வந்து "மிஸ்டர் சம்பந்தம் நான் மனோகரனாக நடிப்பது சரியாயில்லை என்று மற்ற நடிகர்கள் கூறுகிறர்கள். ஆகவே அதனின்றும் தான் விலகிக் கொள்கிறேன். நீங்களே அப்பாத்திரத்தை எடுத்துக்கொண்டு நாடக தினத்தில் நடியுங்கள்"என்றார்.

அவருக்கு இருந்த பயத்தை போக்கி அவருக்கு அப்பாத்திரத்தில் நடிக்க தேவையான பயிற்சியை முதலியாரே கொடுத்தார்.நாடகத்தன்றும்..அப்பாத்திரத்திற்கு பழுது வராதுசெய்து முடித்தார்.

ஆகஸ்டு மாதம் 1943 ஆம் ஆண்டு இரண்டாம் நாள் நம் நாடு சுதந்திரம் பெறுவதற்கு இரண்டு ஆண்டுகளுக்கு முன்னரே அமரர் ஆனார்

28

பி எஸ் ராமய்யா

மணிக்கொடி பத்திரிகையின் ஆசிரியராய் இருந்த எழுத்தாளர் பி எஸ் ராமையா..300க்கும் மேற்பட்ட சிறுகதைகள்,பிரேமஹாரம்,நந்நாவிளக்கு போன்ற நாவல்களை எழுதி இலக்கியத்துறையில் பெயர் பெற்றிருந்தாலும்..நாடக உலகிற்கும் அவர் பங்கு உண்டு

எஸ் வி சகஸ்ரநாமத்தின் சேவா ஸ்டேஜிற்காக ,பிரசிடெண்ட் பஞ்சாட்சரம்,போலீஸ்காரன் மகள்,மல்லியம் மங்களம்,பூ விலங்கு,தேரோட்டி மகன்,பாஞ்சாலி சபதம் ஆகிய நாடகங்களை எழுதிக் கொடுத்துள்ளார்,

போலீஸ்காரன் மகள் உட்பட இருபதிற்கும் மேற்பட்ட திரைப்படங்களிலும் இவர் பங்கு உண்டு

29

கே ஆர்.ராமசாமி

திரைப்படத்தை சக்தி வாய்ந்த ஊடகமாகப் பார்த்த அரசியல் தலைவர்களுள் அண்ணாவும் ஒருவர். திராவிட இயக்கத்துக்கு அது தேவை என்று கருதினார். அவர் திரைப்படங்களுக்கு எழுதியது குறைவே. ஆனால், அவரது திரை எழுத்து தமிழ் சீர்திருத்த சினிமாவுக்கு உரமாக அமைந்தது. அப்படி அவர் முதன்முதலில் கதை, வசனம் எழுதிய படம் 'வேலைக்காரி'. இந்தப் படத்தில் கதாநாயகனாக நடித்து புகழின் உச்சியைத் தொட்டவர்தான் நடிப்பிசைப் புலவர் கே.ஆர். ராமசாமி. அண்ணாவின் செல்லப்பிள்ளை என்று அழைக்கப்பட்ட கே.ஆர். ஆரின் கலைவாழ்க்கை தொடங்கியது ஏழு வயதில்.

ஒருமுறை கே.ஆர். ராமசாமி பற்றி அண்ணா கூறும்போது, "நண்பர் கே.ஆர். ராமசாமி கலை உலகில் ஒரு கருவூலம். காசுக்காக மட்டுமே நடிக்காத ஒரு கடமை வீரர். நிலம் பிளந்து விழ நேர்ந்தாலும் நெஞ்சம் குலையாத ஒரு கொள்கைத் தங்கம். எனக்கும் அவருக்கும் ஏற்பட்டுள்ள அன்பும் பிணைப்பும் எளிதிலே அறுந்து விழக்கூடிய வைக்கோல் வடம் அல்ல. எப்போதுமே அறுந்துவிடாத எஃகு கம்பி, என்னைப் பார்க்காமல் அவரோ, அவரைப் பார்க்காமல் நானோ இருக்க முடியாத ஒரு நட்புச் சங்கிலி எங்களைப் பிணைத்திருக்கிறது.

தந்தை பெரியார் அவர்களின் பகுத்தறிவுப் பாசறையிலே சேர்ந்து அவருடைய எழுச்சியூட்டும் இலட்சியங்களைப் பரப்பும் எழுத்தாளனாக, பேச்சாளனாக இருந்துவந்த என்னை முதன்முதலில் கலையுலகம் பற்றியும் சிந்திக்க தூண்டியவர்

நடிகமணி டி.வி. நாரயணசாமி. அந்தக் கலையார்வம் கருகிய மொட்டாகிவிடாமல் காய்த்திடவும், கனிந்திடவும் இன்று எனக்கு ஊக்கமூட்டுபவர், உதவிவருபவர், என் இனிய நண்பர்" என்று கே.ஆர். ராமசாமியை கொண்டாடியிருக்கிறார்

நாடகக் கலையின் மூலம் மக்களைத் திருத்திப் பகுத்தறிவுப் பாதைக்குத் திருப்பிய முதல் நடிகர் நடிப்பிசைப் புலவர் கே.ஆர். ராமசாமி. கும்பகோணத்துக்கு அருகே 'அம்மாசத்திரம்' என்ற சிற்றூரில் நடுத்தரக் குடும்பத்தைச் சேர்ந்த இராமபத்திர செட்டியார், குப்பம்மாள் ஆகியோருக்கு 14.4.1914ல் பிறந்தார். ஐந்தாம் வகுப்பு வரை படித்த கே.ஆர். ராமசாமி அவர்கள் தமது ஏழாவது வயதில் மதுரை ஓரிஜினல் பாய்ஸ் கம்பெனியில் நடிகனாகச் சேர்ந்தார்.

ஆறு ஆண்டுகள் தொடர்ந்து நடித்தார். அந்த காலத்தில் பாய்ஸ் கம்பெனியில் நடிகனாகச் சேர்வதற்கு ஆறு தகுதிகள் தேவை. 1. வயது 2. தோற்றப் பொலிவு 3. குரல் வளம் 4. பாடும் திறன் 5. இசை ஆர்வம் 6. நடிப்புத் திறன். இவை ஆறும் நிரம்பிய ஆணழகனாக ராமசாமி விளங்கியதால் நாடக கம்பெனியில் சேர்த்துக்கொள்ளப்பட்டார். சின்னச் சின்ன வேடங்கள் வழியே கதாநாயகனாக உயர்ந்து பெரும் புகழ் பெற்றார்.

நாடக கம்பெனியிலிருந்து ஒரு கட்டத்தில் விலகிய கே.ஆர். ராமசாமி திரைக்கலையின் வீச்சைப் புரிந்துகொண்ட அதில் ஈடுபட முன்வந்தார். அதே நேரம் நாடக மேடையை விடவும் அவருக்கு மனமில்லை. டி.கே.எஸ். சகோதரர்களின் புகழ்பெற்ற நாடகமான 'குமாஸ்தாவின் பெண்' திரைவடிவம் பெற்றது. அப்படத்தில் சிறு வேடத்தில் அறிமுகமானார் கே.ஆர்.ஆர். அந்தப் படத்தின் துணை இயக்குநர்களாக பணியாற்றிய இரட்டை இயக்குநர்கள் கிருஷ்ணன்பஞ்சு பின்னாளில் 'பூம்பாவை' என்ற படத்தை இயக்கினார்கள். அவர்களுடைய பரிந்துரையினால் அந்தப் படத்தின் கதாநாயகன் வாய்ப்பு கே.ஆர்.ராமசாமிக்குக் கிடைத்தது. இவருக்குப் படத்தில் ஜோடியாக நடித்தவர் யூ.ஆர்.ஜீவரத்தினம்.

கதாநாயகனாக நடித்த முதல் படம் வெற்றி பெற்றதைத் தொடர்ந்து 'தெய்வ நீதி', 'கிருஷ்ண பக்தி' 'கங்கணம்' ஆகிய படங்களில் நடித்தார். எல்லாப் படங்களும் வெற்றிப் படங்களாக அமைந்தன. திரைப்படத்துக்கு இணையாக நாடகம் செழித்து நின்றதால் பக்தி நாடகங்களை விடுத்து சமூக நாடகங்களில் நடிக்கத் தயாரானார் கே.ஆர். ராமசாமி. கலைவாணர் என்.எஸ்.கே. மீது கொண்ட அன்பின் காரணமாக அவரது பெயரைச் சூட்டி 'கிருஷ்ணன் நாடக சபா' என்ற பெயரில் சொந்தமாக நாடகக் குழுவைத் தொடங்கினார்.

பெரியாரின் திராவிட இயக்கக் கருத்துகளால் ஈர்க்கப்பட்ட கே.ஆர். ராமசாமிக்கு அண்ணாவின் நட்பு கிடைத்தது. இருவரும் நெருக்கமான நண்பர்கள் ஆனார்கள். கே.ஆர். ராமசாமி நடிப்பதற்காகவே 'வேலைக்காரி', 'ஓர் இரவு' ஆகிய நாடகங்கள் எழுதினார் அண்ணா. பகுத்தறிவுக் கருத்துகளைத் தீயாகப் பரப்பிய இந்த இரண்டு நாடகங்களும் மக்களிடம் மிகப் பெரிய வரவேற்பை பெற்றன.

"அண்ணாவின் நீண்ட வசனங்களை உணர்ச்சி ததும்பப் பேசி அதற்கு மெருகூட்டியவர் கே.ஆர். ராமசாமி. புராண, சரித்திர நாடகங்களே வெற்றி பெறும் என்றிருந்த காலகட்டத்தில், ஓர் இரவு, வேலைக்காரி ஆகிய நாடகங்களைத் தொடர்ந்து எட்டு மாதங்கள் நடத்தி சுயமரியாதைக் கருத்துகளை மக்களிடம் எடுத்துச்செல்வதில் வெற்றி கண்டவர்" என்று கலைஞர் கருணாநிதி, கே.ஆர். ராமசாமியைப் பற்றி நினைவுகூர்ந் திருக்கிறார்.

வேலைக்காரி நாடகத்துக்கு கிடைத்த மிகப் பெரிய வரவேற்பால் அதைத் திரைப்படமாகத் தயாரிக்கும் உரிமையை ஜூபிடர் நிறுவனம் வாங்கியது. நாடகத்தில் நடித்த கே.ஆர். ராமசாமியையே நாயகனாகவும் ஒப்பந்தம் செய்தது. நண்பருக்காக அண்ணா முதல்முறையாகத் திரைக்கதை, வசனம் எழுதினார். கே. ஆர். ராமசாமிக்கு வி.என். ஜானகி ஜோடியாக நடித்தார். படம் மிகப் பெரிய வெற்றிபெற்று 100 நாட்கள் ஓடியது.

படத்தின் வெற்றியைக் கண்ட என். டி. ராமராவ் அதன் தெலுங்கு மறுஆக்கத்தில் விரும்பி நடித்தார். இந்தியிலும் வேலைக்காரி மறுஆக்கம் செய்யப்பட்டது. வேலைக்காரியின் இந்திப்பட மறு ஆக்கத்தை வாங்கி வெளியிட்ட இந்திப்பட விநியோகஸ்தர் தாராசந்த், அண்ணாவின் அறிவாற்றலைப் புகழ்ந்து பேசிப் பேட்டியளித்தார். அது இந்திப் பத்திரிகைகளில் வெளியானது.

வேலைக்காரி படத்தின் வீச்சைக் கண்ட கே. ஆர். ராமசாமி புராண இதிகாசப் படங்களில் நடிக்க வந்த வாய்ப்புகளை ஏற்க மறுத்துவிட்டார். 'காஞ்சனா', 'சுகம் எங்கே', 'செல்லப்பிள்ளை', 'நீதிபதி' 'அவன் அமரன்' உட்பட இருபதுக்கும் மேற்பட்ட படங்களில் நடித்த கே.ஆர். ஆர் கடைசியாக நடித்த படம் 'நம் நாடு

திராவிட முன்னேற்றக் கழகம் ஆட்சியைக் கைப்பற்றுவதற்கு முன்னர் அது எதிர்க் கட்சி வரிசையில் அமர்ந்தபோது கலையுலகின் சார்பாக முதல் மேலவை உறுப்பினராகும் (எம்.எல்.சி) வாய்ப்பைப் பெற்ற முதல் நடிகர். தோழர் அண்ணாதுரை என்று அழைக்கப்பட்டுவந்தவரை 'அறிஞர் அண்ணா' என்று அழைத்திடுவதற்குக் காரணம் கே.ஆர். ஆர்தான். 'ஓர் இரவு' நாடகம் தஞ்சையில் அரங்கேறியபோது ஒட்டப்பட்ட சுவரொட்டி விளம்பரத்தில் கதை உரையாடல் அறிஞர் அண்ணா என்று போட்டு விளம்பரம் வெளி யிட்டவர் இவர்தான்.

30

டி பி ராஜலட்சுமி

டி பி ராஜலட்சுமி எனும் திருவையாறு பஞ்சாபகேச ராஜலட்சுமி 1911 ஆம் ஆண்டு நவம்பர் மாதம் 11ஆம் நாள் பீறந்தவர்.

தமிழ்திரைப்படத்துறையின் முதல் நடிகையும்,முதல் பெண் இயக்குனரும் ஆவார்.தமிழில் 1931ல் வெளிவந்த முதல் பேசும்படமான "காளிதாஸ்" திரைப்படத்தில் நடித்தவர்.1943ஆம் ஆண்டுவரைமொத்தம் 14 திரைப்படங்களில் நடித்திருக்கிறார்.

எல்லாவற்றிலும் முதன்மை பெண்ணாகத் திகழ்ந்த இவரைப் பற்றிய முழு விவரங்களையும் பதிவிட வேண்டும் என்பதால்.. திரைப்பட வாழ்க்கையையும் எழுதியுள்ளேன்.

தஞ்சை மாவட்டத்தில் திருவையாறு, சாலியமங்கலம் என்ற ஊரில் பஞ்சாபகேச ஐயர், மீனாட்சி ஆகியோருக்குப் பிறந்தவர் ராஜலட்சுமி. தந்தை அந்தக் கிராமத்தின் கர்ணமாகப் பொறுப்பு வகித்தவர். ராஜலட்சுமிக்கு எட்டு வயதிலேயே திருமணமாகி விட்டது. வரதட்சணைக் கொடுமையினால் பிறந்த வீட்டுக்கே திரும்பினார். பின்னர் ராஜலட்சுமியின் தந்தையும் இறந்துவிட்டதால் குடும்பம் வறுமையில் வாட்டியது. இதனால் விதவைத் தாயுடன் திருச்சி வந்து சேர்ந்தார். நாடகத்தந்தை சங்கரதாஸ் சுவாமிகள் அறிமுகம் இவருக்கு அங்கு கிடைத்தது.அப்போது திருச்சியில் சாமண்ணா நாடகக் கம்பெனியில் சேர்ந்து நடிக்க ஆரம்பித்தார். இவர் நடிகை ஆனபோது இவர் வயது 11.. அவர் நடித்த முதல் நாடகம் "பவளக்கொடி".

பின்னர் கே எஸ் செல்லாப்பாவிம் கம்பெனியில் சேர்ந்து நடித்தார்.அக்குழு பர்மா, இலங்கை போன்ற நாடுகளில் நாடகங்களை நடத்தினர்.

பின்னர் கன்னையா குழுவில் சேர்ந்து நடித்தார். அதன் பின்னர் எஸ் ஜி கிட்டப்பாவுடன், "ராமர் பட்டாபிஷேகம்",தியாகராஜ பாகவதருடன் "பவளக்கொடி" போன்ற நாடகங்களில் நடித்தார்..

தான் நடித்த நாடகங்கள் அனைத்திலும் தேச பக்திப் பாடல்களைப் பாடி மக்களின் வரவேற்பைப் பெற்றார். அதே போல கருநாடக இசைப் பாடல்களையும் பாடினார். இவர் பாடிய "இந்தியர்கள் நம்மவர்களுக்குள் ஏனோ வீண் சண்டை...", "இராட்டினமாம் காந்தி கைபாணமாம்..." போன்ற தேசபக்திப் பாடல்கள் மக்களிடையே வெகுவாகப் பிரபலமடைந்தன. தேச பக்திப் பாடல்களைப் பாடியதற்காகப் பிரிட்டிஷ் அரசால் கைது செய்யப்பட்டு, சில முறை சிறையும் சென்றிருக்கிறார்.

1917 இல் ஆர். நடராஜ முதலியார் தயாரித்த, தமிழ்த் திரைப்படவுலகின் முதல் மௌனப் படமான "கீசகவதம்" என்ற படத்தில் நடித்தார். அதையடுத்து நாடகங்களுக்கு முன்னுரிமை கொடுத்தார். 1929 இல், ஊமைப் படங்களைத் தயாரித்து வந்த ஜரைல் பிக்சர்ஸ் நிறுவனத்தின் ஏ. நாராயணன், ராஜலட்சுமியைத் தனது 'கோவலன்' எனும் ஊமைப்படத்தில், மாதவியாக நடிக்க வைத்தார். இது இவர் நடித்த இரண்டாவது ஊமைத் திரைப்படமாகும். இதனைத் தொடர்ந்து கே. சுப்பிரமணியத்தின் 'உஷா சுந்தரி', ராஜா சாண்டோவின் "இராஜேசுவரி" (1931) போன்ற சில ஊமைப்படங்களில் நடித்தார். அன்றில் இருந்து அவர் 'சினிமா ராணி' என்று புகழ்பெற்றிருந்தார்.

தமிழ் சினிமாவின் முதல் குறும்படத்தில் நடித்த பெருமையும் இராஜலட்சுமியையே சாரும். மும்பையைச் சேர்ந்த சாகர் மூவிடோன் தயாரித்த "குறத்தி பாட்டும் நடனமும்" என்ற அந்தக் குறும்படம் நான்கு சுற்றுக்களை மட்டுமே கொண்டது. இந்தப் படமும் 1931ல் தான் வெளியானது.

தமிழின் முதல் பேசும் படமான காளிதாஸ் இவர் நடித்து வெளிவந்த முதல் பேசும் திரைப்படம் ஆகும். இத்திரைப்படத்தைத் தயாரித்தவர் பம்பாய் இம்பீரியல் மூவி டோன் நிறுவனர் அர்தேஷிர் இரானி. இத்திரைப்படத்தில்

நடிப்பதற்காக கே. சுப்பிரமணியம் ராஜலட்சுமியைத் தேர்ந்தெடுத்து பம்பாய்க்கு அனுப்பினார். இத்திரைப்படம் 1931 அக்டோபர் 31 இல் சென்னையில் சினிமா சென்ட்ரல் என்ற திரையரங்கில் முதன்முதலில் திரையிடப்பட்டது. இப்படத்தில் ராஜலட்சுமி "காந்தியின் கைராட்டினமே" என்ற பாடல் உட்பட இரு பாடல்களும் பாடி, குறத்தி நடனமும் ஆடினார்.

காளிதாஸ் திரைப்படத்தைத் தொடர்ந்து ராஜலட்சுமி ராமாயணம் (1932) என்ற படத்தில் நடித்தார். இதில் சீதை, சூர்ப்பனகை என இரண்டு மாறுபட்ட பாத்திரங்களில் நடித்து ரசிகர்களைக் கவர்ந்தார். இக்கால கட்டத்திலேயே இவருக்கு, 'சினிமா ராணி' என்ற பட்டமும் வழங்கப்பட்டது. தொடர்ந்து, அரிச்சந்திரா, கோவலன், சத்தியவான் சாவித்திரி, உஷா சுந்தரி, ராஜேஸ்வரி, மதுரை வீரன் ஆகிய படங்களில் நடித்தார். 1933 இல் டி.பி. ராஜலட்சுமி நடித்து வெளிவந்த வள்ளி திருமணம் தமிழின் முதல் வெற்றிப்படம் ஆகும்.

அக்காலத்தில் அவருடன் சேர்ந்து நடித்த டி. வி. சுந்தரத்தைத் திருமணம் செய்து கொண்டார். இவர்கள் கல்கத்தாவில் சேர்ந்து வாழ்ந்தார்கள். அங்கே திரௌபதி,

அரிச்சந்திரா குலேபகாவலி போன்ற படங்களில் இணைந்து நடித்தார்கள். கல்கத்தாவில் இருந்து சென்னை திரும்பிய ராஜலட்சுமி ஸ்ரீராஜம் டாக்கீசு என்ற கம்பனியைத் தொடங்கி மிஸ் கமலா என்ற பெயரில் தானே கதைவசனம் எழுதிக் கதாநாயகியாக நடித்து, தயாரித்து, இயக்கி, வெளியிட்டார். இதன் மூலம் தமிழில் முதல் பெண் தயாரிப்பாளர் எனும் பெயரும் ராஜலட்சுமிக்குக் கிடைத்தது. இப்படம் 1936 இல் வெளிவந்து தோல்வி அடைந்தது. தொடர்ந்து மதுரை வீரன் (1938) படத்தை இயக்கினார்.

இவர் எழுதிய புதினங்கள் கமலவல்லி அல்லது டாக்டர் சந்திரசேகரன், விமலா சுந்தரி, வாஸந்திகா, உறையின் வாள், டி. பி. ராஜலட்சுமி இறுதிக் காலத்தில் பக்கவாதத்தினால் பாதிக்கப்பட்டு 1964 ஆம் ஆண்டில் இறந்தார்

31

கே சாரங்கபாணி

சாரங்கபாணி 1904 ஆம் ஆண்டு தஞ்சை மாவட்டம் கும்பகோணத்தில் பிறந்தார். இவரது பெற்றோர் சிவக்கொழுந்து மற்றும் ஜெகதாம்பாள்.

சாரங்கபாணி அவரது மூன்று சகோதரர்களான பெரிய ராஜண்ணா (கலைஞர்), தம்புசாமி (மிருதங்கம் வித்வான்), சின்ன ராஜண்ணா (நாதஸ்வர வித்வான்) மற்றும் அவரது சகோதரி அம்பாள் அம்மாள் ஆகியோரில் இளையவர்.

சாரங்கபாணி தையல்நாயகி என்பவரை மணந்தார். அவருக்கு மூன்று மகன்களும் ஒரு மகளும் இருந்தனர். சுதந்திர இயக்கத்தைப் பின்பற்றிய அவர், தனது குழந்தைகளுக்கு காந்தி பத்மன்பன், விஜயலக்ஷ்மி பண்டிட், பாஸ்கர படேல் மற்றும் சுபாஷ் சந்திர போஸ் என்று பெயர் சூட்டினார்.

இசை நிகழ்ச்சிகளில் ஈடுபடும் குடும்பத்தைச் சேர்ந்தவரான அவருக்கு கலைகள் மீதான காதல் அவரது மரபணுக்களில் இருந்தது. சாரங்கபாணி ஏழு வயதில் நாடக விளம்பர மாட்டு வண்டியின் பின்னால் அலைந்து திரிந்து ஜகன்னாத ஐயர் நிறுவனத்தில் சேர்ந்தார். இங்குதான் அவர் பாடவும், ஆடவும், நடிக்கவும் கற்றுக்கொண்டார். அவரது ஆரம்ப நாட்களில், அவர் பெரும்பாலும் "ஸ்திரி பார்ட்" ஒரு பெண் வேடத்தில் நடித்தார். பின்னர், அவர் பல்வேறு நாடகங்களில் நகைச்சுவை மற்றும் முக்கிய பாத்திரங்களில் நடிக்கத் தொடங்கினார்.

ஜகன்னாத ஐயர் நிறுவனத்தில் இருந்து இடம் பெயர்ந்து நவாப் ராஜமாணிக்யம் பிள்ளை நிறுவனத்தில் சேர்ந்தார். இந்நிறுவனம் பல்வேறு நாடகங்களை நிகழ்த்துவதற்காக

மாநிலத்தில் அனைத்து இடகளுக்கும் மற்றும் இலங்கைக்கும் பயணம் செய்தது. கோயம்புத்தூரில் தேவி பால வினோதா சங்கீத சபா நிகழ்ச்சியின் போது சாரங்கபாணி திரைப்படங்களில் தனது இடைவெளியைப் பெற்றார். சினிமாவில் தொடர்ந்து நடித்து வந்தாலும்ம் நாடகங்களில் நடிப்பதை நிறுத்தவில்லை.

சாரங்கபாணி பெரும்பாலான படங்களில் நகைச்சுவை நடிகராக நடித்திருந்தாலும், "ரம்பையின் காதல்" படத்தில் முக்கிய நட்சத்திரமாக இருந்தார். அந்தமான் கைதியில் , அந்தமான் கைதி (1952) போன்ற திரைப்படங்களிலும் சாரங்கபாணி சாமர்த்தியமாக வில்லன் வேடத்தில் நடித்தார் .

1984ஆம் ஆண்டு அமரர் ஆனார்

சாரங்கபாணி தீவிர காங்கிரஸ் கட்சியினராக இருந்தாலும் அனைத்து கட்சிகளிலும் நண்பர்கள் இருந்தார்கள்.

அறிஞர் அண்ணா புற்றுநோயால் பாதிக்கப்பட்டு அடையாறில் அனுமதிக்கப்பட்டபோது, சாரங்கபாணி தினமும் வந்து கொண்டிருந்தார். அண்ணாவின் பெயரில் பூஜை செய்து கோவிலுக்கு சென்று குங்குமத்தை பிரசாதமாக கொண்டு வந்து நெற்றியில் பூசுவார்.நாத்திகரான அண்ணா, தனது நட்புக்கு மரியாதை செலுத்தும் வகையில் நெற்றியில் இருந்து குங்குமத்தை அழிக்கமாட்டாராம்

32

சி எஸ் பாண்டியன்

சி.எஸ்.பாண்டியன் தமிழில் மிகச்சிறந்த நாடக மற்றும் திரைப்பட நகைச்சுவை நடிகர். . இவர் கலைவாணர் என்.எஸ்.கிருஷ்ணனின் நாடகப்பட்டறையில் பட்டைத் தீட்டப்பட்டவர்.

சிறு வயதிலேயே பாய்ஸ் கம்பெனியில் நடிக்கச் சேர்ந்தவர். 1935ஆம் ஆண்டு மதுரை பால கான சபாவில் நடிக்கச் சேர்ந்தார். ஒரு கட்டத்தில் இக்கம்பெனி மிகவும் நொடிந்துவிட்டது. அந்த சமயத்தில் இச்செய்தியைக் கேள்விப்பட்டு நொடித்த நிலையிலும் உடனடியாக சென்று விவரம் கேட்டு இக்கம்பெனியை விலைக்கு வாங்கினார் கலைவாணர். இக்கம்பெனி பின்னாளில் என்.எஸ்.கே.நாடக சபாவாக மாறியது

இவரை கலைவாணரின் நிழல் என்பார்கள் என் எஸ் கே நாடக சாபாவின் நாடகங்களில் நடித்துள்ளார்

பழைய கம்பெனியைச் சேர்ந்த இவர்களுக்கெல்லாம் மாதம் ரூ.15/ [பதினைந்து ரூபாய் மட்டும்] சம்பளமாகக் கொடுத்தார் கலைவாணர். அதுவரை சம்பளம் என்றால் என்ன என்பதையே அறிந்திராத இவர்களுக்கு அது ஒரு பெரிய அதிர்ஷ்டமாக இருந்தது.கலைவாணர் என்.எஸ்.கிருஷ்ணன் அந்த நாடகக் கம்பெனியை விலைக்கு வாங்கிய பிறகுதான் அனைவருக்கும் சம்பளம் நிருணயிக்கப்பட்டது. சிவாஜி கணேசன், காகா ராதாகிருஷ்ணன், எஸ்.எஸ்.சிவசூரியன், டி.பாலசுப்பிரமணியம், டி.வி.நாராயணசாமி, கே.பி.காமாட்சி, கே.ஆர்.ராமசாமி அவ்வளவு பேரும் அன்று கலைவாணர் நாடகக் குழுவில் இருந்தனர்.

சிவாஜிகணேசன், சி.எஸ்.பாண்டியன் இருவருக்கும் 15 ரூபாய் சம்பளம். இருவருமே முதல் மாத சம்பளத்தை வாங்கி, தங்கள் தாயாருக்கு அனுப்பிவிட்டனர். மறுநாள் கலைவாணர், அனைவரையும் அழைத்து, 'சம்பளப் பணத்தை என்னடா செய்தீர்கள்?" என்று கேட்கும் போது, ஒவ்வொருவரும் ஒவ்வொரு விதமாகச் செலவு செய்ததாகக் கூறினர்.

சிவாஜிகணேசன், சி.எஸ்.பாண்டியன் இருவரும் மட்டும் அம்மாவுக்கு அனுப்பியதாகக் கூறினர். அதைக் கேட்ட கலைவாணர் மனம் மகிழ்ந்து, அவர்கள் இருவருக்கும் மட்டும் 5 ரூபாய் சம்பள உயர்வு கொடுத்தார்.

திரும்பிப்பார், பைத்தியக்காரன் உட்பட 300க்கும் மேற்பட்ட திரைப்படங்களிலும் நடித்துள்ளார்

33

“சக்தி” கிருஷ்ணசாமி

டி. கே. கிருஷ்ணசாமி மார்ச் 11, 1913 ல் பிறந்தார். ஒரு தமிழ் எழுத்தாளர், பாடலாசிரியர் மற்றும் திரைக்கதை ஆசிரியர். 1950களில் தொடங்கி 70கள் வரை பல தமிழ்த் திரைப்படங்களுக்கு கதை, வசனம் எழுதினார். தமிழ்த் திரையுலகின் சிறந்த திரைக்கதை எழுத்தாளர்களுள் ஒருவராகக் கருதப்பட்டார்.

தனது எழுத்துப் பணியை நாடக ஆசிரியராகத் தொடங்கினார். சக்தி நாடக சபா என்ற நாடகக் கம்பனி ஒன்றை நடத்தி வந்தார். இதனால் “சக்தி” கிருஷ்ணசாமி என்று அழைக்கப்பட்டார். அதில் நடிகர்களாகப் பணிபுரிந் த சிவாஜி கணேசன், வி. கே. ராமசாமி, எம். என். நம்பியார் போன்ற நடிகர்கள் பிறகாலத்தில் திரைபடங்களிலும் வெற்றி பெற்றனர்.

1957ல் கிருஷ்ணசாமி சிவாஜி நாடக மன்றத்திற்காக வீரபாண்டிய கட்டபொம்மன் நாடகத்தை எழுதினார். சிவாஜி கணேசன் கட்டபொம்மனாக நடித்த இந்த நாடகம் மாபெரும் வெற்றி அடைந்தது. இதனைத் தொடர்ந்து அதனைத் திரைப்படமாக எடுக்க முடிவு செய்யப்பட்டது. ம. பொ. சிவஞானத்தின் ஆய்வின் அடிப்படையில் கிருஷ்ணசாமியே அதற்கும் கதை வசனம் எழுதினார். . அவரது அனல் பறக்கும் வசனங்கள் அப்படத்தின் வெற்றியில் பெரும் பங்கு வகித்தன. படத்தின் கதைவசனம் தனியே புத்தகமாகவும், ஒலி நாடாவாகவும் விற்பனையாகுமளவுக்கு மக்களிடையே வரவேற்பைப்பெற்றது. அடுத்த இருபது ஆண்டுகளுக்கு பல வெற்றிப்படங்களுக்கு திரைக்கதை வசனம் எழுதினார் கிருஷ்ணசாமி. இதைத் தவிர பலத் திரைப்படப் பாடல்களையும் எழுதியுள்ளார்.

34
எஸ் ஏ நடராஜன்

நடராஜனின் தந்தை அப்பாஜி செட்டியார் தாராபுரம் வட்டம் சோமனூத்து என்னும் ஊரைச் சேர்ந்தவர். நடராஜனுக்கு இரண்டு சகோதரர்களும், இரண்டு சகோதரிகளும் இருந்தார்கள். நடராஜனுக்கு எட்டு வயதாகும் போதே தந்தை இறந்து விட்டார். நடராஜன் வாளவாடி என்ற ஊரில் இருந்த அவரது பெரிய தாயாரான அம்முலம்மா என்பவரின் வளர்ப்புப் பிள்ளையாக 13 வயது வரை வளர்ந்தார். உடுமலைப்பேட்டையிலும், மேட்டுப்பாளையத்திலும் ஆறாம் வகுப்பு வரை கல்வி கற்றார்.

நடராஜன் சில காலம் தனது தமையனார் வீட்டில் வசித்து வந்த போது 1933ல் நவாப் இராஜமாணிக்கம் நாடக குழு, கோவை எடிசன் அரங்கில் நாடகங்களை நடத்தி வந்தது. அவர்களின் நாடகங்களைப் பார்த்து வந்த நடராஜனுக்கு நாடகங்களில் நடிக்கும் ஆசை ஏற்பட்டது. தாயாரின் அனுமதி இன்றி நாடகக் குழுவில் சேர்ந்தார். 1933ல் இவர்களது நாடகங்களில் நடிக்க ஆரம்பித்தார். பெரும்பாலான நாடகங்களில் இவர் பெண் வேடங்களிலேயே நடித்தார். 1939ல் கும்பகோணம் முகாமில் இன்பசாகரன் நாடகத்தில் எம். என். நம்பியாருக்குப் பதிலாக உத்தமபாதன் வேடத்தில் நடித்தார்.

நடராஜனுக்குத் திரைப்படங்களில் நடிக்கும் ஆசை வந்தது. இதனால் நாடகக் கம்பனியிலிருந்து விலகினார். ஆனாலும், திரைப்பட வாய்ப்பு கிடைக்கவில்லை. டி. கே. சம்பங்கி, பி. வி. எத்திராஜ் ஆகியோர் ஆரம்பித்த மங்களகான சபா,

எஸ். டி. சுத்தரத்தின் தமையனார் எஸ். டி. உலகு ஆரம்பித்த சேலம் பாய்ஸ் கம்பனி ஆகியவற்றில் சேர்ந்து சில காலம் நாடகங்களில் நடித்து வந்தார்

1950ல் வெளியான 'மந்திரிகுமாரி'யில் கதாநாயகன் எம்.ஜி.ஆரின் கதாபாத்திரத்தை மட்டுமல்ல, அந்தப் படத்தில் மொட்டை அடித்துக்கொண்டு ராஜகுருவாக மிரட்டிய எம்.என்.நம்பியாரையே தூக்கிச் சாப்பிட்ட வில்லன் வேடத்தை அந்தப் படத்தில் ஏற்று நடித்தவர் எஸ்.ஏ.நடராஜன்.

சிவாஜி கணேசனின் மனோகரா படங்களை நினைத்தால் எஸ்.ஏ. நடராஜனை நினைக்காமல் இருக்க முடியாது.

நாடக உலகிலிருந்து சினிமாவுக்குக் கிடைத்த நல்முத்து. இவர் எனலாம்

35

டி எஸ் துரைராஜ்

டி. எஸ். துரைராஜ் 1910 ஆம் ஆண்டு பிறந்தவர். 1940 1960 காலகட்டத்தில் நடித்த ஒரு மேடைநாடக, தமிழ்த் திரைப்பட நகைச்சுவை நடிகராவார்.தமிழ்த் திரைப்படங்களில் இயக்குனராகவும், தயாரிப்பாளராகவும் இருந்திருக்கிறார். கலைவாணர் என். எஸ். கிருஷ்ணனின் நகைச்சுவைக் கூட்டாளியாக பல படங்களில் நடித்துள்ளார்.

சிறுவயது முதலே நக்கலும் நையாண்டியுமாகப் பேசும் துரைராஜுக்கு இட்டுக்கட்டிப் பாட்டுப் பாடும் திறனும் இருந்தது. இதைக் கண்ட அவரது மைத்துனர், எம். கந்தசாமி முதலியார் நடத்திவந்த 'மதுரை ஒரிஜினல் பாய்ஸ் கம்பெனி'யில் சேர்த்துவிட்டார். 13 வயதில் நாடக கம்பெனியில் சேர்ந்த அவர், அங்கு வந்து சேர்ந்த எம்.ஜி. சக்கரபாணி, எம்.ஜி.ராமச்சந்திரன், காளி. என். ரத்னம், என்.எஸ்.கே. ஆகியோருக்கு நண்பர் ஆனார்.பிறகு, கலைவாணருடன் நெருங்கி நட்புகொண்டார். அவருடன் அதிக நாடகங்களில் நடித்தார்

மதுரையில் அப்போது சங்கரதாசு சுவாமிகள் தனது நாடகக் கம்பனியை ஆரம்பித்து நடத்தி வந்தார். பள்ளிப் படிப்பில் நாட்டமில்லாமல் இருந்த துரைராஜ் சங்கரதாஸ் சுவாமிகளின் நாடகக் கம்பனியில் சேர்ந்தார். இவருக்கு நிறையப் பாடும் சந்தர்ப்பங்கள் கொடுக்கப்பட்டன. கோமாளி, மற்றும் பெண்கள் வேடங்களிலும் நடித்து வந்தார்.

துரைராஜின் இரண்டாவது சகோதரிக்கு இலங்கையில் திருமணம் நடந்தது. சகோதரியுடன் இலங்கை சென்ற

துரைராஜ் அங்கு சிங்கள நாடகக் கம்பனி ஒன்றில் சேர்ந்து நாடகங்கள் நடித்தார். இரண்டாண்டுகளுக்குப் பின்னர் மதுரை திரும்பி மீண்டும் சங்கரதாசு சுவாமிகளின் கம்பனியில் இணைந்து நடித்தார்.

சில ஆண்டுகளில் அவர் அக்கம்பெனியில் இருந்து விலகி திருப்பூரில் "மதுரை ஒரிஜினல் மணி வாசக பால சபா" என்ற நாடகக் கம்பெனியைத் தொடங்கினார்.கோவை,திருப்பூர்,கேரளா ஆகிய இடங்களில் இவர்கள் நாடகங்களுக்கு நல்ல வரவேற்பு இருந்தது.ஆனாலும் கம்பெனிக்கு நஷ்டம் ஏற்பட்டதால் மூடப்பட்டது

பட்டுக்கோட்டையிலிருந்து தன்னைத் தேடி வந்த சுந்தரம் என்ற இளம் கவிஞனை 'சக்தி நாடக சபா'வில் சேர்த்துவிட்டார் துரைராஜ். பிறகு 'கலியுகம்' என்ற தனது நாடகத்தில் அவரை நடிகராக்கி அழகுபார்த்தார். அவர்தான் பின்னாட்களில் பாட்டுக் கோட்டையாக உயர்ந்து நின்ற பட்டுக்கோட்டை கல்யாண சுந்தரம்.

பின்னர் வேலுக்குட்டி நாயர் என்பவரின் மலையாள நாடகக் கம்பெனியில் சேர்ந்து நடித்தார்.

பிற்காலத்தில், சொந்தமாக திரைப்படங்களைத் தயாரித்தார்."பானை பிடித்த்வள் பாக்கியசாலி" என்ற படம் புகழ் பெற்ற படம்.அருமையான பாடல்களைக் கொண்டது

ஜூன் மாதம் 1986ஆம் ஆண்டி இரண்டாம் நாள் அமரர் ஆனார்

36

டி. வி. நாராயணசாமி

டி.கே.எஸ் குழுவினைச் சேர்ந்த நாராயணசாமி சிவலீலாவில் சிவபெருமானாக நடித்தார். ஏ. பி. நாகராஜன் பார்வதியாகவும், பின்னல் வலை வீசும் படலத்தில் கயற் கண்ணியாகவும் நடித்தார்.

நடிப்பிசைப் புலவர் கே. ஆர். இராமசாமி வடநாட்டு இசைப்புலவர் ஹேமநாதனாகவும், எட்டையபுரம் அரசர் கம்பெனி யிலிருந்த நன்றாகப் பாடும் திறமைப் பெற்ற சங்கரநாராயணன் பாணபத்திரராகவும், பிரண்டு இராமசாமி தருமியாகவும் நடித்தார்கள். நகைச் சுவைச் செல்வன் டி. என். சிவதாணு தொடக்க முதல் இறுதிவரைப் பல வேடங்களில் தோன்றிச் சபையோரைப் பரவசப்படுத்துவாராம்.

டி. வி. நாராயணசாமிக்குச் சிவபெருமான் வேடப்பொருத்தம் சிறப்பாக அமைந்தது. கம்பெனியில் சேர்ந்த தொடக்க நாளில் நாராயணசாமி துச்சாதனகை நடிப்பார். வீர அபிமன்யு நாடகத்தில் துச்சாதனனுக்கு வசனம் எதுவும் இல்லை. பேருக்கு ஒருவர் வேடம் புனைந்து நிற்க வேண்டியதுதான். அப்படி எண்ணித்தான் இவரை போட்டார்கள். ஆனால் துரியோதனாதியர் அனைவரையும் கட்டி நிறுத்தி இலக்கண குமாரனுக்கு ஐந்து குடுமிவைத்து, அரசாணிக் காலிலே கட்டும்நாடகத்தின் இறுதிக்கட்டத்தில் டி. வி.நாராயண சாமி அனைவரையும் திணறவைத்துவிட்டாராம்.

அதற்கு முன்பெல்லாம் இவ்வேடம் புனைந்த துச்சாதனார்கள் இடித்த புளி போல் நின்றுகொண்டிருப்பார்கள். அவர்கள் முகத்தில் எவ்வித உணர்ச்சியும்இராது. வார்த்தைகள்

எதுவுமில்லாத அந்தவேடத்திலேயே டி. வி. நாராயணசாமியின் நடிப்பாற்றல் ஷண்முகத்தைக் கவர்ந்தது. அதன் பிறகு அவருடைய திறமைக்கேற்றவாறு விரைவில் முன்னேறினார்.

இராமாயணத்தில் அவர் இலட்சு மணனாக நடித்தார்.. மந்திரி சுமந்திரர், தந்தைக்குச் சொல்ல வேண்டிய செய்தி ஏதேனும் உண்டா?' என்று கேட்கும் நேரத்தில், அது யாரவன் எனக்குத் தந்தை?' என்று கண்களில் கோபக் கனல் தெறிக்கக் கூறி, கம்பன் பாடியுள்ள மூன்று பாடல்களை ஆவேசத்தோடு முழக்கும் அவரது ஆற்றல் மிக்க நடிப்பு, அவையோரை மட்டு மல்ல; மேடையில் அவரோடு இராமராக நடிக்கும் ஷன்முகத்தையும் மெய்சிலிர்க்க வைக்குமாம்..

சிவலீலாவில் சிவபெருமாகை நின்று பார்வதி, முருகன், நந்திதேவர் முதலியோருக்கு அவர் சாபம் கொடுக்கும் கட்டம், பார்த்து மகிழ வேண்டிய அருமையான காட்சியாய் இருக்குமாம்.

நாடக முன்னோடிகளில் இவரும் ஒருவர் என்பதில் மாற்றுக் கருத்து இருக்க முடியாது

37

டி ஆர் மகாலிங்கம்

பாய்ஸ் நாடகக் கம்பனியில் எஸ். ஜி. கிட்டப்பாவின் வாரிசு எனப் புகழடைந்திருந்த மகாலிங்கம் நடித்த முதல் படம் சதி முரளி...அப்போது அவருக்கு ஏழு அல்லது எட்டு வயதுதான் இருக்கும்

அவருடன் அன்றைய சிறுமியான எஸ்.வரலட்சுமி, தோழனாக சட்டாம் பிள்ளை வெங்கடராமன் ஆகியோர் நடித்திருந்தனர். . 12 ஆவது வயதில் மகாலிங்கம் ஒரு நாடகத்தில் நடித்த போது அவரின் பாட்டை கேட்ட ஏ. வி. மெய்யப்பச் செட்டியார் தனது 'நந்தகுமார் படத்தில்' நடிக்க அவருக்கு சந்தர்ப்பம் அளித்தரர்.

டி.ஆர்.மகாலிங்கம் மாபெரும் இசை கலைஞராக, நாடக நடிகராக இருந்து பின்னர் சினிமா நடிகர் ஆனவர். சினிமாவில் புகழின் உச்சியை தொட்டபோது அவருக்கும் சொந்தமாக படம் தயாரிக்கும் ஆசை வந்தது. ...

மோகனசுந்தரம், சின்னதுரை, மச்ச ரேகை, தெருப்பாடகன், விளையாட்டு பொம்மை என்று வரிசையாக படங்கள் தயாரித்தார்.அத்தனை படங்களும் தோல்வி அடைந்தது. சினிமாவில் சம்பாதித்த பணம் அனைத்தையும் இழந்தார். சினிமாவில் அவரது ஆதரவுடன் வளர்ந்த பலர் அவரைக் கைவிட்டனர். அந்தக் கோபத்தில், 'சென்னையும் வேண்டாம், சினிமாவும் வேண்டாம்' என்று தன் சொந்த ஊருக்கு திரும்பினார் மகாலிங்கம்....

அதன் பிறகு நாடகங்களில் கவனம் செலுத்தினார். மாதத்திற்கு 25 நாடகங்கள் நடத்தினார். சினிமாவில் இழந்த அனைத்தையும் நாடகத்தில் மீட்டார்.

மதுரையில் நாடகம் நடத்திக் கொண்டிருந்த டி.ஆர்.மகாலிங்கத்தை, கவியரசர் மீண்டும் சினிமாவுக்கு அழைத்துச் சென்று மாலையிட்ட மங்கை படத்தில் நடிக்க வைத்தார். அந்தப் படம் பெரிய வெற்றி பெற்றது.

அதன் பிறகு சினிமா வாய்ப்புகள் குவிந்தன. என்றாலும் நாடகத்திலும், இசை கச்சேரிகளிலுமே ஆர்வம் காட்டினார்.

திருவிளையாடல், அகத்தியர், திருநீலகண்டர், ராஜராஜசோழன் உள்ளிட்ட தேடி வந்த சில படங்களில் மட்டும் நடித்தார்.. வள்ளி திருமணம், பவளக்கொடி, நந்தனார் ஆகியவை இவரது வெற்றி நாடகங்கள் ஆகும். 1978 ஏப்ரல் 21 அன்று மாலையில் கோவை தண்டு மாரியம்மன் கோவில் கச்சேரியில் பாட வேண்டும். இதற்காக அவர் தன்னை தயார் செய்து கொண்டிருந்தபோது திடீர் நெஞ்சுவலி ஏற்பட்டு மரணம் அடைந்தார். அப்போது அவருக்கு வயது 42.. சினிமா விரும்பி விரும்பி அழைத்தபோதும் அதை மறுத்து நாடகத்தில் வென்று காட்டியவர் டி.ஆர்.மகாலிங்கம்....

38

எஸ் வி சுப்பையா

1920 ஆம் ஆண்டு பிறந்தவர், இவர் மேடை நடிகரும், திரைப்பட நடிகரும் ஆவார்.

தமிழ்நாட்டின் அப்போதைய திருநெல்வேலி மாவட்டத்தின் ஒரு பகுதியாக இருந்த செங்கோட்டையைச் சேர்ந்தவர் சுப்பையா. ஐந்தாம் வகுப்புவரை படித்தவர் நடிப்பில் ஆர்வம் மேலிட, 'செங்கோட்டை ஆனந்த சக்திவேல் பரமானந்த பாய்ஸ் கம்பெனி' யில் 11வது வயதில் சேர்க்கப்பட்டார். பின்னர், பாலசண்முகானந்தா சபை மற்றும் சக்தி நாடகசபா போன்ற நாடக குழுக்களில் இணைந்து நடித்தார். சக்தி நாடக சபாவில், கவிஞர் எஸ். டி. சுந்தரம் எழுதிய 'கவியின் கனவு' நாடகத்தில் மகாகவி ஆனந்தனாக நடித்தார். இது இவருக்கு தமிழ் படங்களில் நுழைய வழி வகுத்தது.

'கப்பலோட்டிய தமிழன்' படத்தில் சிவாஜிகணேசன் வ.உ.சிதம்பரனாராக நடிக்க, எஸ்.வி.சுப்பையா மகாகவி பாரதியாராக நடித்தார். இந்தக் கதாபாத்திரம் சுப்பையாவுக்கு பெறும் புகழை பெற்றுத்தந்தது.

நாடக கலைஞராக அறிமுகமாகி அசைக்கமுடியாத குணச்சித்திர நடிகராக வலம் வந்த சுப்பையா 1980 ஆம் ஆண்டு தனது 60ஆவது வயதில் காலமானார்.

39

சிவாஜி கணேசன்

சிவாஜி கணேசனின் பூர்வீகம் தஞ்சை மாவட்டத்தில் உள்ள வேட்டைத்திடல் என்ற கிராமம். இது மிகவும் செழிப்பானது. அவருடைய தந்தை சின்னையா மன்றாயரின் குடும்பம் அங்குதான் வசித்தது. தாயார் பெயர் ராஜாமணி அம்மாள்.

சிவாஜியின் தந்தை சின்னையா மன்றாயர், சுதந்திரப் போராட்டத்தில் ஈடுபாடு கொண்டவர்.

சுதந்திரப் போராட்டத்தில் ஈடுபட்ட இளைஞர்கள் சிலர், தீவரவாத எண்ணம் கொண்டவர்கள். "அகிம்சை மூலம் வெள்ளையர்களைப் பணிய வைக்க முடியாது. துப்பாக்கி ஏந்தினால்தான், நாட்டைவிட்டு ஓடுவான்" என்ற நேதாஜியின் கொள்கையை கடைபிடிப்பவர்கள். அப்போதெல்லாம், ஒரு காரியத்தை நடத்துவது யார் என்று திருவுளச்சீட்டு போட்டுப்பார்ப்பார்கள். "ஆஷ் துரையை சுட்டுக்கொல்வது யார்?" என்று தீவிரவாத இளைஞர்கள் சீட்டு போட்டு பார்த்தபோது, வாஞ்சிநாதன் பெயர் வந்தது. அதனால், அவர், மணியாச்சி ஜங்ஷனில் ஆஷ்துரையை சுட்டுக்கொன்று விட்டு தன்னைத்தானே சுட்டுக்கொண்டு, தற்கொலை செய்து கொண்டார். இதேபோல, வெள்ளைக்கார சிப்பாய்கள் செல்லும் ரெயிலுக்கு யார் வெடி வைப்பது என்று, சின்னையாமன்றாயரும் அவர் நண்பர்களும் திருவுளச் சீட்டு போட்டுப்பார்த்தார்கள். அதில் சின்னையாவின் பெயர் வந்தது. அதனால் ரெயிலுக்கு அவர் வெடி வைத்தார். போலீசார் இதைப்பார்த்துவிட்டார்கள். அவரை துரத்திச் சென்றார்கள். சின்னையா தப்பி ஓடும்போது, அவரை நோக்கி

போலீசார் சுட்டனர். சின்னையா கீழே விழுந்தார். போலீசார் அவரை சூழ்ந்து கொண்டு தடியால் தாக்கினர். சின்னையா தலையில் பலத்த காயம் அடைந்தார்.

அவரை கைது செய்து, வேலூருக்கு கொண்டுபோய், ஆஸ்பத்திரியில் சேர்த்தனர். போலீஸ் காவலுடன் சிகிச்சை பெற்றார். அவர் குணம் அடைந்த போதிலும், காது சரியாகக் கேட்கமுடியாமல் போய்விட்டது. சின்னையா மன்றாயர் கைது செய்யப்பட்ட அதே நாளில்தான் சிவாஜி பிறந்தார்!

ரெயிலுக்கு வெடி வைத்ததாக சின்னையா மன்றாயர் மீது வழக்கு தொடரப்பட்டது. அதில் அவருக்கு 7 ஆண்டு ஜெயில் தண்டனை விதிக்கப்பட்டது. சிவாஜிக்கு திருஞான சம்பந்த மூர்த்தி, கனக சபாநாதன், தங்கவேலன் என்று மூன்று அண்ணன்கள். சிவாஜிக்கு சூட்டப்பட்ட பெயர் கணேசமூர்த்தி .தம்பி சண்முகம், தங்கை பத்மாவதி

சிறையில் இருந்த சின்னையா மன்றாயர், நல்ல மெக்கானிக் என்பதால் சிறையில் மின்சாரம் சம்பந்தப்பட்ட வேலைகளை செய்வது, தண்ணீர் டாங்க்கை பழுது பார்ப்பது போன்றவற்றை செய்து, சிறை அதிகாரிகளிடம் நல்ல பெயர் வாங்கினார். எனவே நன்னடத்தைக்காக, 7 வருட தண்டனை 4 ஆண்டு தண்டனையாகக் குறைக்கப்பட்டு, விடுதலை செய்யப்பட்டார்.

விடுதலையாகி வீடு திரும்பினார், சின்னையா மன்றாயர். அப்போது சிவாஜிக்கு 4 வயது. “இவர்தான் உன் அப்பா" என்று, தன் கணவரைக் காண்பித்தார், ராஜாமணி அம்மாள். கண்களில் கண்ணீர் வழிய, தந்தையைக் கட்டித் தழுவிக் கொண்டார், 7 வயதில் நாடகக் கம்பெனியில் சேர்ந்தார், சிவாஜி சிவாஜி கணேசன், 7வது வயதிலேயே நாடகக் கம்பெனியில் சேர்ந்து நடிகரானார்.பள்ளிக்கூடத்தில்படிக்கும்போதே, சிவாஜிக்கநடிப்பதிலும், பாடுவதிலும் ஆர்வம் இருந்தது.

ஒருமுறை, “வீரபாண்டிய கட்டபொம்மன்" நாடகத்தைப் பார்க்க தந்தையுடன் சென்றார். அக்காலத்தில், சின்ன வேடங்களுக்கு ஆட்கள் தேவைப்பட்டால், நாடகத்துக்கு வரும் சிறுவர்களில் சிலரை அழைத்துப் போய், மேடையில் ஏற்றி விடுவார்கள்.“கட்டபொம்மன்" நாடகத்தில், வெள்ளைக்கார சிப்பாய் வேடத்தில் நடிக்க சிலர் தேவைப்பட்டதால், சிவாஜியை நாடகக்காரர்கள் அழைத்துச் சென்றுவிட்டார்கள். வெள்ளைக்கார சிப்பாய்கள் அணிவகுத்து வரும் காட்சியில்,

அந்த சிப்பாய்களில் ஒருவராக சிவாஜியும் நடந்து வந்தார். நாடகம் முடிந்து வீட்டுக்குச் சென்றதும், சிவாஜிக்கு அவர் அப்பாவிடம் உதை கிடைத்தது! ஏனென்றால் தேசியவாதியான சின்னையா மன்றாயருக்கு வெள்ளைக்காரர்கள் என்றாலே பிடிக்காது. சிவாஜி, வெள்ளைக்கார சிப்பாய் வேடம் போட்டதால், அவருக்கு அளவு கடந்த கோபம்! "டேய், கூத்தாடிப் பயலே! உனக்கு என்ன தைரியம் இருந்தால், என் எதிரியின் படையில் சேர்ந்து கூத்தாடுவாய்!" என்று கூறியபடி அடித்தார். இதனால் சிவாஜிக்கு காய்ச்சல் வந்துவிட்டது. படுக்கையில் போய் விழுந்தார். "நாமும் நடிகனாக வேண்டும். கட்டபொம்மனாக நடிக்க வேண்டும்" என்ற எண்ணம், மனதில் ஆழமாகப் பதிந்தது.

இந்த நேரத்தில், யதார்த்தம் பொன்னுசாமிப்பிள்ளையின் "மதுரை ஸ்ரீபாலகான சபா" என்ற நாடகக்கம்பெனி திருச்சியில் முகாமிட்டு நாடகங்கள் நடத்தி வந்தது. (யதார்த்தம் பொன்னுசாமிபிள்ளை, என்.எஸ்.கிருஷ்ணன் நடித்த பெரும்பாலான படங்களில் அவருடன் நடித்தவர். பிற்காலத்தில் சிவாஜி நடித்த "தூக்கு தூக்கி"யில், வாத்தியாராக நடித்தவர்.) இந்த நாடகக் குழுவில் சேர்ந்து விடவேண்டும் என்று சிவாஜி விரும்பினார். நாடகக் குழுவினர், திருச்சியில் நாடகங்கள் நடத்தி முடித்துவிட்டு, வெளியூருக்கு செல்ல ஏற்பாடுகள் செய்து கொண்டிருந்தனர். நாடகக் கம்பெனிக்கு சிவாஜி சென்றார். "எனக்கு பாடத்தெரியும். ஆடத்தெரியும். நான் அப்பா அம்மா இல்லாத அனாதை. நாடகத்தில் சேர்த்துக் கொள்ளுங்கள்" என்று கூறினார். அப்போது சிவாஜி நன்றாகப் பாடும் அளவுக்கு பயிற்சி பெற்றிருந்தார். அவரை ஒரு பாட்டு பாடச் சொன்னார்கள். "பழனிவேல் இது தஞ்சம்" என்ற பாடலை சிவாஜி பாடினார். நாடகக் கம்பெனிக்காரர்களுக்குப் பிடித்துவிட்டது. உடனே கம்பெனியில் சேர்த்துக் கொண்டார்கள்.

அப்போது, அந்தக் கம்பெனியில் காக்கா ராதாகிருஷ்ணனும் நடிகராக இருந்தார். அவர், சிவாஜியின் பக்கத்து வீட்டுக்காரர். சிவாஜியைப் பார்த்த அவருக்கு ஒரே ஆச்சரியம்.

"இங்கே எப்படியடா வந்தாய், கணேசா!" என்று கேட்டார். "நான் வீட்டுக்கு தெரியாமல் இந்த கம்பெனியில் வந்து சேர்ந்துவிட்டேன். வெளியே யாரிடமும் சொல்லிவிடாதே" என்று சிவாஜி கேட்டுக்கொண்டார். நாடகக் கம்பெனி, திருச்சியில் இருந்து திண்டுக் கல்லுக்கு சென்று முகாமிட்டது.

அந்த நாடகக் கம்பெனியில், புது நடிகர்களுக்கு பயிற்சி அளிக்கும் வாத்தியாராக சின்ன பொன்னுசாமி படையாச்சி என்பவர் இருந்தார். இவர்தான், சிவாஜி கணேசனுக்கு நடிப்புப் பயிற்சி அளித்தார்."சின்ன பொன்னுசாமிதான் என் நாடக குரு" என்று சிவாஜி குறிப்பிட்டுள்ளார்.

சிவாஜி நடித்த முதல் நாடகம் "ராமாயணம்" அதில் அவர் போட்ட வேடம் சீதை. "யாரென இந்தப் புருஷனை அறிகிலேன்" என்ற பாட்டைப்பாடி, அதற்கு ஏற்ற மாதிரி ஆட்டம் ஆடி நடித்தார். முதல் நாளே சிறப்பாக நடித்தார், சிவாஜி. வேஷத்தை கலைத்து உள்ளே சென்றபோது, வாத்தியார் பொன்னுசாமி அவர் முதுகில் தட்டிக்கொடுத்து, "மிகவும் நன்றாக நடித்தாய்" என்று பாராட்டினார். நாட்கள் ஆக ஆக, புதுப்புது வேடங்களை ஏற்று நடித்தார், சிவாஜி. சீதை வேஷம் போட்ட அவர், பிறகு பரதன் வேடம் போட்டார். சூர்ப்பனகை அழகியாக மாறி ராமனை மயக்கும் கட்டத்தில், அந்த அழகு சூர்ப்பனகையாக நடித்தார். ராவணனின் மகன் இந்திரஜித் வேடமும் அவருக்கு கிடைத்தது. இப்படி, சிறுவனாக நாடகங்களில் நடித்தபோதே, மாறுபட்ட வேடங்களில் நடிக்கும் ஆற்றலைப் பெற்றார்.

பல்வேறு நாடக வசனங்கள் அவருக்கு மனப்பாடம். எனவே, திடீரென்று எந்த வேடத்தையும் கொடுத்து நடிக்கச் சொன்னாலும், அவர் ஏற்று நடித்தார்.அந்தக் காலத்தில், நாடகத்தில் நடிக்கும் சிறுவர்கள் வெளியே எங்கேயும் போக முடியாது. கம்பெனியின் வீட்டிலேயே அடைந்து கிடக்க வேண்டும். "சிறை" வைக்கப்பட்டது மாதிரிதான். "ஊருக்கு வா" என்று பெற்றோர் கடிதம் எழுதினால், அதை பையன்களிடம் கொடுக்கமாட்டார்கள். கடிதங்களைப்பிரித்து படித்துப்பார்த்துவிட்டு, கொடுக்கக்கூடியதாக இருந்தால் மட்டும் கொடுப்பார்கள்.

ஒரு முறை காக்கா ராதாகிருஷ்ணன் கெஞ்சிக் கூத்தாடி, எப்படியோ அனுமதி பெற்று ஊருக்கு போய்விட்டு வந்தார். "என்ன ராதாகிருஷ்ணா! என் வீட்டுக்குப் போனாயா? எல்லோரும் சவுக்கியமா?" என்று சிவாஜி விசாரித்தார். "எல்லோரும் நன்றாகத்தான் இருக்கிறார்கள். ஆனால் உனக்கு ஒரு துயரச்செய்தி கணேசா!" என்று கூறினார், ராதாகிருஷ்ணன். "என்ன?" என்று பதற்றத்துடன் சிவாஜி கேட்க, "உன் அண்ணன் திருஞான சம்பந்தமூர்த்தி

இறந்துவிட்டார்" என்று கூறினார், காக்கா ராதாகிருஷ்ணன். சிவாஜி பதறினார். உள்ளே சென்று தனியாக அழுதார். ஊருக்குப் போய்வர கம்பெனி நிர்வாகிகளிடம் அனுமதி கேட்டார். அவர்கள் அனுதாபம் தெரிவித்தார்களே தவிர, அனுமதி தரவில்லை. சில காலத்துக்குப் பிறகு, சிவாஜியின் இன்னொரு அண்ணன் கனகசபாநாதனும் இறந்துபோனார். அப்போதும் சிவாஜி தன் வீட்டுக்குப் போக முடியவில்லை. முக்கிய வேடங்களில் அவர் நடித்து வந்ததால், ஒரு நாள் கூட விடுமுறை கொடுக்க நாடகக் கம்பெனி நிர்வாகிகள் மறுத்துவிட்டனர்.

5 ஆண்டுகளுக்குப்பின் பெற்றோரை சந்தித்தார், சிவாஜி எம்.ஆர். ராதா நாடகக்குழுவில் சேர்ந்தார் பொதுவாக, நாடகங்களில் தொடர்ந்து பெண் வேடம் போடும் சிறுவர்கள் நடப்பது, பேசுவது எல்லாம் பெண்கள் போலவே மாறி விடுவது உண்டு.ஆனால், சிவாஜிகணேசன் பெண் வேடம் மட்டும் அல்லாமல் ஆண் வேடங்களும், மாறுபட்ட வேடங்களும் ஏற்று நடித்தார். அதனால் எதிர்காலத்தில் எந்த வேடம் கொடுத்தாலும், அதை சிறப்பாக செய்யக்கூடிய ஆற்றலைப் பெற்றார்.எம்.ஆர்.ராதா சிவாஜி நடித்து வந்த நாடகக் கம்பெனியில், எம்.ஆர்.ராதாவும் நடிகராக சேர்ந்தார். "பதிபக்தி" நாடகத்தில் சிவாஜி, சரஸ்வதி என்ற பெண் வேடத்தில் நடிப்பார். எம்.ஆர்.ராதா வில்லனாக நடிப்பார்.

"நாடகத்துறையில் ராதா அண்ணனுக்கு எல்லா வேலைகளும் தெரியும். அவர் ஒரு ஜீனியஸ். எலெக்ட்ரிக் வேலைகளும் செய்வார். காமெடி தெரியும். ஹீரோவாக நடிப்பார். வில்லனாக நடிப்பார். எல்லாவிதமான ரோல்களிலும் நடிப்பார்" என்று சிவாஜி கூறியுள்ளார்.

சிவாஜிகணேசன் நாடகக் குழுவினர் கோவைக்கு சென்ற போது, அங்கே உள்ள ஸ்டுடியோவில் கலைவாணர் என்.எஸ். கிருஷ்ணன் "சந்திரஹரி" என்ற நகைச்சுவை திரைப்படத்தைத் தயாரித்துக் கொண்டிருந்தார். அதில் என்.எஸ்.கே.யின் மகனாக காமெடி வேடத்தில் நடிப்பதற்கு ஒரு பையன் தேவைப்பட்டான். படக்கம்பெனியைப் சேர்ந்தவர்கள், சிவாஜியையும், காக்கா ராதாகிருஷ்ணனையும் அழைத்துச் சென்றனர். இந்த இருவரில் அவர்கள் தேர்வு செய்தது, காக்கா ராதாகிருஷ்ணனைத்தான். "காக்கா ராதாகிருஷ்ணனுக்குத்தான், இயற்கையாகவே காமெடியான

முகம் இருக்கிறது" என்று அவர்கள் கூறினார்கள். சிவாஜி கணேசனை, நாடகக்கம்பெனியில் கொண்டு போய் விட்டுவிட்டார்கள்.

சிவாஜிக்கு 12 வயதான போது, நாடகக் குழுவினர் கோவையில் இருந்து பொள்ளாச்சிக்கு சென்று முகாமிட்டனர். சிவாஜிக்கு பெற்றோரை பார்க்கவேண்டும் என்று ஆவல் அதிகரித்தது. "தீபாவளிக்காவது என்னை ஊருக்கு அனுப்பி வையுங்கள்" என்று கம்பெனி நிர்வாகிகளிடம் கெஞ்சினார். அவர்கள் மனம் இரங்கி, சிவாஜியை அனுப்பி வைத்தனர். வீட்டுக்குப்போனதும், சிவாஜி முதலில் பார்த்தது தம்பி சண்முகத்தையும், தங்கை பத்மாவதியையும்தான். சிவாஜிகணேசன் குடும்பத்தைப் பிரிந்து நாடகக் கம்பெனியில் சேர்ந்தபோது, 3 அண்ணன்கள் மட்டுமே இருந்தனர். அவர்களில் 2 பேர் இறந்து போய்விட்டார்கள். தான் நாடகக்கம்பெனில் சேர்ந்த பிறகு பிறந்த தம்பி சண்முகத்தையும், தங்கை பத்மாவதியையும் அப்போதுதான் முதன் முதலாக சிவாஜி பார்த்தார். பாசத்தோடு தழுவிக்கொண்டார். பல ஆண்டுகளுக்குப் பின் சிவாஜியைப் பார்த்த தாயார் ராஜாமணி அம்மாள் கண்ணீர்விட்டு அழுதார்.பிறகு தந்தையையும், அண்ணனையும் சிவாஜி சந்தித்தார். சிறிது நேரம் அவர்களால் பேசவே முடிவில்லை. அந்த தீபாவளியை பெற்றோருடனும், அண்ணன், தம்பி, தங்கையுடனும் கொண்டாடி மகிழ்ந்தார்,

சிவாஜி.

சில நாட்கள் குடும்பத்துடன் தங்கியிருந்தார், சிவாஜி. ஒரு நாள் எம்.ஆர்.ராதா அங்கு வந்தார். "சில நாட்கள் உங்கள் வீட்டில் தங்கப்போகிறேன்" என்றார். "என்ன அண்ணே விசேஷம்?" என்று சிவாஜி விசாரித்தார். "நான் பொன்னுசாமி பிள்ளை கம்பெனியில் இருந்து விலகி விட்டேன். சொந்தமாக நாடகக் கம்பெனி ஆரம்பிக்கப்போகிறேன். நீயும் அதில் சேரவேண்டும்" என்றார். சிவாஜிக்கு குழப்பமாகிவிட்டது. தனக்கு ஆதரவு தந்து, நடிப்பு கற்றுக்கொடுத்த கம்பெனியை விட்டுவிலகுவதா என்று யோசித்தார். அதே சமயம் ராதாவின் பேச்சை தட்டவும் முடியவில்லை. நீண்ட மனப்போராட்டத்துக்குப் பின் ராதாவுடன் செல்ல முடிவு செய்தார். இதுபற்றி தன் தாயாரிடம் கூறினார். "ஏம்பா! பழைய கம்பெனியை விட்டு போகிறேன் என்கிறாயே. சரியாக இருக்குமா?" என்று தாயார் கேட்டார். "நான் ராதா அண்ணனை நம்புகிறேன். அண்ணன் ஏதாவது நல்லது செய்வார்" என்றார் சிவாஜி.எம்.ஆர்.ராதாவும், "நான் பையனை மெட்ராசுக்குக் கூட்டிக் கொண்டு போகிறேன். கட்டாயம் நல்ல எதிர்காலம் ஏற்படுத்திக் கொடுப்பேன்" என்று ராஜாமணி அம்மாளிடம் கூறினார்.ராதாவுடன் சென்னைக்குப் புறப்பட்டார், சிவாஜி. அவர் சென்னையைப் பார்ப்பது அதுதான் முதல் தடவை. சென்னை ஜார்ஜ் டவுனில், தனக்குத் தெரிந்த ஒருவர் வீட்டில் சிவாஜியை தங்க வைத்தார், ராதா. நாடகக் கம்பெனிக்கான உடைகள், சீன்கள் போன்றவற்றை சேகரித்தார்.சிவாஜியை ஒரு நாள் ரிக்ஷாவில் ஏற்றி, ஊரைச் சுற்றிப்பார்த் துவிட்டு வருமாறு அனுப்பினார். சிவாஜிஅதிசயத்தோடு சென்னையைச் சுற்றிப்பார்த்தார்.

"சரஸ்வதி கான சபா" என்ற பெயரில் நாடகக் கம்பெனியைத் தொடங்க ராதா முடிவு செய்தார். நாடக சாமான்களுடன் ஈரோடு சென்றார். அங்கு "லட்சுமி காந்தன்", "விமலா அல்லது விதவையின் கண்ணீர்" ஆகிய நாடகங்களை நடத்தலானார்.திராவிட கழகத்தலைவர் ஈ.வெ.ரா. பெரியாரின் வீட்டுக்குப் பக்கத்தில்தான் ராதாவின் நாடகக் கம்பெனி இருந்தது. பெரியார் வீட்டுக்கு பேரறிஞர் அண்ணா, ஈ.வெ.கி.சம்பத் ஆகியோர் அடிக்கடி வருவார்கள். அவர்களுடன் சிவாஜிக்கு அறிமுகம் ஏற்பட்டது. பெரியார் கொள்கைகளில் ஈடுபாடு கொண்டார். ராதாவின் நாடகக் கம்பெனி ஈரோட்டில் இருந்து பொள்ளாச்சிக்கு சென்றது.

அப்போது, ராதாவுக்கும், அவருடைய பங்குதாரர்களுக்கும் தகராறு ஏற்பட்டது. நாடக சாமான்களுக்கு அவர்கள்தான் முதலீடு செய்திருந்தார்கள். எனவே, நாடகக் கம்பெனியை பங்குதாரர்களிடம் ஒப்படைத்துவிட்டு ராதா சென்னைக்கு சென்றுவிட்டார். நாடகக் கம்பெனியில் தொடர்ந்து நடிக்க வேண்டிய கட்டாயத்தில் சிவாஜி இருந்தார். நாடகக் கம்பெனி, கேரளாவுக்குச் சென்றுபாலக்காட்டில் முகாமிட்டது. சிறு வேடங்களில் நடித்து வந்த சிவாஜி, "மனோகரா" நாடகத்தில் கதாநாயகனாக மனோகரனாக நடித்தார். இந்த நாடகத்தை கொல்லங்கோடு மகாராஜா ஒரு நாள் பார்த்தார். சிவாஜியின் நடிப்பைப் பாராட்டி, வெள்ளித்தட்டு ஒன்றை பரிசளித்தார்.

சிவாஜிகணேசன் நடித்துக்கொண்டிருந்த "சரஸ்வதிகான சபா" கொல்லங்கோட்டில் முகாமிட்டிருந்தபோது, குறுகிய காலம் அவர் நாடக உலகைவிட்டு விலகி இருக்க நேர்ந்தது.

நாடகக் கம்பெனியில் நடித்துக்கொண்டிருந்த தங்கவேலு என்ற நடிகர் சிவாஜியின் நெருங்கிய நண்பர். இவரும் திருச்சியை சேர்ந்தவர். அவரைப் பார்க்க அவர் தாயார் வந்திருந்தார். நாடகக் கம்பெனியில் மகன் கஷ்டப்படுவதைப் பார்க்க சகிக்காத அந்த அம்மாள், மகனை வீட்டுக்குக் அழைத்துக்கொண்டு போய்விடத் தீர்மானித்தார்.

"கணேசா! நீயும் என்னுடன் வந்துவிடு" என்று தங்கவேலு அழைத்தார். சிவாஜிக்கும் ஒரு மாறுதல் தேவைப்பட்டது. எனவே, நண்பனுடன் கிளம்பத் தயாரானார். தங்கவேலுவின் உறவினர்கள் பொள்ளாச்சியில் இருந்தார்கள். அங்கு சென்று, அவர்களிடம் உதவி பெற்றுக்கொண்டு, திருச்சிக்குப் போக முடிவு செய்தார்கள். கொல்லங்கோட்டில் இருந்து பொள்ளாச்சிக்கு நடந்தே சென்றார்கள். காட்டுப்பாதையில் 40 மைல் நடக்க வேண்டும். வழியில் பலத்த மழை பிடித்துக்கொண்டது. மழையில் நனைந்து கொண்டே சென்றார்கள். வழியில், "ஐயோ" என்று தங்கவேலு அலறினார். சிவாஜி திரும்பிப்பார்த்தார். தங்கவேலுவின் கால் அருகே ஒரு பாம்பு நெளிந்து போய்க்கொண்டு இருந்தது. தங்கவேலுவை பாம்பு கடித்துவிட்டது என்பதை சிவாஜி உணர்ந்து கொண்டார். அலறிக்கொண்டிருந்த தங்கவேலுவை தூக்கி தோளில் போட்டுக் கொண்டார். தங்கவேலுவின் தாயாரையும் அழைத்துக்கொண்டு, ஓட்டமும் நடையுமாக அருகில் உள்ள ஒரு கிராமத்தை அடைந்தார். அங்குள்ளவர்கள், வைத்தியரை அழைத்து,

தங்கவேலுவுக்கு தகுந்த சிகிச்சை அளித்தார்கள். தங்கவேலு பிழைத்துக்கொண்டார். பிறகு கிராமவாசிகளின் உதவியுடன் சிவாஜியும், தங்கவேலுவும், அவர் தாயாரும் பொள்ளாச்சி சென்று, அங்கிருந்து திருச்சிக்கு போய்ச்சேர்ந்தார்கள். மனம் நாடகத்தைச் சுற்றியே வட்டமிட்டுக் கொண்டிருந்தது. அப்போது யதார்த்தம் பொன்னுசாமிபிள்ளையின் "பாலகான சபா", "மங்கள கான சபா" என்ற புதிய பெயரில் நாடகங்கள் நடத்தி வந்தது. அக்காலத்தில் புகழ் பெற்று விளங்கிய டி.கே.சம்பங்கி, எம்.இ.மாதவன் ஆகிய நடிகர்கள் இந்த நாடகக் கம்பெனியை வாங்கி, கும்பகோணத்தில் முகாமிட்டு நாடகம் நடத்திக்கொண்டு இருந்தனர்.சிவாஜியின் பழைய நண்பர் ஒருவர், அந்த நாடகக் குழுவில் இருந்தார். திருச்சிக்கு வந்த அவர் சிவாஜியை சந்தித்தார். "என்னுடன் வந்து விடு. மீண்டும் நாடகத்தில் நடிக்கலாம். நல்ல நடிகர்கள் இருந்தால் அழைத்து வருமாறு, கம்பெனி முதலாளி என்னிடம் சொன்னார்" என்றார். இதுபற்றி தாயாரிடம் சிவாஜி ஆலோசித்தார். மகனை மீண்டும் நாடகத்துக்கு அனுப்ப ராஜாமணி அம்மாளுக்கு விருப்பம் இல்லை. " நாடகக் கம்பெனி வேண்டாம்" என்று கூறினார்.

சிவாஜி யோசித்தார். நடிப்பு என்பது அவருடைய ரத்தத்தில் கலந்து விட்ட ஒன்று. மீண்டும் நாடகக் கம்பெனிக்கு போகக் தீர்மானித்தார். "அம்மா! நாடகத்தில் தொடர்ந்து நடித்தால், எதிர் காலத்தில் நல்ல பெயர் கிடைக்கும். கொஞ்சகாலம் பொறுத்துக்கொள்" என்று ஆறுதல் கூறிவிட்டு, நண்பனுடன் கும்பகோணம் புறப்பட்டார்.அங்கு, சிவாஜியின் பழைய நண்பர்கள்தான் நாடகத்தில் நடித்துக்கொண்டிருந்தார்கள். அவர்கள் மகிழ்ச்சியுடன் சிவாஜியை வரவேற்றார்கள். மங்கள கான சபா, சென்னைக்கு சென்று நாடகங்கள் நடத்தி வந்தது. அப்போது, அந்த கம்பெனியை கலைவாணர் என்.எஸ். கிருஷ்ணன் வாங்கி, "என்.எஸ்.கே.நாடக சபா" என்ற புதிய பெயரில் நாடகங்களை நடத்தலானார்.அப்போது அந்த கம்பெனியில் கே.ஆர்.ராமசாமி, டி.வி.நாராயணசாமி ஆகியோர் சேர்ந்தார்கள். கே.ஆர்.ராமசாமி நன்றாக பாடக்கூடியவர். எனவே, "மனோகரா", "ரத்னாவளி" போன்ற நாடகங்களில் அவர் கதாநாயகனாக நடித்தார். சிவாஜி மீண்டும் பெண் வேடம் போட்டார்!

இந்த சமயத்தில் (1944ம் ஆண்டு நவம்பரில்) "இந்துநேசன்"

என்ற மஞ்சள் பத்திரிகையின் ஆசிரியரான லட்சுமிகாந்தன் கொலை செய்யப்பட்டார். கொலைக்கு சதி செய்தாக கலைவாணர் என்.எஸ்.கிருஷ்ணனும், எம்.கே.தியாகராஜ பாகவதரும் கைது செய்யப்பட்டனர்.இந்த வழக்கில் இருவருக்கும் ஆயுள் தண்டனை விதிக்கப்பட்டது. இருவரும் லண்டனில் உள்ள பிரிவியூ கவுன்சிலில் அப்பீல் செய்து, விடுதலை பெறுவதற்காக சட்டத்தின் துணையுடன் போராடிக் கொண்டிருந்தார்கள். என்.எஸ்.கிருஷ்ணன் சிறையில் இருந்தாலும், தன்னுடைய நாடகக் குழுவினர் வேலை இல்லாமல் கஷ்டப்படக்கூடாது என்று எண்ணினார். எனவே, நாடகக் கம்பெனியைத் தொடர்ந்து நடத்தும்படி, தன் மனைவி டி.ஏ.மதுரத்திடம் கூறினார். எஸ்.கே.நாடகக் குழுவில், அப்போது எஸ்.வி.சகஸ்ரநாமமும், கே.ஆர்.ராமசாமியும் முக்கிய நடிகர்கள். இவர்களில் யாரிடம் நிர்வாகப் பொறுப்பை ஒப்படைப்பது என்று மதுரம் யோசித்தார். முடிவில் சகஸ்ரநாமத்திடம் ஒப்படைக்கத் தீர்மானித்தார். இதனால், கே.ஆர்.ராமசாமி வருத்தம் அடைந்தார். என்.எஸ்.கே.நாடக சபாவில் இருந்து விலகி, புது நாடகக் கம்பெனி தொடங்க தீர்மானித்தார். இதைத் தொடர்ந்து, நாடகக் குழு இரண்டாக

பிளவுபட்ட்து. சிலர் சகஸ்ர நாமம் அணியிலும், சிலர் கே.ஆர். ராமசாமி அணியிலும் சேர்ந்தனர். கே.ஆர்.ராமசாமியுடன் சேர்ந்தவர்களில் சிவாஜிகணேசனும் ஒருவர். பேரறிஞர் அண்ணாவுடன் நெருங்கிய தொடர்பு உடையவர் கே.ஆர். ராமசாமி. அவர் அண்ணாவை சந்திப்பதற்காக காஞ் சீபுரம் சென்றார். போகும்போது, சிவாஜிகணேசனையும், தன் ஆதரவாளர்களையும் அழைத்துச்சென்றார். அண்ணா அப்போது "திராவிட நாடு" என்ற பத்திரிகையை நடத்தி வந்தார். அந்த பத்திரிகை அலுவலகத்தில், சிவாஜியும், மற்றவர்களும் தங்கினார்கள். சிவாஜிகணேசன் வாழ்க்கையில் திருப்புமுனை திராவிட கழகத்தில் இருந்து தி.மு.கழகம் பிரியாத காலக்கட்டம் அது *(1946)*. சென்னையில் ஏழாவது சுய மரியாதை மாநாட்டை நடத்துவதற்கான ஏற்பாடுகளில், பெரியாரும், அண்ணாவும் தீவிரமாக ஈடுபட்டு இருந்தனர்.

மாநாட்டில் நடிப்பதற்காக "சிவாஜி கண்ட இந்து ராஜ்யம்" என்ற பெயரில் ஒரு நாடகத்தை அண்ணா எழுதியிருந்தார்.இந்த நாடகத்தின் கதைச்சுருக்கம் வருமாறு:

சிவாஜி பெரிய மாவீரன். சாதாரணக் குடிமகனாக இருந்து பெரிய மன்னனானவன். அந்நியர் ஆட்சியை எதிர்த்தவன். மராட்டிய சாம்ராஜ்ஜியத்தை உருவாக்கியபோதிலும், அவன் மன்னனாக முடி சூட்டிக் கொள்ள பெரிய எதிர்ப்பு கிளம்புகிறது. காரணம், அவன் கீழ் சாதி! இதனால், காசியில் இருந்து காகப்பட்டர் என்ற பெரிய மதத் தலைவரை அழைத்து வந்து, சிவாஜியை சத்திரியனாக மாற்றுகிறார்கள். அதன்பிறகு தான் அவர் சிம்மாசனம் ஏற, இந்துக்கள் சம்மதிக்கிறார்கள். இப்படி செல்லும் இந்த நாடகத்தில், சிவாஜியாக எம்.ஜி.ஆரும், காகப்பட்டர் வேடத்தில் அண்ணாவும், மற்றொரு முக்கிய வேடத்தில் டி.வி.நாராயணசாமியும் நடிப்பது என்று முடிவாகியது. இந்தக் காலக்கட்டத்தில், எம்.ஜி.ஆர். திரைப் படங்களில் சிறுசிறு வேடங்களில் நடித்து வந்தார். காங்கிரஸ் அனுதாபியாகவும், பக்தராகவும் இருந்தார்.என்ன காரணத்தினாலோ, எம்.ஜி.ஆர். அந்த நாடகத்தில் நடிக்கவில்லை. நாடகத்துக்குப் பொறுப்பாளராக இருந்த நடிகர் டி.வி.நாராயணசாமி அண்ணாவை சந்தித்து, எம்.ஜி.ஆர். தன்னால் நடிக்க இயலாது என்று கூறிவிட்டதாக தெரிவித்தார். "திராவிட நாடு" அலுவலகத்தில் தங்கியிருந்த சிவாஜி கணேசன், இதற்குள் அண்ணாவுடன் நெருங்கிப் பழகி யிருந்தார். சிவாஜியின் நடிப்பாற்றல் பற்றி அண்ணாவும் நன்கு

அறிந்திருந்தார்.எனவே, சிவாஜியை அழைத்து, "கணேசா! என் நாடகத்தில் நீ சிவாஜி வேடத்தில் நடிக்கிறாயா?" என்று கேட்டார். இதைக்கேட்டு சிவாஜிக்கு இன்ப அதிர்ச்சி! தன் காதுகளையே நம்பமுடியவில்லை. "என்ன அண்ணா சொல்கிறீர்கள்? உங்கள் நாடகத்தில் நான் நடிப்பதா? அதுவும் சிவாஜி வேடத்தில்! என்னால் முடியுமா?" என்றார். "நீ முயற்சி செய்து பார், கணேசா! உன்னால் முடியும்" என்றார், அண்ணா.மேலும் அவர் எழுதிய 90 பக்க நாடக வசனங் களை சிவாஜியிடம் கொடுத்து, "நான் வீட்டிற்குச் சென்று வருகிறேன். அதற்குள் இதை நீ படித்து வைத்திரு.எப்படிப் பேசுகிறாய் என்று பார்ப்போம்" என்று கூறிவிட்டு வீட்டுக்குச் சென்றுவிட்டார். அவர் சிவாஜியிடம் வசனத்தை கொடுத்தபோது பகல் பதினோரு மணி இருக்கும். அண்ணா வீட்டிற்கு சென்று, மாலை ஆறு மணியளவில் திரும்பி, அலுவலகத்திற்கு வந்தார். "கணேசா! வசனத்தைப் படித்தாயா?" என்று கேட்டார்.சிவாஜி அவரிடம், "அண்ணா! நீங்கள் இப்படி உட்காருங்கள்!" என்று கூறி, அவர் எழுதிக்கொடுத்த வசனங்களைப் பேசி, அதற்குத் தகுந்தாற்போல் நடித்துக் காண்பித்தார். அண்ணா சிவாஜியை கட்டித்தழுவி "கணேசா! நீ இதை ஏழே மணி நேரத்தில் மனப்பாடம் செய்து விட்டாயே! அரிய சாதனை" என்றார்.

அண்ணா எழுதிய 90 பக்க வசனத்தை குறுகிய காலத்தில் படித்து, நடித்துக் காட்டினார் என்றால் அதற்கு சிவாஜியிடம் இருந்த கலை ஆர்வமும், மனப்பாடம் செய்வதில் அவருக்கு இருந்த ஆற்றலும்தான் காரணம். திராவிட கழக மாநாட்டில், "சிவாஜி கண்ட இந்து ராஜ்யம்" நாடகம் நடந்தது. இந்த நாடகத்தில் சிவாஜியாக சிவாஜி கணேசனும், காகபட்டர் வேடத்தில் அண்ணாவும் நடித்தனர். 3 மணி நேரம் நடந்த நாடகத்தை, கடைசி வரை இருந்து பார்த்தார், பெரியார். "நான் 10 மாநாடுகளில் சொல்லக்கூடிய கருத்துக்களை இந்த ஒரே நாடகத்தில் சொல்லிவிட்டார், அண்ணா" என்று பாராட்டினார்.அத்துடன், "யாரோ ஒரு சின்னப்பையன் சிவாஜியாக நடித்தானே, அவன் யார்?" என்று கேட்டார். சிவாஜிகணேசனை பெரியார் முன் கொண்டுபோய் நிறுத்தி, "இந்தப் பையன்தான். பெயர் கணேசன்" என்று அறிமுகம் செய்து வைத்தனர். "சிவாஜியாக ரொம்ப நன்றாக நடித்தாய்! இன்று முதல் நீ கணேசன் அல்ல; சிவாஜி!" என்று பெரியார் வாழ்த்தினார். பெரியாரின் இந்த வாழ்த்து பெரிய

பட்டமாக அமைந்து விட்டது. அதுவரை "வி.சி.கணேசன்" என்று அழைக்கப்பட்டவர், அன்று முதல் ''சிவாஜி கணேசன்" ஆனார். "என்னுடைய வாழ்க்கையின் உயர்வுக்கு உறுதுணையாக இருந்தது சிவாஜி என்ற பெயர்!

ஐயாவையும், அண்ணாவையும், அந்த மாநாட்டையும் நான் என்றுமே மறப்பதில்லை. அதற்குப்பிறகுதான் சாதாரண கணேசன், சிவாஜிகணேசன் ஆனேன். "சிவாஜி' என்ற பெயர், தந்தை பெரியார் அவர்கள் எனக்குப் போட்டபிச்சை" என்று சிவாஜிகணேசன் தன் வாழ்க்கை வரலாற்றில் குறிப்பிட்டுள்ளார். கே.ஆர்.ராமசாமி குழுவில் சிவாஜி நடிகர் கே.ஆர்.ராமசாமி தன் நாடகக் குழுவை தஞ்சாவூரில் தொடங்கினார். இந்த நாடகக்குழுவில், சிவாஜி கணேசனும் இடம் பெற்றார். "மனோகரா" நாடகத்தில் கே.ஆர்.ராமசாமி மனோகரனாக நடித்தார். சிவாஜிகணேசன், மனோகரனின் தாயார் பத்மாவதியாக நடித்தார். இந்த சமயத்தில்தான் கே.ஆர். ராமசாமிக்காக "ஓர் இரவு" என்ற நாடகத்தை அண்ணா எழுதினார். ஒரே இரவில் நடைபெறும் சம்பவங்களைக் கொண்டு, கதையை புதுமையாக எழுதியிருந்தார். இந்த நாடகத்தில் சிவாஜி கணேசனும் நடிப்பதாக இருந்தது. ஆனால், நாடகக் குழுவைச் சேர்ந்த ஒருவருடன் ஏற்பட்ட கருத்து வேற்றுமையால், அவர் நாடகத்தில் நடிக்கவில்லை காஞ்சீபுரத்துக்கு சென்று, "திராவிட நாடு" அலுவலகத்தில் தங்கிக் கொண்டு, அண்ணாவுக்கு உதவியாக இருந்தார். அண்ணா பொதுக்கூட்டங்களுக்குச் செல்லும்போது, சிவாஜியையும் தன்னுடன் அழைத்துச் செல்வார். மேடையில் பேசுவதற்கு பயிற்சி அளிப்பார். இந்தக்காலக் கட்டத்தில், "சக்தி நாடக சபா" என்ற நாடகக் குழுவினர் நாடகங்களை நடத்தி வந்தனர். தங்கவேலுபிள்ளை என்பவர் இந்த நாடகக் கம்பெனியின் உரிமையாளர். எனினும், ''சக்தி" கிருஷ்ணசாமியின் முழுப்பொறுப்பில் நாடக கம்பெனி நடந்து வந்தது. இந்த கம்பெனியில் முக்கிய நடிகர்களாக இருந்த எம்.என். நம்பியார், எஸ்.வி.சுப்பையா ஆகியோர் ஜூபிடர் பிக்சர்ஸ் தயாரித்த சினிமா படங்களில் நடிப்பதற்காக கோவை சென்று விட்டனர். எனவே, சக்தி நாடக சபைக்கு அனுபவம் மிக்க நடிகர்கள் தேவைப்பட்டனர். சிவாஜியின் பால்ய நண்பரான கரந்தை சண்முக வடிவேலு சக்தி நாடகசபை சார்பில் காஞ்சீபுரம் வந்து, அண்ணாவை சந்தித்தார். "சக்தி

நாடக சபாவுக்கு நல்ல நடிகர்கள் தேவைப் படுகிறார்கள். நீங்கள் சிவாஜிகணேசனை அனுப்பி வைத்தால் உதவியாக இருக்கும்" என்று கூறினார்.

அண்ணா சிறிது யோசித்தார். பிறகு சிவாஜி கணேசனை அழைத்து, "கணேசா! நீ சக்தி நாடக சபாவுக்குப் போ. உன்னை எப்போது திரும்பக் கூப்பிட வேண்டுமோ அப்போது அழைத்துக் கொள்கிறேன்" என்றார். இதனால், அண்ணாவிடம் பிரியா விடை பெற்று சக்தி நாடக சபாவுக்கு சிவாஜி சென்றார். சக்தி நாடக சபை அப்போது திண்டுக்கல்லில் நாடகங்கள் நடத்திக் கொண்டிருந்தது. அந்தக் குழுவினர் சிவாஜிக்கு நல்ல மரியாதை கொடுத்தனர். முக்கிய வேடங்கள் அவருக்குக் கிடைத்தன. வேலூர் சக்தி நாடகசபா முகாமிட்டது. அப்போது "நூர்ஜஹான்" என்ற நாடகத்தில், நூர்ஜஹானாக சிவாஜி நடித்தார். அந்த நாடகத்தில் சிவாஜிக்கு வேஷப்பொருத்தம் பிரமாதமாக இருக்கும். அசல் நூர்ஜஹான் போலவே இருப்பார்; அழகாக நடனம் ஆடுவார்.

"நேஷனல் பிக்சர்ஸ்" பி.ஏ.பெருமாள், இந்த நாடகத்தைப் பார்த்தார். சிவாஜியின் நடிப்பு அவரை வெகுவாகக் கவர்ந்தது. "எதிர்காலத்தில் மிகப்பெரிய நடிகராக சிவாஜி வருவார்" என்று நினைத்தார். இந்த சமயத்தில், தேவி நாடக சபையினர் "பராசக்தி" என்ற நாடகத்தை நடத்தி வந்தனர். அந்த நாடகத்தை பெருமாள் முதலியார் பார்த்தார். அந்த நாடகத்தின் கதை அவருக்கு மிகவும் பிடித்துப் போய்விட்டது. "பராசக்தி கதையை படமாகத் தயாரிக்க வேண்டும். அதில் சிவாஜி கணேசனை கதாநாயகனாக நடிக்க வைக்க வேண்டும்" என்று தீர்மானித்தார். நினைத்ததை செயலில் காட்டினார். "ஏவி.எம்." கூட்டுறவுடன் "பராசக்தி"யை எடுத்து, தமிழ்ப்பட உலகுக்கு நடிப்பின் இமயத்தை அறிமுகம் செய்து வைத்தார். தனக்கு வாழ்வளித்த பெருமாள் முதலியாரை, கடைசி மூச்சு உள்ள வரை தெய்வமாகவே கருதினார், சிவாஜிகணேசன். பிற்காலத்தில் சிவாஜி நாடக மன்றத்தை ஆரம்பித்து தானே நாடகங்களைப் போட ஆரம்பித்தார்.

சிவாஜி நடிக்க மாபெரும் வெற்றி பெற்ற சில நாடகங்கள்

நாக நந்தி, வீரபாண்டிய கட்டபொம்மன், பகல் நிலவு, ஜஹாங்கீர், தேன்கூடு, நீதியின் நிழல், களம் கண்ட கவிஞன் வேங்கையின் மைந்தன், வியட்நாம் வீடு, தங்கப்பதக்கம்

40

“காக்கா” ராதாகிருஷ்ணன்

1940 களில் இருந்து நாடக நடிகர்..திரைப்பட நடிகர் ராதாகிருஷ்ணன் அவர்கள் திருச்சி, சங்கிலியாண்டபுரத்தில் வெள்ளையன் ஆச்சாரியார் சுப்புலட்சுமி அம்மாள் இணையாருக்கு 2வது மகனாக பிறந்தார், இவர் தந்தை வெள்ளையன் பொன்மலை இரயில்வே பணிமனையில் வேலை செய்து வந்தார் ராதாகிருஷ்ணனுக்கு இரண்டு வயதிலே அவர் தந்தை உடல் நல குறைவால் இறந்துவிட அவரது குடும்பம் வறுமைக்கு தள்ளபட்டது அவர் அன்னை சுப்புலட்சுமி அவர்கள் மிகவும் கடினபட்டு ராதாகிருஷ்ணனையும் அவரது அண்ணன் மாணிக்கவிநாயகமூர்த்தியையும் வளர்த்துவந்தார். பின்பு அவரது அண்ணன் மாணிக்கவிநாயகமூர்த்திக்கு தந்தையின் வேலை இரயில்வே இலாக்கவில் இருந்து எஞ்சின் ஓட்டுனர் வேலையில் சேர்ந்து சம்பாரிக்க தொடங்கிய போது ராதாகிருஷ்ணனை படிக்க வைக்க தொடங்கிய போதும் அவருக்கு படிப்பில் ஆர்வம் இல்லாமல் தெருக்கூத்து நாடகத்தில் கலை ஆர்வம் பிறக்க நாடக குழுவுடன் சேர்ந்து அவரது நடிப்பு பயணத்தை தொடங்கினார்.

ஆறு வயதில் நவாப் ராஜமாணிக்கம் குழுவில் சேர்ந்து நடிக்கலானார் சிவாஜி கணேசனை நாடக உலகிற்கு அறிமுகப்படுத்தியவர்.இவரே ஒருசமயம் எம் ஆர் ராதா.. சிவாஜி கணேசனையும், ராதாகிருஷ்ணனையும் அழைத்துக் கொண்டு ஒரு சினிமா கம்பெனிக்கு சென்றாராம்.அவர்கள் சிவாஜியிய விட ராதாகிருஷ்ணன் அழகாக இருப்பதாகக் கூறி அவருக்கு நடிக்கும் சந்தர்ப்பத்தை அளித்தனராம்.

என் எஸ் கிருஷ்ணன் நாடக மன்றம் உட்பட பல நாடகக் குழுக்களில் சிறு வயதில் இருந்தே பெண் பாத்திரங்களிலும்,நகைச்சுவை வேடங்களிலும் நடித்தவர்.

சந்திரஹரி,மனோகரா,சபாபதி ஆகிய நாடகங்களில் நடித்தவர்

மங்கையர்க்கரசி எனும் திரைப்படத்தில் வேலை கிடைக்கணும்னா காக்கா பிடிக்கணும்னு சொன்னதை தப்பாகப் புரிஞ்சுக்கிட்டு ஒரு காக்கையைப் பிடித்துக் கொண்டு சென்று வேலை தேடுவார்.அதனால் இவர் பெயர் காகா ராதாகிருஷ்ணன் என்று அழைக்கப்பட்டார்.

2012 ஜூன் 14 ஆம் நாள் மரணம் அடைந்தார்

மனோகரா, வசூல் ராஜா எம் பி பி எஸ் என 600க்கும் மேற்பட்ட திரைப்படங்களில் நகைச்சுவை வேடம் ஏற்று நடித்துள்ளார்

41

வி கே ராமசாமி

1000க்கும் மேற்பட்ட திரைப்படங்களில் நடித்து தமிழ்த் திரைப்பட ரசிகர்களின் உள்ளங்களைக் கொள்ளை கொண்ட நடிகரான வி.கே.ராமசாமி வித்தியாசமான குரலுக்கு சொந்தக்காரர். வசனங்களைப் பேசுவதில் தனக்கென ஒரு தனி பாணியைக் கையாண்டவர்.

ராமசாமியின் தந்தையான கந்தன் செட்டியார் ஒரு எண்ணெய் வியாபாரி. வியாபாரத்தில் அவருக்கு நல்ல வருமானம் வந்ததால் தனது பிள்ளைகளை நன்றாக படிக்க வைத்து பெரிய அதிகாரியாக ஆக்க வேண்டும் என்று ஆசைப்பட்டார் அவர்.

அப்போது வி.கே.ராமசாமியின் ஒன்றுவிட்ட அண்ணனான மாரியப்பன் என்பவர் யதார்த்தம் பொன்னுசாமிப் பிள்ளையின் நாடகக் குழுவில் நடிகராகவும், பாடகராகவும் இருந்தார். அந்த நாடகக் குழு நாடகம் நடத்த விருதுநகருக்கு வந்தபோது தன்னுடைய அண்ணன் மகன் நடிக்கின்ற நாடகத்தைப் பார்க்க தனது குடும்பத்தினர் அனைவரையும் அழைத்துக் கொண்டு சென்றார் கந்தன் செட்டியார். தனது மகனைப் பெரிய அதிகாரியாக்க வேண்டும் என்ற அவரது கனவை தகர்க்கப் போகிற கோடாலியாக அந்த நாடகம் அமையப் போகிறது என்று அப்போது அவருக்குத் தெரியாது.

நாடகத்தில் மாரியப்பனின் அபாரமான நடிப்பையும், அந்த நடிப்பிற்குக் கிடைத்த கை தட்டல்களையும் பார்த்து வி.கே.ராமசாமி அசந்து போனார். நாமும் நடிகனாகி மாரியப்பனைப்போல கை தட்டல்களையும், பாராட்டையும்

பெற வேண்டும் என்ற ஆசை விதையை வி.கே.ராமசாமி மனதில் விதைத்தது அந்த நாடகம்தான்.

தன்னுடைய ஆசையை தனது அண்ணனான மாரியப் பனிடம் தெரிவித்தார் வி.கே.ராமசாமி. தம்பியை நாடகக் குழுவில் சேர்ப்பதிலே அவருக்கு எந்த பிரச்னையும்

இல்லை என்றாலும் ராமசாமியை நாடகக் குழுவில் சேர்த்துவிட்டுவிட்டு கந்தன் செட்டியாரிடம் யார் திட்டு வாங்குவது என்று பயந்த மாரியப்பன் வி.கே.ராமசாமிக்குத் தெரியாமல் அந்த ஊரைவிட்டுக் கிளம்பி விட்டார். மாரியப்பன் சொல்லிக் கொள்ளாமல் போய்விட்டாலும் அதற்காக ராமசாமி சோர்ந்து போய்விடவில்லை. நாடகக் குழுவில் சேர்வதற்கு நாளை எதிர்பார்த்துக் கொண்டிருந்த அவர் எட்டாம் வகுப்பு பரீட்சை முடிந்ததும் நண்பர் ஒருவரிடம் பணம் வாங்கிக் கொண்டு புதுக்கோட்டைக்கு அருகில் அமைந்துள்ள பொன்னமராவதிக்கு பஸ் ஏறினார். அப்போது யதார்த்தம் பொன்னுசாமி பிள்ளை அங்கேதான் நாடகம் நடத்திக் கொண்டிருந்தார்.

திடீரென்று தம்பியைப் பார்த்ததில் அதிர்ச்சி அடைந்தாலும் அந்த நாடகக் குழுவிலே ராமசாமி சேர்வதற்கு தன்னாலான உதவிகளை செய்தார் மாரியப்பன். இனி நடிப்புதான் நமது வாழ்க்கை என்று வி.கே.ராமசாமி முடிவெடுத்தபோது பல ஊர்களில் மகனைத் தேடி அலைந்துவிட்டு பொன்னமராவதிக்கு வந்து சேர்ந்தார் விகே.ராமசாமியின் தந்தையான கந்தன் செட்டியார்.

நாடகக் குழுவை விட்டு வர மாட்டேன் என்று வி.கே. ராமசாமி அழுது புரண்ட போதிலும் அதைப் பொருட் படுத்தாமல் அவரை விருதுநகருக்கு அழைத்துக் கொண்டு சென்று விட்டார் அவர்.

நாடகக் குழுவை விட்டுப் பிரிந்து வந்த வி.கே.ராமசாமியை அந்த நாடகக் குழுவின் நினைவுகள் இரவும் பகலும் வாட்டவே, மீண்டும் வீட்டிலிருந்த யாருக்கும் தெரியாமல் யதார்த்தம் பொன்னுசாமிப் பிள்ளையின் நாடகக் குழுவை நோக்கி ஓடினார் வி.கே.ஆர். யதார்த்தம் பொன்னுசாமி பிள்ளை நாடக முதலாளிகளில் மிகவும் வித்தியாசமான ஒரு மனிதர். எல்லோரையும் சமமாகவும் அன்பாகவும் நடத்துவதில் அவருக்கு இணையாக இன்னொருவரை சொல்ல முடியாது. அந்த காலத்தில் நடிகர் திலகம் சிவாஜி கணேசன், டி.ஆர். மகாலிங்கம், கே.ஆர்.ராமசாமி, காக்கா ராதாகிருஷ்ணன், சாரங்கபாணி, எஸ்.ஏ. நடராஜன், ஈ.ஆர்.சகாதேவன், ஏ.பி.நாகராஜன், இசை மேதை எஸ்.வி.வெங்கட்ராமன் போன்ற பல கலைச் சிற்பிகளை உருவாக்கிய கலைக்கூடமாக யதார்த்தம் பொன்னுசாமி பிள்ளையின் நாடகக் குழு திகழ்ந்தது.

அந்த நாடகக் குழுவிலே இருந்தபோது அங்கே நடிகராக இருந்த ஏபி.நாகராஜனுக்கும், ராமசாமிக்கும் இடையே நல்ல நட்பு உருவாகியது.

சின்னச் சின்ன வேடங்களை ஏற்று நடித்த ராமசாமி, அந்த நாடகக் குழுவில் அடுத்தக் கட்டத்துக்கு வந்தபோது மகனின் பிரிவால் மிகவும் பாதிக்கப்பட்ட ராமசாமியின் தந்தை அவரைப் பார்க்க வந்தார்.

தனது உடல்நிலையைக் காரணமாகக் காட்டி ராமசாமியை விருது நகருக்கு அழைத்துச் சென்றார் அவர். இந்த முறை மொத்த குடும்பமும் ராமசாமிக்கு அறிவுரை கூறியது. அவருக்குத் தனியாக ஒரு கடையை அமைத்துக் கொடுத்து அதன் வியாபாரத்தை பார்த்துக் கொள்ளும்படி சொன்னார் கந்தன் செட்டியார்.

"நாடகம் தவிர வேறெதிலும் எனக்கு நாட்டம் இல்லை. வியாபாரத்தைப் பற்றி ஒரு அணா பைசாகூட எனக்குத் தெரியாது" என்று கதறினார் ராமசாமி.

"கூத்தாடுற தொழில் ஒரு தொழிலா..? நம் குடும்பத்துக்கு என்று ஒரு பெருமை இருக்கிறது. அதைக் குலைத்துவிடாதே" என்று கண்டிப்போடு கூறிய கந்தன் செட்டியார் இந்த முறை பாதுகாப்பை பலப்படுத்தியிருந்ததால் மீண்டும் வீட்டை விட்டு ஓடிப் போவது ராமசாமிக்கு அவ்வளவு எளிதாக இல்லை.

அந்த அற்புதக் கலைஞனை அந்த வீட்டிலிருந்து வெளியே கொண்டு வர காலம் ஒரு நாடகத்தை நிகழ்த்திக் காட்டியது.

யதார்த்தம் பொன்னுசாமி பிள்ளையை விட்டுப் பிரிந்து தனியாக வந்த வி.கே.ராமசாமியின் அண்ணன் மாரியப்பன், டி..கே.ராமச்சந்திரன், கோபாலகிருஷ்ண பாகவதர் ஆகியோர் இணைந்து 'ஸ்ரீலஷ்மி பால கான சபா' என்ற பெயரிலே ஒரு நாடகக் குழுவை ஆரம்பித்தனர். அந்த நாடகக் குழுவில் வி.கே. ராமசாமியை இணைத்துக் கொண்டார் மாரியப்பன்.

நாடகக் குழுவை நிர்வகிப்பது என்பது யானையைக் கட்டி தீனி போடுவதற்கு சமமான ஒரு வேலை என்பதால் மாரியப்பனாலும் அவர்களது நண்பர்களாலும் நீண்ட நாள் நாடகக் குழுவை நடத்த முடியவில்லை.

அதனால் நாடகக் குழுவைக் கலைத்துவிட்டு அதில் நடித்துக் கொண்டிருந்த கலைஞர்கள் அனைவரும் நடிகர்

எஸ்.வி.சஹஸ்ரநாமத்தின் நிர்வாகத்தில் கலைவாணர் என்.எஸ்.கிருஷ்ணனின் மனைவி டி.ஏ.மதுரம் நடத்திக் கொண்டிருந்த நாடகக் குழுவில் இணைந்தனர். அப்போது லஷ்மி காந்தன் கொலை வழக்கிலே கைதாகி என்.எஸ். கிருஷ்ணன் சிறையில் இருந்தார்.

எம்.ஜி.ஆரை வைத்து அதிகமான படங்களை இயக்கியவர் என்ற பெருமையைப் பெற்ற இயக்குநரான ப.நீலகண்டன் எழுதிய 'தியாக உள்ளம்' என்ற நாடகத்தை கலைவாணரின் நாடகக் குழுவினர் நடத்தியபோது அந்த நாடகத்தில் 'பிளாக் மார்க்கெட்' சண்முகம் பிள்ளை என்கிற அறுபது வயது கிழவனின் வேடத்தில் நடித்தார் விகே.ராமசாமி. அந்த நாடகத்தைப் பார்க்கும் எவரும் ராமசாமியின் நடிப்பை பாராட்டாமல் இருந்ததே இல்லை.

'தியாக உள்ளம்' நாடகம் மிகப் பெரிய வெற்றியைப் பெறவே அதைப் படமாக்கும் உரிமையை வாங்குவதற்காக ஏவி.எம். ஸ்டுடியோ அதிபரான ஏவி.மெய்யப்ப செட்டியார் ஒரு நாள் அந்த நாடகத்தைப் பார்க்க வந்தார்.

அப்போது நாடகத்தை சினிமாவை எடுப்பவர்கள் பெரும்பாலும் அந்த நாடகத்தில் நடித்தவர்களையே சினிமாவிலும் பயன்படுத்துவது வழக்கம் என்பதால் மொத்த நாடகக் குழுவையும் பரபரப்பு தொற்றிக் கொண்டது. தங்களது திறமை முழுவதையும் அன்று மேடையிலே காட்டிவிடுவது என்று அந்த நாடகத்தில் நடித்த எல்லா நடிகர்களும் முடிவு செய்து கொண்டனர்.

நாடகத்தில் நடிப்பது, அதற்குப் பிறகு சாப்பாடு தயாராகும் இடத்துக்கு போய் சாப்பிடுவது ஆகிய இரண்டு வேலைகளைத் தவிர வேறு எதுவும் அப்போது வி.கே.ராமசாமிக்குத் தெரியாது என்பதால் எப்போதும் நடிப்பதுபோல அன்றைய நாடகத்திலும் நடித்தார் அவர்.

நாடகத்தைப் பார்த்துவிட்டு எல்லோரையும் பாராட்டிய மெய்யப்ப செட்டியார் "அந்த 'பிளாக் மார்க்கெட்' சண்முகம் வேடம் போட்ட பெரியவர் ரொம்பவும் சிறப்பாக நடித்தார். அவரைக் கூப்பிடுங்கள். நான் அவரைப் பார்க்க வேண்டும்" என்றார்.

அவர் அப்படி சொன்னவுடன் செட்டியாருக்கு அருகிலேயே நின்று கொண்டிருந்த வி.கே.ராமசாமியை அழைத்த எஸ்.வி.சஹஸ்ரநாமம் "இவர்தான் அந்த வேடம்

ஏற்ற நடிகர்" என்று மெய்யப்ப செட்டியாருக்கு அவரை அறிமுகம் செய்து வைத்தார்.

அப்போது வி.கே.ராமசாமிக்கு இருபது வயதுதான் என்பதால் எஸ்.வி. சஹஸ்ரநாமம் சொன்னதை செட்டியார் நம்பவில்லை. "பிளாக் மார்க்கெட்' சண்முகம் வேடத்திலே நடித்த பெரியவரைக் கூப்பிடுங்கள் என்று சொன்னால் இந்தப் பையனை எதற்கு கூப்பிட்டீர்கள்?" என்று செட்டியார் கேட்டபோது அங்கேயிருந்தவர்களால் சிரிப்பை அடக்க முடியவில்லை.

ஏனென்றால் அவர்களுக்கு அது புது அனுபவம் இல்லை. ராமசாமிதான் அந்த பிளாக் மார்க்கெட் சண்முகம் என்பதை

முதல்முறையாக அந்த நாடகத்தைப் பார்த்த எவருமே அதுவரை நம்பியதில்லை. “இந்தப் பையன்தான் அந்த வேடம் போட்ட நடிகர்” என்று திரும்ப மெய்யப்ப செட்டியாரிடம் சொன்ன எஸ்.வி.சஹஸ்ரநாமம் “நீங்கள் அதை நம்பாததில் எங்களுக்கு எந்த ஆச்சரியமும் இல்லை. ஏனெனில் வேறு ஒரு நாடகக் குழுவில் இவன் நடித்த ‘பம்பாய் மெயில்’, ‘இழந்த காதல்’ ஆகிய நாடகங்களைப் பார்த்துவிட்டு அந்த நாடகத்தில் நடித்தவருக்கு குறைந்தது ஐம்பது வயதாவது இருக்கும் என்ற எண்ணத்தில் நீங்கள் கூப்பிட்டது போல ‘அந்தப் பெரியவரைக் கூப்பிடுங்கள்’ என்றுதான் நாங்களும் சொன்னோம்.உங்களுக்கு இன்னும் சந்தேகம் தீரவில்லை என்றால் கொஞ்சம் பொறுங்கள்” என்று சொல்லிவிட்டு அந்த நாடகத்தின் வசனங்களைப் பேசிக் காட்டும்படி ராமசாமி யிடம் கூறினார்.

வி.கே.ராமசாமி அந்த வசனங்களைப் பேசிக் காட்டியதும் அசந்து போன மெய்யப்ப செட்டியார் “நான் மட்டுமில்லை. யாராலும் இவர்தான் அந்த வேடத்தில் நடித்தவர் என்பதை அவ்வளவு எளிதில் கண்டு பிடிக்கவே முடியாது. முக்கியமாக இவரது குரல் தனித்தன்மை வாய்ந்த வித்தியாசமான குரல். இவருக்கு அடையாளமாக அந்தக் குரல்தான் அமையப் போகிறது” என்று வி.கே.ராமசாமியைப் பாராட்டினார்.

மூவாயிரம் ரூபாய் கொடுத்து அந்த நாடகத்தைப் படமாக்கும் உரிமையை ப.நீலகண்டனிடமிருந்து வாங்கிய மெய்யப்ப செட்டியார் அந்தப் படத்திலே உதவி இயக்குநராகத் தன்னுடன் பணியாற்றும்படி அவரைக் கேட்டுக் கொண்டார். ப.நீலகண்டன் பணியாற்றிய முதல் திரைப்படமாக அந்தப் படம் அமைந்தது

‘நாம் இருவர்’ என்று அந்தப் படத்துக்கு பெயர் சூட்டிய மெய்யப்ப செட்டியார் அந்த நாடகத்தில் நடித்த பெரும்பாலான கலைஞர்களை அந்தப் படத்தில் பயன்படுத்திக் கொண்டார். நாடகத்தில் வி.கே.ராமசாமி ஏற்ற அதே ‘பிளாக் மார்க்கெட்’ சண்முகம் வேடத்தை அவருக்கு வழங்கினார்,

42

எஸ் எஸ் ராஜேந்திரன்

பத்து வயதில் நாடகத்தில் சேர்ந்த எஸ்.எஸ். ராஜேந்திரன்: சிவாஜி கணேசனுடன் சினிமாவில் அறிமுகம்

சிறு வயதிலேயே நாடகத்தில் நடிக்க ஆரம்பித்த எஸ்.எஸ். ராஜேந்திரன், 1952 தீபாவளிக்கு வெளிவந்த "பராசக்தி" மூலம் சிவாஜி கணேசனுடன் திரை உலகில் அறிமுகமானார். "இலட்சிய நடிகர்" என்று புகழ் பெற்றார்.

எஸ்.எஸ்.ராஜேந்திரனின் சொந்த ஊர் மதுரை மாவட்டம் உசிலம்பட்டி அருகில் உள்ள சேடப்பட்டி கிராமம். இவருடைய தந்தை சூரியநாராயண தேவர். கல்வி அதிகாரியாக பதவி வகித்தவர். தாயார் ஆதிலட்சுமி. எஸ்.எஸ். ஆருக்கு ஒரு சகோதரி உண்டு. அவர் பெயர் பாப்பம்மாள்.

எஸ்.எஸ்.ஆர். 1928ம் ஆண்டு ஜனவரி மாதம் பிறந்தார். சிறு வயதிலேயே 5வது வகுப்பை முடித்த எஸ்.எஸ்.ராஜேந் திரன் 6வது வகுப்பில் சேர்வதற்கு மேலும் ஒரு வயது தேவை என்பதால், ஒரு ஆண்டு வீட்டில் சும்மா இருக்க வேண்டிய நிலை ஏற்பட்டது. அப்போது தந்தையின் நண்பரின் வேண்டுகோளால் புளியமா நகரில் பாய்ஸ் கம்பெனி நாடகத்தில் நடிப்பதற்காக அழைத்துச் செல்லப்பட்டார். 'வீரஅபிமன்யு' நாடகத்தில் நடித்தார். அதன் பின்னர் மீண்டும் பள்ளிப்படிப்பை தொடர்ந்தார்.

எப்படியாவது தனது மகனை தன்னைப்போல அரசாங்க அதிகாரியாக ஆக்கிவிடவேண்டும் என்று எஸ்.எஸ்.ஆரின் தந்தை லட்சியமாகவே வைத்து இருந்தார்.

1937ல் எம்.கே.தியாகராஜ பாகவதர் நடித்த "சிந்தாமணி" படம், சக்கை போடு போட்டது. எஸ்.எஸ்.ஆர். மனதில் அப்படம் பெரிய தாக்கத்தை ஏற்படுத்தியது. "சிந்தாமணி" கதையை பள்ளியில் நாடகமாக போட்டபோது, எஸ்.எஸ். ஆர். கதாநாயக னாக நடித்தார். அவர் நன்றாக நடித்ததால், அவருக்கு அப்போது முதல் பரிசு கிடைத்தது.

இந்த நாடகத்தை நடத்திய ஆசிரியர், "நீ அழகாக இருக்கிறாய். நடிப்பும் நன்றாக வருகிறது. எனவே, சினிமா உலகிற்கு நீ சென் றால் புகழ் பெறமுடியும்" என்று எஸ்.எஸ். ஆரிடம் கூறினார். "நீ இனி படிக்க வேண்டாம். நடிக்கப்போ" என்று கூறி, நாடக கம்பெனியில் சேர தன் செலவில் மதுரைக்கு அனுப்பி வைத்தார்.

மதுரைக்கு சென்ற எஸ்.எஸ்.ஆர் டி.கே.எஸ். நாடக சபாவில் சேர்ந்தார். அங்கு "சிவலீலா" நாடகத்தில் காவலாளி வேடமே கிடைத்தது. அதன் பிறகு "மகாபாரதம்" நாடகத்தில் சகாதேவ னாக நடிக்கத் தொடங்கினார். இதில், திரவுபதியாக (பெண் வேடத்தில்) நடித்தவர் ஏ.பி.நாகராஜன்.

தன் மகன் நாடக நடிகனாகி விட்டானே என்ற வெறுப்பில் இருந்த எஸ்.எஸ்.ஆரின் தந்தை,எஸ்.எஸ்.ஆரின் நடிப்பைப் பார்த்து பாராட்டினார். இது எஸ்.எஸ்.ஆருக்கு மேலும் ஊக்கத்தைக் கொடுத்தது.

நாடகத்தில் நடித்துக் கொண்டிருந்தபோதே தந்தை பெரியாருடனும், அறிஞர் அண்ணாவுடனும் பழகும் வாய்ப்பு எஸ்.எஸ்.ராஜேந்திரனுக்கு கிடைத்தது. 19111943ல் ஈரோட்டில் 'சந்திரோதயம்' நாடகத்தை நடத்த அண்ணா வந்தார்.

அப்போது அந்த நாடகத்தில் அண்ணாவும் நடிக்க வேண்டி இருந்தது. எனவே ஏற்கனவே அங்கு நாடகம் நடத்தி வந்த குழுவில் இருந்த எஸ்.எஸ்.ஆர். அண்ணாவுக்கு மேக்கப்' போட்டார். தொடர்ந்து எஸ்.எஸ்.ஆர். நாடகத்தில் நடித்து வந்தாலும் சினிமாவில் நடிக்கவேண்டும் என்ற ஆசை தீவிரம் அடைந்தது. எனவே, நாடக கம்பெனியில் இருந்து விலகி, சினிமா வாய்ப்பு தேடி சென்னைக்கு வந்தார். சென்னைக்கு வந்த நாளில் "அபிமன்யு" படத்தில் அபிமன்யுவாக நடிக்க எஸ்.எஸ்.ஆருக்கு வாய்ப்பு கிடைத்தது. "மேக்கப் டெஸ்ட்" கூட முடிந்து விட்டது.

இந்த நிலையில், "எஸ்.எஸ்.ஆர். எங்கள் நாடகக் குழுவில் இன்னும் 7 மாதம் நடிக்க வேண்டும் என்று ஒப்பந்தம் உள்ளது" என்று, டி.கே.எஸ். நாடக குழுவினர் தெரிவித்தனர். இதனால், அபிமன்யு படத்திலிருந்து எஸ்.எஸ்.ஆர். விலக நேரிட்டது.

எஸ்.எஸ்.ராஜேந்திரன் படத்தில் நடித்துக்கொண்டிருந்த போதிலும், தொடர்ந்து நாடகத்தில் நடிக்க வேண்டும் என்பதற்காக "எஸ்.எஸ்.ஆர். நாடக மன்றம்" தொடங்கினார். அண்ணாவின் "ஓர் இரவு", "சந்திரமோகன்", மு.கருணாநிதி எழுதிய "அம்மையப்பன்" மணிமகுடம்ஆகிய நாடகங்களை நடத்தி னார்.

எஸ்.எஸ்.ஆர். தனது நாடக மன்றத்தின் மூலம் எம்.என். ராஜம், வைரம் நாடக சபாவில் நடித்து வந்த முத்துராமன், காரைக்குடியில் நாடகத்தில் நடித்து வந்த மனோரமா ஆகியோரை அழைத்து வந்து தனது நாடகங்களில் நடிக்க வைத்தார். பின்னர் இவர்கள் திரைப்படத் துறையில் வெற்றி பெற்றார்கள்.

ஒரு முறை கோவையில் நாடகம் நடத்த எஸ்.எஸ்.ஆர். சென்றபோது "ஆட்டோ கிராப்"வாங்க வந்த ஒரு இளம் பெண்ணை, தனது நாடகத்தில் நடிகையாக்கினார். இவர்தான், பின்னாளில் கேரள திரை யுலகின் மிகப்பெரிய நடிகை யாக திகழ்ந்த ஷீலா. புராணப் படங்களில் நடிக்க மறுத்த எஸ்.எஸ். ஆர்: லட்சிய நடிகர் என்று பெயர் பெற்றார்

43

ஏ பி நாகராஜன்

தமிழ்த் திரைப்படத் துறையின் புகழ்பெற்றவர்களில் ஒருவர். நாடகத்துறையிலிருந்து திரைப்படத்துறைக்கு வந்தவர் இவர். நடிகர், கதையாசிரியர், வசனகர்த்தா, பாடலாசிரியர், இயக்குனர், தயாரிப்பாளர் என பன்முகப் பங்களிப்பு தந்தவர்.

புராணத்தை மட்டுமே வைத்து நாடகங்கள் நடந்து கொண்டிருந்த காலத்தில் தமிழ் நாடகத்துள் சீர்திருத்தக் கருத்துகளைப் புகுத்தி புது ரத்தம் பாய்ச்சியவர்கள் டி கே எஸ் சகோதரர்கள்

இவர்களது மதுரை பால சண்முகானந்தா சபா நாடகக் குழுவில் பயிற்சி பெற்று உருவானவர் ஏ பி நாகராஜன்

அந்த நாட்களில் இளம் சிறுவர்களுக்கு நாடகப் பயிற்சி அளித்து,அவர்களை பெண் வேடங்களுக்குப் பயன் படுத்திக் கொள்வார்கள்.இது போன்ற குழுக்களில் பெண்களை சேர்த்து கொள்ள மாட்டார்கள். மதுரை பால ஷண்முகானந்த சபா பிற்காலத்தில் டி கே எஸ் நாடகக் குழுவாக மாறியது,பத்து வயதில் அங்கு சேர்ந்த நாகராஜனை அவரது பாட்டி மாணிக்கத்தம்மாள் அழைத்து வந்து அக்குழுவில் சேர்த்தார்.

ஈரோடு மாவட்டத்தில் அக்கம்மாப்பேட்டை என்ற சிற்றூரில் பிறந்தவர் நாகராஜன்.சிறு வயதிலேயே பெற்றோரை இழந்த அவரை அவர் பாட்டி வளர்த்தார்.பாட்டி சிறந்த கதைசொல்லி. கதையின் இடையிடையே பாடியும் காட்டுவார். பாட்டி பாடியதை உடனே நாகராஜனும் பாடுவார். டி கே எஸ் குழுவில் 15 வயதில், அவர்களது புகழ் பெற்ற "குமாஸ்தாவின் பெண்" என்ற நாடகத்தில் கதாநாயகனாக நடித்தார் நாகராஜன்.

பின் அவருக்கு மற்ற குழுக்களில் இருந்தும் பெண் பாத்திரமேற்று நடிக்க அழைப்புகள் வர ஆரம்பித்தன.

இருபது வயதிற்கு மேல் பெண் பாத்திரங்களை ஏற்று நடிக்க விரும்பாத நாகராஜன் சக்தி நாடக சபாவில் சேர்ந்தார். அங்கு நடிகர்களாக இருந்த சிவாஜி கணேசன், காகா ராதாகிருஷ்ணன் ஆகியோர் நட்பு அவருக்குக் கிடைத்தது. தனது கதாபாத்திரங்களுக்கான வசனத்தைக் கதைக்குத் தக்க.. தாமே திருத்தி எழுதிக் கொள்வார். அதனால் அவருக்கும்.. நாடகக் கதாசிரியர்களுக்கும் இடையே பிணக்கு ஏற்பட்டது.

சக்தி நாடக சபாவில் இருந்து விலகி தனது இருபத்தைந்தாம் வயதில் பழனி கதிரவன் நாடக சபாவை ஆரம்பித்தார். அதில் தனது கதை வசனத்தில் "நால்வர்" என்ற நாடகத்தை மேடையேற்றினார். நாடகம் மாபெரும் வெற்றி யினைப் பெற்றது. அதுமுதல் "நால்வர்" நாகராஜன் என்று அழைக்கப்பட்டார்.

நால்வர் திரைப்படமாகி வெற்றி பெற்றது. பின் தொடர்ந்து அவருக்கு திரைப்பட வாய்ப்புகள் வர ஆரம்பித்தன.

நாடகங்களில் சமஸ்கிருத வார்த்தைகள் அதிகம் இடம் பெற்றிருந்த நேரத்தில் அதை மாற்றியவர்களில் நாகராஜனும் ஒருவராவார்.

திருவிளையாடல், நவராத்திரி, சரஸ்வதி சபதம், தில்லானா மோகனாம்பாள் உட்பட 25 படங்களுக்கு மேல் கதை.. வசனம்.. இயக்கம் இவரது திரையுலகுக்கான பங்கு ஆகும்

44

“கள்ளபார்ட்” நடராஜன்

சிவாஜிகணேசன் அறிமுகமான ‘பராசக்தி’ படத்தில் அறிமுகமானவர் ‘கள்ளபார்ட்’ நடராஜன். சில படங்களில் கதாநாயகனாகவும், பல படங்களில் குணச்சித்திர வேடங்களிலும் நடித்தவர். தொலைக்காட்சிக்காக நடித்தபோது மரணம் அடைந்தார்.

கள்ளபார்ட் நடராஜனின் சொந்த ஊர் தஞ்சாவூர். தந்தை ராமலிங்கமும் கள்ளபார்ட்’ நடிப்பில் புகழ் பெற்றவர். தாயார் பெயர் பரிபூணத்தம்மாள். இவரும் நாடக நடிகை. பெற்றோர் நாடக உலகில் இருந்ததால், நடராஜனும் 10வது வயதிலேயே நாடக நடிகரானார்.

நவாப் ராஜமாணிக்கம் நாடகக் குழுவில் 12 ஆண்டு காலம் பணிபுரிந்தார். ‘வள்ளித் திருமணம்’, ‘ராமாயணம்’ முதலான நாடகங்களில் நடித்தார். ராமாயணத்தில் பரதன் வேடத்தில் நடித்து பெரும் புகழ் பெற்றார். நாடகத்தில் பெண் வேடம், கதாநாயகன், வில்லன் என்று பலதரப்பட்ட வேடங்களில் நடித்தார். ‘சதாரம்’ நாடகத்தில் திருடன் வேடத்தில் அபாரமாக நடித்து, இவர் தந்தை ‘கள்ளபார்ட்’ ராமலிங்கம் ஆனார். அதே போல் கள்ளபார்ட் வேடத்தில் நடராஜனும் பிரமாதமாக நடித்து ‘கள்ளபார்ட்’ நடராஜன் ஆனார். நடராஜனுக்கு நல்ல குரல் வளம் உண்டு.அதனால் டப்பிங் கலைஞராகவும் இருந்தார்.பல திரைப்படங்களில் வில்லன் வேடத்தில் நடித்துள்ளார்

"மாமா..மாமா..மாமா.." பாடலுக்கு இவர் ஆடிய நடனம் மறக்கமுடியா ஒன்று.

தமிழக அரசின் 'கலைமாமணி' விருதை 1990ல் பெற்றார். தென்னிந்திய நடிகர் சங்கம், 1991ல் 'கலைச்செல்வம்' விருதை வழங்கி கவுரவித்தது. 1996ம் ஆண்டு மார்ச் 27ந்தேதி, தொலைக்காட்சிக்கு பேட்டி அளித்தார். கேமரா ஓடிக்கொண்டிருந்தது. தன் அனுபவங்களை விளக்கிக்கொண்டிருந்த 'கள்ளபார்ட்' நடராஜன், பல்வேறு நடிப்புகளை நடித்துக் காட்டிக்கொண்டிருந்தார். திடீரென்று மயங்கி விழுந்தார். சுற்றிலும் இருந்தவர்கள் பதறிக்கொண்டு ஓடிப்போய் பார்த்தபோது,

நடராஜன் உடலில் உயிர் இல்லை. இறக்கும் போது அவருக்கு வயது70. கடைசி மூச்சு உள்ளவரை நடித்துக் கொண்டிருந்தவர்' கள்ளபார்ட்' நடராஜன்.

45

ஆர்.முத்துராமன்

முத்துராமன் ஜூலை 4ஆம் நாள் 1929 ஆம் ஆண்டில் பிறந்தவர் அவரது சொந்த ஊர் ஒரத்தநாடு

முத்துராமன்..பள்ளி செல்லும் வயதிலேயே, நாடகங்கள் மீதுள்ள ஆர்வத்தால் வீட்டி விட்டு வெளியேறி..ஒவ்வொரு நாடகக் கம்பெனிகளாக ஏறி.. இறங்கி வாய்ப்புக் கேட்டு அலைந்தார். இவரை வைரம் அரிணாசலச் செட்டியார் என்பவர் அவர் நடத்திய நாடகங்களான,ஏழைப்பெண்,தாகசாந்தி,குடும்ப வாழ்க்கை, புயலுக்குப்பின்,எதிர்பாராதது,அன்னை உட்பட பல நாடங்களில் நடிக்க வாய்ப்பளித்தார்.

பின் கலைமணி நாடக சபா என்ற பெயரில் ஒரு நாடகக்குழுவினை ஆரம்பித்து நாடகங்களை மேடையேற்றினார்.அப்போது இவர் குழுவில் நடித்தவர் மனோரமா மற்றும் குலதெய்வம் ராஜகோபால் ஆகியோர் ஆவர் பின்னர் சஹஸ்ரநாமத்துடன் இணைந்து சேவாஸ்டேஜ் நாடகங்களில் நடித்தார்.

எஸ் எஸ் ஆருடன் இணைந்து மணிமகுடம்,முத்துமண்டபம் ஆகிய நாடகங்களில் நடித்தார். திரைப்படங்களில் நடித்து பிரபலமான பின்னரும்...70களில் யூனிட்டி கிளப் என்ற குழுவில் இணைந்து நாடகங்களில் நடித்தார்.அவர்கள் மேடையேற்றிய நாடகங்களில் புகழ் பெற்ற நாடகம் சித்ராலயா கோபு எழுதிய "காசேதான் கடவுளடா" ஆகும்.

தனது ரசிகர்களால் நவசரத்திலகம் என்று அழைப்பட்டவர்

46

எம் என் நம்பியார்

மாஞ்சேரி நாராயணன் நம்பியார் அல்லது சுருக்கமாக எம். என். நம்பியார் (மார்ச் 7, 1919 நவம்பர் 19, 2008) தமிழ்த் திரையுலகில் ஒரு பழம்பெரும் நடிகர் ஆவார்.ஏறக்குறைய 60 ஆண்டுகளுக்கும் மேல் தமிழ்த் திரையுலகின் தலைசிறந்த நடிகர்களுள் ஒருவராக இருந்தார். குணச்சித்திரம் மற்றும் எதிர் நாயகனாக (வில்லன்) எண்ணற்ற திரைப்படங்களில் நடித்தார்.

எம். என். நம்பியார் இயற் பெயர்மாஞ்சேரி நாராயணன் நம்பியார்பிறப்புமார்ச் 7, 1919 கேரளா, இந்தியாஇறப்பு19 நவம்பர் 2008 கேரள மாநிலம் பிரிட்டிஷ் இந்தியாவின் மலபார் மாவட்டம், தற்போதய கண்ணூர் மாவட்டம், சிரக்கல் வட்டத்தில் பெருவமூர் என்ற ஊரில் கேளு நம்பியார் என்பவருக்கு கடைசிக் குழந்தையாக பிறந்தார் நம்பியார். இவருக்கு ஒரு தமையனாரும் ஒரு தமக்கையாரும் உள்ளனர். நம்பியாரின் எட்டாவது வயதில் தந்தை இறக்கவே தமையனார் வசித்து வந்த உதகமண்டலத்துக்குக் குடி பெயர்ந்து அங்குள்ள நகராட்சி உயர் பள்ளியில் மூன்றாம் பாரம் வரை படித்தார்.

தொடர்ந்து படிக்க அவரது பொருளாதாரம் இடம் கொடாமையால், தனது 13 வயதிலேயே சென்னை நவாப் ராசமாணிக்கம் நாடகக் குழுவில் சேர்ந்து சேலம், மைசூர் எனச் சுற்றினார். ஆனாலும் நாடகங்களில் நடிக்க சந்தர்ப்பம் வரவில்லை. நாடகக் கம்பனியின் சமையலறையில் உதவியாளராகவே இருந்தார். வேடம் போட்டால் தான் சம்பளம். இலவசச் சாப்பாடும், படுக்க இடமும் கிடைத்தது.

நவாப் கம்பனியின் ராம்தாஸ் என்ற நாடகத்தை 1935 ஆம் ஆண்டு பக்த ராம்தாசு என்ற பெயரில் திரைப்படமாக எடுத்தார்கள். இதன் படப்பிடிப்புக்காக பம்பாய் சென்றார்கள். நம்பியாரும் கூடவே சென்றார். இப்படத்தில் அக்கண்ணா, மாதண்ணா என்ற நகைச்சுவை வேடங்களில் மாதண்ணா வேடத்தில் நம்பியார் நடித்தார். இதுவே இவர் நடித்த முதல் திரைப்படமாகும். அக்கண்ணாவாக டி. கே. சம்பங்கி நடித்தார். இப்படத்தில் நடித்ததற்காக நம்பியாருக்கு நாற்பது ரூபாய் கொடுக்கப்பட்டது.

பல இடங்களிலும் சுற்றிவிட்டு தஞ்சாவூர் வந்தது நவாப்பின் நாடகக் குழு. தஞ்சையில் நடந்த ஏசுநாதர், ராஜாம்பாள் போன்ற நாடகங்களில் சிறிய வேடங்களில் நடித்தார். அப்போது அவருக்குக் கொடுக்கப்பட்ட மாதச் சம்பளம் மூன்று ரூபாய். அவ்வேளையில் கிருஷ்ணலீலா நாடகத்தில் நடித்து வந்த கே. சாரங்கபாணிக்குக் கையில் ஏதோ கோளாறு ஏற்படவே சாரங்கபாணியின் வேடங்கள் அனைத்தும் நம்பியாருக்குக் கிடைத்தது. 1939 இல் இருந்து பெரிய நடிகர்கள் வாங்கக்கூடிய பதினைந்து ரூபாய் சம்பளம் வாங்கினார்.

1944 இல் நவாப்பின் குழுவில் இருந்து விலகி டி. கே. கிருஷ்ணசாமியின் நாடகக் குழுவில் சேர்ந்து எஸ். டி. சுந்தரம் எழுதிய கவியின் கனவு நாடகத்தில் ராஜகுருவாக நடித்தார் நம்பியார். இந்நாடகத்தில் நடித்ததன் மூலம் நம்பியாரும் எஸ். வி. சுப்பையாவும் பெரும் புகழடைந்தனர்.

இதனையடுத்து ஜுபிட்டர் பிக்சர்சின் நான்கு படங்களுக்கு நம்பியார் ஒப்பந்தம் செய்யப்பட்டார். வித்யாபதி (1946), ராஜகுமாரி ஆகியவற்றில் நகைச்சுவை வேடங்களில் நடித்தார். கஞ்சன் (1947) என்ற படத்தில் கதாநாயகன் வேடம் கிடைத்தது. அதைத்தொடர்ந்து அபிமன்யு, மோகினி போன்ற படங்களிலும் நடித்தார். அறிஞர் அண்ணாவின் வேலைக்காரி படத்தில் கதாநாயகன் மூர்த்தியாக நடித்து பெயர் பெற்றார். கல்யாணி (1952), கவிதா (1962) ஆகியவற்றிலும் கதாநாயகனாக நடித்திருந்தார்.

அதன் பின்னர் அவர் பல படங்களில் வில்லன் பாத்திரங்களில் நடித்துப் புகழ் பெற்றார். எம்ஜிஆர், சிவாஜி கணேசன் இருவர் படங்களிலுமே நிரந்தர வில்லன் நடிகராக இடம் பெற்றிருந்தவர் நம்பியார். எம். ஜி. இராமச்சந்திரனின் மிக நெருங்கிய நண்பராகவும் திகழ்ந்தார்.

தமிழ் தவிர, ஜங்கிள் என்ற ஆங்கிலப் படத்திலும், கணவனே கண்கண்ட தெய்வம் படத்தின் இந்திப் பதிப்பிலும் நடித்துள்ள நம்பியார் 1000 படங்களுக்கு மேல் நடித்தவர். தனது 'நம்பியார் நாடக மன்றம்' மூலம் இரு நாடகங்களை பல முறை அரங்கேற்றியுள்ளார்.

திகம்பர சாமியார் படத்தில் நம்பியாரின் நடிப்பு, அசத்தல். அற்புதம். அபாரம். படத்தில், செவிட்டு மந்திரவாதி, வெற்றிலை வியாபாரி, நாகஸ்வர வித்வான், இஸ்லாமியர், போஸ்ட்மேன் உட்பட 11 வேடங்களில் நடித்து, பிரமிப்பூட்டினார் நம்பியார்

47

திரௌபதி

கோவை மாவட்டம் மேட்டுப்பாளையத்தில் 1928 ஆம் ஆண்டு ஏப்ரல் மாதம் 8 ஆம் நாளில் பிறந்தவர் திரௌபதி. தாய்மொழி கன்னடம், ஆனால் மிகத் தெளிவாகத் தமிழ் பேசி இளம் வயதிலேயே அதாவது எட்டு வயதிலேயே நாடகங்களிலும் அதைத் தொடர்ந்து திரைப்படங்களிலும் நடித்தவர். மிக எளிமையான குடும்பப் பின்னணி இவருடையது. நெசவுத் தொழில் செய்யும் தேவாங்கர் மரபின் வழி வந்தவர் இவருடைய தந்தையார் சின்னசாமி செட்டியார். திரௌபதிதான் குடும்பத்தில் மூத்த பெண் குழந்தை. இவருடன் பிறந்தவர்கள் நான்கு பேர் என பெரிய குடும்பம்.

ஆங்கிலேயர் ஆட்சியில் உள்நாட்டு உற்பத்தியான முரட்டுத் துணிகளைக் காட்டிலும் மென்மையும் வழவழப்பும் வனப்பும் மிக்க அயல் நாட்டுத் துணிகள் இங்கு ஏராளமாக இறக்குமதியாகி விற்பனைக்கு வந்ததால், இங்குள்ள பாரம்பரிய நெசவுத் தொழில் வெகுவாக பாதிக்கப்பட்டு ஆட்டம் கண்டது. அதை எதிர்கொள்ள முடியாமல் குடும்பமும் வறுமையின் பிடிக்குள் கொஞ்சம் கொஞ்சமாக சிக்கித் தள்ளாட்டம் போடத் தொடங்கியது. சின்னசாமியின் குடும்பம் மட்டுமல்லாமல், ஒட்டுமொத்த நெசவாளர்களின் குடும்பமும் இந்த நிலையில்தான் காலம் தள்ள வேண்டி யிருந்தது. கோவையில் பஞ்சாலைகள் நிறைந்திருந்தபோதும் குடும்பம் வேலை தேடி அண்மையில் இருந்த மற்றொரு தொழில் நகரான திருப்பூருக்குக் குடி பெயர்ந்தது.

சிறுமி திரௌபதிக்கு இசையின் மீது மாறாக் காதலும் தீராத விருப்பமும் இயல்பாகவே இருந்தது. மிக இளம் வயதிலேயே குப்புசாமி பாகவதர் என்பவரிடம் சாஸ்திரிய இசையைக் கற்க ஆரம்பித்தார். மகளின் விருப்பத்தை நிறைவேற்றும் பொருட்டு தந்தையாரும் அவருக்கு இணக்கமாக இருந்தார். நாடகத்துறையில் புகழ் பெற்று விளங்கிய டி.கே.எஸ். சகோதரர்களால் நடத்தப்பட்டு வந்த பால சண்முகானந்தா சபா என்ற நாடகக் குழுவினர் 1938ல் திருப்பூர் கஜலட்சுமி அரங்கில் முகாமிட்டு நாடகங்களை நடத்தி வந்தனர்.

அக்குழுவின் நடிகர்களில் ஒருவரான ராஜநாயகம் என்பவரின் பரிந்துரையால் திரௌபதி நாடகக் குழுவில் சேர்ந்து தன் கலையுலக வாழ்வைத் தொடங்கினார். பல்வேறு நடிப்பு, ஆடல், பாடல் என பட்டை தீட்டப்பட்டார். கல்வி வாய்ப்புகள் மறுக்கப்பட்டு நாடகக் கம்பெனிகளில் வந்து சேரும் சிறுவர், சிறுமியருக்கு அங்குள்ள வாத்தியார்களால் அடிப்படைக் கல்வியும் கற்பிக்கப்பட்டது. முதலில் எழுத்தறிவை அங்கிருந்துதான் அனைவரும் பெற்றிருக்கிறார்கள். சில மாதங்கள் தீவிர பயிற்சி பெற்ற பின், சின்னச் சின்ன வேடங்கள் ஏற்று நடிக்கும் வாய்ப்பு வழங்கப்பட்டது.

ஆரம்பத்தில் பஃபூன் வேடம் ஏற்று நடித்ததுடன் மிக அருமையாகப் பாடக் கூடியவராகவும் இருந்திருக்கிறார். கற்பூர புத்தி என்பதற்கேற்ப மிகக் குறுகிய காலத்திலேயே மிகத் திறமையானவர் என்றும் பெயரெடுத்தார். ராமாயண நாடகத்தில் ஏராளமான கதாபாத்திரங்கள் உண்டு. அதில் பல வேடங்களை திரௌபதி ஒருவரே ஏற்று நடித்திருக்கிறார்.

பால நாடக சபாவின் பாலர்கள் பலருடன் அரை ட்ரவுசர் அணிந்து கொள்பவராக அவர் இருந்ததால் யாரும் அவரை ஒரு பெண் குழந்தையாகவே நினைக்கவில்லை. ஆண் பிள்ளைகள் பலர் நிறைந்திருந்த அந்த பாய்ஸ் குழுவில் ஒரே ஒரு சிறுமி திரௌபதி மட்டுமே. 12 வயதை நெருங்கியதும் நாடகக் குழுவை விட்டு அவரை வெளியேற்றி விட நாடக நிர்வாகிகளில் ஒருவரும் டி.கே.எஸ்.

அவர்களின் மூத்த சகோதரருமான டி.கே.சங்கரன் முடிவு செய்தார். ஆண் பிள்ளைகள் பலருக்கு நடுவே பருவமடையும் வயதில் இருக்கும் இந்த ஒற்றைப் பெண்ணுக்கென்று தனிப்பட்ட பாதுகாப்பு வசதிகள் செய்து கொடுக்க வேண்டும் என்பதற்காகவே அவர் அம்முடிவை எடுத்திருந்தார்; ஆனால்,

மிகத் திறமையான ஒரு நடிகையை இழக்க டி.கே. ஷண்முகம் விரும்பவில்லை.

ஒரு நாடகத்தின் அத்தனை வேடங்களையும் ஏற்று நடிக்கும் திறமை திரௌபதியிடம் இருந்தது. அத்துடன் நீண்ட காலம் பாலர் குழுவில் இருந்த ஒரே நடிகையும் இவர்தான். திரௌபதியும் அவ்வை டி.கே.ஷண்முகத்தின் நம்பிக்கையை வீணாக்கவில்லை. தொடர்ந்து பாய்ஸ் கம்பெனி பாய்ஸ்களுடன் அவர்களில் ஒருவராகவே குழுவில் தொடர்ந்தார்.

நாடகக் குழுவின் முதல் தர நடிகையாகத் தன்னை வளர்த்துக் கொண்டதுடன் அதைத் தக்க வைத்தும் கொண்டார். சதி அனுசூயா, அபிமன்யு சுந்தரி, பம்பாய் மெயில், சம்பூர்ண ராமாயணம், முள்ளில் ரோஜா, உயிரோவியம் ,ரத்தபாசம் போன்ற பிரபலமான நாடகங்களில் எல்லாம் முக்கிய கதாபாத்திரங்களை ஏற்று நடித்தார். சிறப்பாக நடித்ததால் நாடகக் குழுவினர் மட்டுமல்லாமல், மக்களிடமும் பெரும் வரவேற்பைப் பெற்றார்.

குமரிப் பெண்ணாக வளர்ந்த பின் இக்குழுவின் நாயகியும் இவரே. ஒன்றுக்கு மேற்பட்ட கதாநாயகிகள் நாடகக் கதையில் இடம் பெற்றால் நடிகர்கள் ஸ்திரீபார்ட் ஏற்று நடிப்பார்கள். திரௌபதிக்கு முன்னரும் சில நடிகைகள் அக்குழுவில் இடம் பெற்றிருந்தாலும் அவர்கள் அனைவரும் மிகக் குறுகிய காலத்தில் குழுவை விட்டு விலகிச் சென்றிருக்கிறார்கள். ஆண்களே பெரும்பாலும் பெண் வேடம் ஏற்று நடித்ததால் பெண்களின் தேவையும் நாடகக் குழுக்களுக்கு அப்போது இல்லை.

‘தேசபக்தி’ நாடகம் டி.கே.எஸ். குழுவினரால் நடத்தப்பட்டது. பிரிட்டிஷ் ஆட்சிக்கு எதிரான கருத்துகளைப் பிரதிபலிக்கும் நாடகமாகவும் விடுதலைக் கனல் தெறிக்கும் வகையிலும் அது இருந்ததால் திருநெல்வேலி, சேலம் மாவட்டங்களில் அந்த நாடகத்தை நடத்தக்

கூடாது என பிரிட்டிஷ் அரசு தடை விதித்தது. மேலும் சில நகரங்களில் ஒரு சில காட்சிகளை மட்டும் நடத்தக்கூடாது என்றும் தடையாணை நடைமுறைக்கு வந்தது.

இந்த நாடகத்தில் ஏ.பி.நாகராஜன், எம்.ஆர்.சாமிநாதன், புளிமூட்டை ராமசாமி, எஸ்.எஸ்.ராஜேந்திரன், கே.ஆர். சீதாராமன், டி.என்.சிவதாணு இவர்களுடன் எம்.எஸ்.

திரௌபதியும் முக்கியமான ஒரு வேடமேற்று நடித்திருந்தார்.

சமூக மாற்றம் ஏற்படுத்திய குமாஸ்தாவின் பெண் திரைப்படம் திரௌபதி நடித்த நாடகங்கள் பலவும் திரைப்படங்களாக எடுக்கப்பட்டபோது அவை அனைத்திலும் திரௌபதியும் பங்கேற்றார். புராண நாடகங்களே மேலோங்கியிருந்த காலகட்டத்தில் சமூகக் கதைகளை நாடகமாக்கியதில் அவ்வை ஷண்முகத்துக்குப் பெரும் பங்கு உண்டு. டி.கே. ஷண்முகம் குழுவினர் நடித்த நாடகங்களில் மிகவும் புகழ் பெற்றது 'குமாஸ்தாவின் பெண்'. வங்க மொழியில் நிருபமா தேவி என்பவர் எழுதிய நாவல் இது.

இந்திய மொழிகள் பலவற்றிலும் அது மொழி பெயர்க்கப்பட்டு நாடகமாகவும் நடத்தப்பட்டு வந்தது. மலையாள மொழியில் இந்த நாடகத்தைப் பார்த்த ஷண்முகம், அதைத் தமிழில் நடத்தும் உரிமையை நாவலாசிரியர் நிருபமா தேவியிடம் முறைப்படி பெற்று நாடகமாக்கினார். தமிழகத்தில் மிகப் பெரிய விழிப்புணர்வை ஏற்படுத்திய நாடகம் அது. வயது முதிர்ந்த ஆண்கள் இரண்டாம் தாரம், மூன்றாம் தாரம் என்று இளம் பெண்களைத் திருமணம் செய்து கொள்வதைக் கேள்விக்குட்படுத்தும் நாடகம் அது.

1941 ல் 'குமாஸ்தாவின் பெண்' டி.கே.எஸ். சகோதரர்கள் மற்றும் மூர்த்தி பிக்சர்ஸ் கூட்டுத் தயாரிப்பில் திரைப்படமாகவும் தயாரிக்கப்பட்டு மிகப் பெரும் வெற்றி பெற்றது. சீதா, சரசா என்ற இரண்டு கதாநாயகிகளில் ஒருவரான சரசா வேடமேற்று நடித்தவர் திரௌபதியே. இத்திரைப்படத்தின் தாக்கம் எந்த அளவுக்கு இருந்தது என்றால், அதிக வயது வித்தியாசம் கொண்ட திருமணங்கள் நடைபெற்றால், அப்போதைய இளைஞர்கள் அங்கு சென்று கல் வீசிக் கலகம் செய்ய ஆரம்பித்தார்கள். ஒரு கலை வடிவம், அது நாடகமோ அல்லது திரைப்படமோ எதுவானாலும் சமூகத்தில் இளம் தலைமுறையினரிடையே விழிப்புணர்வை உண்டாக்குகிறது என்றால், அது அக்கலை வடிவத்துக்குக் கிடைத்த மாபெரும் வெற்றி.

1948ல் டி.கே.எஸ்.சகோதரர்கள் மற்றும் சேலம் சண்முகா பிலிம்ஸ் இணைந்து பில்ஹணன் என்ற படத்தைத் தயாரித்தனர். இப்படத்தில் கதாநாயகி யாமினி வேடம் தரித்தவரும் திரௌபதிதான்.

1935ல் சின்னஞ்சிறுமியாக நாடக உலகுக்குள் நுழைந்தவர்,

1940களில் திரைப்படங்களில் நடிக்கத் தொடங்கியவர், ஏறக்குறைய 45 ஆண்டுகள் தமிழ்க் கலையுலகுக்குக் கலைச்சேவை அளித்தவர். திரௌபதியின் நாடக, திரையுலக நடிப்புக்காக அவருக்கு 'இயல் இசை நாடக மன்றம்' 1961ல் கலைமாமணி விருது வழங்கி சிறப்பித்தது. தன் இறுதிப் படமாக 1979ல் ஜெயகாந்தனின் 'புதுச் செருப்பு கடிக்கும்' படத்துடன் தன் திரை வாழ்க்கையை நிறைவு செய்தார்.

திரைப்பட நடிகையான பின்னரும் கூட திரௌபதி சொந்தமாக ஒரு நாடகக் குழுவையும் நடத்தி வந்திருக்கிறார். திருநெல்வேலி பகுதியின் முக்கூடல் என்ற ஊரில் உள்ள முத்துமாலை அம்மன் கோயில் மிகவும் பிரசித்தி பெற்றது. அந்தக் கோயில் திருவிழா பத்து நாட்களுக்குக் கோலாகலமாக நடத்தப்படும். ஊரே அப்போது திருவிழாக்கோலம் பூண்டு கூத்தும் கும்மாளமுமாக இருக்கும். பத்து நாட்களும் நாடகம், கூத்து என்று அமர்க்களப்படும். அதில் ஒரு நாளில் திரௌபதி குழுவினரின் நாடகம் நடத்தப்பட்டது.

வழக்கமாக நாடக மேடையின் பின்புலத்தில் கதைப் போக்குக்கு ஏற்றவாறு திரைச்சீலைகள் மாற்றப்பட்டுக் கொண்டேயிருக்கும். அன்று அவர்கள்

நடத்திய அந்த நாடகத்தின் ஒரு காட்சியில் கடல் வருவது போன்ற கதையமைப்பு. அதுவரை யாரும் செய்யாத புதுமையாக பின்னணியில்

16.எம்.எம். திரையில் கடல் கொந்தளிக்கும் காட்சியை ஒளிபரப்பி நாடக மேடையில் அசல் கடலைக் கொண்டு வந்து நிறுத்தி ஊர் மக்களை வாய் பிளக்கச் செய்து விட்டார். இதற்கு அவரது திரையுலக அனுபவங்களும் ஒரு முக்கிய காரணம்.

1942 ஆம் ஆண்டிலேயே தன் சொந்தத் தாய்மாமன் பெரியசாமியைத் திருமணம் செய்து கொண்டு இல்லறத் தைத் தொடங்கினார். அவரும் கலையுலகம் சார்ந்து இயங்கியவரே. டி.கே.எஸ். சகோதரர்களின் நாடகக் குழுவில் ஒப்பனையாளராகப் பணியாற்றியவர்.

48

அரு.ராமநாதன்

அரு ராமநாதன், தமிழக எழுத்தாளர்,தொகுப்பாளர் ,பத்திரிகையாளர்,பதிப்பாளர்,திரைப்பட வசனகர்த்தா ஆகியவற்றுடன் நாடக் ஆசிரியராகவும் திகழ்ந்தார்.

இவரது "வீரபாண்டியன் மனைவி" என்ற புதினம் தொர்ந்து 7 ஆண்டுகள் மூன்று பாகங்கள் தொடராக பிரசுரமானது. இவரது 18 வயதில் முதல் படைப்பு "சம்சார சாகரம்" டி கே எஸ் சகோதரர்கள் ஒரு போட்டி வைத்தார்கள்.அதில் கலந்து கொண்டு முதல் பரிசினை இவர் பெற்றார்.

அந்த நாடகம் தான் "ராஜ ராஜ சோழன்".பின்னர் டி கே எஸ் குழுவினரால் அந்நாடகம் ஆயிரம் முறைகளுக்கு மேல் மேடையேறியதுடன்..சிவாஜி கணேசன் நடிக்க திரைப்படமாகவும் வந்த்து.

ராஜ ராஜ சோழன்,பூலோக ரம்பை .ஆரவல்லி ஆகிய படங்களுக்கு வசனம் எழுதியுள்ளார்.

இவர் எழுத்தில் மேடையேறிய மற்ற நாடகங்கள்

வெற்றிவேல் வீரத்தேவன், வானவில்

49

பாரதிதாசன்

பாரதிதாசன் நாடகங்கள்

அமைதி,

படித்த பெண்கள்,

கற்கண்டு,

பொறுமை கடலினும் பெரிது,

இன்பக்கடல்,

குடும்ப விளக்கும் குண்டுக்கல்லும்,

விகட கோர்ட்

இரணியன்

முதலான சமூக நாடகங்களைப் படைத்திருக்கிறார்.

அமைதி நாடகம் பண்ணையாரின் கொடுமை பற்றியது. பண்ணையாரின் கொடுமையை மண்ணாங்கட்டி என்பவன் எதிர்ப்பதும் அதனால் அவன் தாக்கப்பட்டு இறப்பதும் அமைதி நாடகத்தின் உள்ளடக்கம்.

கற்கண்டு நாடகத்தில் இளம்பெண்ணை முதியவன் மணந்து கொள்ளும் கொடுமை எதிர்க்கப்படுகிறது. கற்கண்டு என்ற பெண்ணின் தந்தை கடன் காரணமாக மகளைக் கிழவனுக்குத் திருமணம் செய்து வைக்க முயல்கையில் இளைஞன் ஒருவன் தந்திரமாக அதைத் தடுத்து அவளை மணந்துகொண்டு காப்பாற்றுவதை அடிப்படையாகக் கொண்டது இந்நாடகம்.

இன்பக்கடல் நாடகம் காசுக்காக ஒருத்தியையும் காதலுக்காக ஒருத்தியையும் மணந்துகொள்ள விரும்பும்

ஒருவனின் முயற்சியைத் தடுப்பது பற்றியது. அரசப்பன் என்பவன் காதலுக்காகப் பட்டு என்ற பெண்ணையும் காசுக்காகத் தங்கம் என்ற பெண்ணையும் மணக்க முயல்கிறான். அதற்காக இளவழகன் என்பவனுக்கும் தங்கத்திற்கும் நடக்கவிருக்கும் திருமணத்தைத் தடுத்து அவளை மறைத்து வைக்கிறான். பட்டு, தங்கத்தை விடுவித்து இளவழகனுடன் சேர்த்து வைக்கிறாள். அரசப்பனின்

முயற்சி தோல்வியடைகிறது. இந்நாடகங்கள் பெண்களுக்கு ஆதரவாக எழுதப்பட்டவை. பொறுமை கடலினும் பெரிது என்னும் நாடகம் அனைவருக்கும் உபதேசம் கூறித் தன் காரியத்தில் கண்ணாக இருக்கும் பணக்காரரை மற்றவர்கள் பழிவாங்கும் நிகழ்வைச் சொல்வது. அவசரத் தேவையாக உதவி கேட்பவர்களுக்கு உதவாமல் பொறுமையை உபதேசிக்கும் பணக்காரனை அவனுக்குத் தேவையான நேரத்தில் அதே உபதேசத்தினைக் கூறி உதவாமல் பழிவாங்கும் நிகழ்வு இதன் உள்ளடக்கம்.

குடும்ப விளக்கும் குண்டுக்கல்லும் என்ற நாடகம் உழைக்காத குடும்பத் தலைவனை மகன் மாற்றுவதைக் காட்டுகிறது. குடும்பத் தலைவி தில்லைக்கண் உழைப்பாளி. கணவன் திருக்காடு முதலியார் சோம்பேறி. இவர்களது மகன் கண்ணப்பன், தந்தையைத் திருத்துகிறான்.

படித்த பெண்கள் நாடகத்தில் வரும் மின்னொளியும் இன்னமுதும் கல்வி கற்ற பெண்கள். பொன்னன் என்பவன் ஊதாரியாகத் திரிந்து சொத்தையெல்லாம் தொலைத்ததோடு கொலை முயற்சியையும் மேற்கொள்கிறான். பொன்னனை இப்பெண்கள் திருத்துகிறார்கள். விகடகோர்ட் என்ற நாடகம் கடவுள், சமய நம்பிக்கை முதலானவற்றை எள்ளி நகையாடும் பகுத்தறிவுக் கருத்தைக் கொண்டது. தமிழச்சியின் கத்தி, வீரத்தாய், பாண்டியன் பரிசு, புரட் சிக்கவி, நல்லமுத்துக்கதை ஆகிய ஐந்து நாடகங்களும் காப்பியங்களாகவும் வெளி வந்துள்ளன.

50

சி. என். அண்ணாதுரை

திராவிட இயக்கத்தின் கொள்கை விளக்கமாக அறிஞர் அண்ணாவின் நாடகங்கள் அமைந்தன.

சந்திரோதயம்,

வேலைக்காரி,

ஓர் இரவு,

காதல் ஜோதி,

எதையும் தாங்கும் இதயம்,

பாவையின் பயணம்,

அவன் பித்தனா?,

இரக்கம் எங்கே?,

புதிய மடாதிபதி,

சொர்க்க வாசல்,

நல்லதம்பி,

கண்ணீர்த்துளி,

கண்ணாயிரத்தின் உலகம்

முதலான பல சமூக நாடகங்களை எழுதியிருக்கிறார்.

சந்திரோதயம், ஜமீன்தார்களின் இரக்கமற்ற மனத்தைக் காட்டுகிறது. மடங்களில் நடக்கும் கயமையைக் காட்டுகிறது. பிறரை அண்டிப் பிழைக்கும் வைதிகர்களின் வஞ்சகங்களைக் காட்டுகிறது. மதம், சாதி, பழமைப் பித்து முதலானவற்றால் விளையும் தீமைகளைக் காட்டிப் புத்துலகத்தை உணர்த்துகிறது.

வேலைக்காரியும் ஓர்இரவும் கே.ஆர்.ராமசாமி நாடகக் குழுவினருக்காக அண்ணா எழுதிய நாடகங்கள். வேலைக்காரி நாடகத்தில் சாதிப் பற்று, பணத் திமிர், ஏற்றத் தாழ்வு, போலி வாழ்க்கை, கடவுள் உணர்வு, பெண்களின் நிலை முதலானவை புலப்படுத்தப்படுகின்றன. வட்டியூர் ஜமின்தார் வேதாசல முதலியாரின் கொடுமைக்குப் பலியான

சுந்தரம் பிள்ளையின் மகன் ஆனந்தன். அவன் வேதாசல முதலியாரைத் திருத்த முயல்கிறான். ஆள் மாறாட்டம் செய்து அவர் மகளை மணந்துகொள்கிறான். ஜமின்தாரின் மகன் மூர்த்தி வேலைக்காரியைக் காதலிக்கிறான். ஜமீன்தார் மறுக்கவே மடத்தில் சேர்கிறான். அங்குப் போலித் துறவியைக் கொன்றுவிடுகிறான். ஆனந்தன் வழக்கு மன்றத்தில் வாதாடி அவனை விடுவிக்கிறான். துறவி, கொள்ளைக்காரன் என்றும் புலப்படுத்துகிறான். மூர்த்தி, வேலைக்காரியை மணந்து கொள்கிறான். ஜமீன்தார் திருந்துகிறார். 'கத்தியைத் தீட்டாதே! புத்தியைத் தீட்டு', 'சட்டம் ஓர் இருட்டறை, அதிலே வக்கீலின் வாதம் ஓர் விளக்கு' முதலான வசனங்கள் இந்நாடகத்தில்தான் இடம் பெற்றன.

49 காட்சிகளைக் கொண்ட ஓர் இரவு நாடகம், ஒரே இரவிலே நடந்து முடியும் கதையமைப்பைக் கொண்டது. ஏற்றத் தாழ்வுகள், காதல் மோதல்கள், சேரி வாசம் மாளிகை வாசம் எனப்பல வேறுபாடுகள் சித்திரிக்கப்பட்டுள்ளன. தேவர் மகள் சுசீலா. தேவர் செய்த ஒரு கொலையைப் படம் பிடித்து வைத்துக்கொண்டு மிரட்டும் ஜெகவீரன் அவளை மணக்க அவரிடம் சம்மதம் பெறுகிறான். சுசீலா, டாக்டர் சேகரைக் காதலிக்கிறாள். இரவில் தேவரின் வீட்டிற்குத் திருடன் ரத்தினம் வருகிறான். அவனிடம் சுசீலா ஜெகவீரனை ஏமாற்றத் தன் காதலனாக நடிக்கும்படி வேண்டுகிறாள். அங்கு வந்த சேகர் சுசீலாவைத் தவறாகக் கருதுகிறான். ரத்தினமும் சேகரும் மோதுகின்றனர். தேவர்தான் ரத்தினத்திற்கும் தந்தை என்பது தெரியவருகிறது. ஜெகவீரனை ஏமாற்றி அவனிடமிருக்கும் படத்தைப் பிடுங்கிவிடுகின்றனர். சுசீலா சேகர் திருமணம் நடைபெறுகிறது.

அண்ணாவின் பிற நாடகங்களிலும் இதே போன்ற சீர்திருத்தக் கருத்துகள் இடம்பெற்றன. மாநாடுகளில் ஒரே நேரத்தில் இருபதாயிரம் பேர் அண்ணாவின் நாடகங்களைக் கண்டு ரசித்தனர் என்பது குறிப்பிடத் தக்கது. கல்கி, அண்ணாவைப் பெர்னாட்ஷாவுக்கும் கால்ஸ்வொர்த்திக்கும் (Galsworthy) இணையானவர் என்று பாராட்டினார். வசனத்தில் புரட்சி செய்தவர் அண்ணா. ஏமாற்றிப் பணம் சேர்ப்பவனைப் பார்த்து "தங்கத்திலே அரிசி செய்து சமைத்து, கோமேதகக் கூட்டும் வைர வறுவலும் முத்துப் பச்சடியும் மோர்க்குழம்பிலே கெம்புமா கலந்து சாப்பிட்டு வந்தீர்?" என்று கேட்பது மாதிரி எழுதப்பட்ட வசனம் இதற்கு எடுத்துக்காட்டு

51

கலைஞர் கருணாநிதி

தமிழ் சொல்லுக்கு அளப்பரிய ஆற்றல் இருக்கிறது என்பதற்கு கலைஞரின் நாடகங்கள் ஒரு சாட்சி. நாடகங்களில் தான் சொல்ல விரும்பும் ஆழமான கருத்துக்களை எளிதில் பொது மக்களை கவரும் மேடையில் அமைப்பதில் அவர் வித்தகர். சமூக சீர்திருத்தம், மூடநம்பிக்கை ஒழிப்பு, அரசியல் செய்திகள் போன்றவை அவரது நாடகங்களில் பின்னிப் பிணைந்திருக்கும். அடித்தள மக்களின் அவலக் குரல் அவரின் நாடகத்தில் எதிரொலித்தன இவையே பிற்காலத்தில் அவரது அரசியல் நோக்கங்களுக்கு துணை செய்தன.

"நாடக இலக்கியம் போல விரைந்து மனமாற்றம் உண்டாக்கக் கூடிய ஆற்றல் வேறு எதற்கும் இல்லை அதனால்தான் அரசியல் கருத்துக்களை பண்பாடு கெடாமல் தரம் தாழாமல் அள்ளி தெளிப்பதற்கு நாடக இலக்கியத்தை கருவியாக பயன்படுத்திக் கொண்டேன்" என்றார் கலைஞர் நாடகங்கள் குறித்து பேசுகையில்

"தூக்குமேடை, மகான் பெற்ற மகான்" போன்றவை அவரது சமூக சீர்திருத்த நாடகங்களுக்கு எடுத்துக்காட்டுகள். அதேபோல் நச்சுக்கோப்பை, சாக்கிரட்டீசு போன்ற நாடகங்கள் மூடநம்பிக்கை எதிர்த்து பிரச்சாரம் செய்தன.

"குடிசைதான் ஒருபுறத்தே கூரிய வேல் வாள் வரிசையாய் வைத்திருக்கும்" எனத் தொடங்கும் புகழ்மிக்க வசனம் இடம்பெற்ற நாடகம் "பரப்பிரம்மம்". புறநானூற்றுப் பாடலை அடிப்படையாகக் கொண்டு எழுதப்பட்ட இந்த நாடகத்தின் மூலம் வசூலான தொகையை தஞ்சை புயலில்

பாதிக்கப்பட்ட வர்களுக்கு கலைஞர் வழங்கினார் என்பது குறிப்பிடத்தக்கதாகும்.

இதனைத் தொடர்ந்து சிலப்பதிகாரம், சேரன் செங்குட்டுவன், ராமாயணத்தை கிண்டல் செய்து எழுதிய பரதாயனம் போன்ற இலக்கிய நாடகங்கள் பலவற்றை கலைஞர் தனக்கே உரிய தனித்தன்மையுடன் எழுதினார்.

கலைஞரின் "திருவாளர் தேசியம்பிள்ளை" போன்ற நாடகம் தேர்தல் பிரச்சாரத்திற்காக, காங்கிரஸ் கட்சியை நையாண்டியுடன் விமர்சிப்பதாக அமைந்திருக்கும். திமுகவிற்கு உதயசூரியன் சின்னமாக கிடைத்த பிறகு அதனை பிரபலப்படுத்துவதற்காக "உதயசூரியன்" என்ற பெயரிலேயே நாடகம் ஒன்றை இயற்றினார் கருணாநிதி. இப்படி நாடகத்தை சமூக மாற்றம், பகுத்தறிவு, போன்றவற்றுடன் தேர்தல் அரசியல் பிரச்சாரத்திற்கான கருவியாகவும் கலைஞர் திறமையுடன் கையாண்டார்.

கலைஞர், முதன்முதலில் எழுதி அரங்கேற்றிய நாடகம், 'பழனியப்பன்'. இது, திருவாரூர் பேபி டாக்கீஸில், 1944 ம் ஆண்டு அரங்கற்றப்பட்டது. பின்னர் இந்த நாடகம் 'நச்சுக்கோப்பை' என்ற பெயரில், தமிழகம் முழுவதும் அறங்கேற்றம் செய்யப்பட்டது. 'தூக்குமேடை', 'பரப்பிரம்மம்', 'சிலப்பதிகாரம்', 'மணிமகுடம்', 'ஒரே ரத்தம்', 'காகிதப்பூ', 'நானே அறிவாளி', 'வெள்ளிக்கிழமை', 'உதயசூரியன்', 'திருவாளர் தேசியம்பிள்ளை', 'அனார்கலி', 'சாம்ராட் அசோகன்', 'சேரன் செங்குட்டுவன்','நாடகக் காப்பியம்', 'பரதாயணம்' உட்பட 21 நாடகங்களை எழுதியுள்ளார் கலைஞர்.

'பராசக்தி' திரைப்படம் வெளியானபோது, அந்தப் படத்தை கிண்டல் செய்து ஓர் இதழில், பரப்பிரம்மம் என்ற பெயரில் கார்ட்டூன் வெளியிடப்பட்டது. இதையடுத்து, 'பரப்பிரம்மம்' என்ற பெயரில் நாடகம் எழுதிய கலைஞர், அதை மாநிலம் முழுவதும் அறங்கேற்றம் செய்தார். 1957ம் ஆண்டு, தி.மு.கவுக்குக் கிடைத்த உதயசூரியன் சின்னத்தைப் பிரபலபடுத்துவதற்காக, 'உதயசூரியன்' என்ற நாடகத்தை எழுதினார்.

52

எஸ் டி சுப்புலட்சுமி

எம்.கே. தியாகராஜ பாகவதரின் நாடகம் அது. அர்ஜுனனாக எம்.கே.டி. நடித்துக்கொண்டிருக்கிறார். பவளக்கொடி வேடம் ஏற்றிருந்த நடிகை அவரை விஞ்சும் அளவுக்குத் தன் நடிப்புத் திறனை வெளிப்படுத்திக் கொண்டிருக்கிறார்.

மைக் இல்லாத காலகட்டத்திலும் அரங்கின் கடைக்கோடி ரசிகனுக்கும் கேட்கும்படி அதே சமயத்தில் தெளிவான உச்சரிப்புடன் அந்த நடிகை வசனங்களை உச்சரித்துக் கொண்டிருக்கிறார். அவர்தான் எஸ்.டி. சுப்புலட்சுமி.

1918ஆம் ஆண்டு ஸ்ரீவைகுண்டத்தில் துரைசாமி பிள்ளை ஜானகி அம்மாளுக்கு ஒரே மகளாகப் பிறந்தவர். சிறுவயதிலேயே பாட்டின் ஆர்வம் மீது ஆர்வம் கொண்டவராக இருந்ததார். இந்தக் கலை ஆர்வம் அவருக்குச் சிறந்த எதிர்காலத்தை அமைத்துக் கொடுக்கும் என அவரது பெற்றோர் நினைத்தார்கள். எனவே அவருக்குக் கர்நாடக சங்கீதம், நடனம், நடிப்பு கற்றுக்கொடுப்பதற்காக மதுரைக்குக் குடிபெயர்ந்தார்கள். அவருடைய தந்தை எஸ்.டி.எஸ்.ஸின் புகைப்படங்களை வைத்து மதுரையில் உள்ள நாடகக் கம்பெனிகளில் வாய்ப்புத் தேடியுள்ளார். விரைவிலேயே வாய்ப்புக் கிடைத்தது.

எஸ்.டி.எஸ். நாடகங்களில் பிரதான வேடங்களில் நடிக்கத் தொடங்கினார். எம்.கே. தியாகராஜ பாகவதருடன் ஜோடியாக நடிக்கும் நிலைக்கு உயர்ந்தார்.

. காரைக்குடியில் எம்.கே.டி., எஸ்.டி.எஸ். இருவரும் இணைந்து நடித்த பவளக்கொடி நாடகம் நிகழ்த்தப்பட்டபோது அதைக் காண சினிமா தயாரிப்பாளர்கள் அழகப்பா செட்டியரும் லக்ஷ்மணன் செட்டியாரும் வந்திருந்தனர். இவர்கள் இருவருடன் ராஜா சாண்டோவிடம் சினிமா பயின்றிருந்த கே. சுப்ரமண்யமும் வந்திருந்தார். இந்நிகழ்ச்சி எம்.கே.டி., எஸ்.டி.எஸ்., கே. சுப்ரமண்யம் மூவருக்கும் முதல் பட வாய்ப்பை ஏற்படுத்தித் தந்தது. 1934இல் வெளிவந்த இந்தப் படம் மிகப் பெரிய வெற்றிபெற்றது. இந்தப் படத்திற்காக எஸ்.டி.எஸ். ஸுக்கு 2 ஆயிரம் ரூபாய் சம்பளம் கொடுக்கப்பட்டது. இதில் ஒரு பாதிதான் எம்.கே.டி.க்கு. கே. சுப்ரமண்யத்துக்கோ வெறும் 700தான் சம்பளம்.

கே. சுப்ரமண்யம் நவீன சாரங்கதாரா என்னும் படத்தை அதே வெற்றிக் கூட்டணியுடன் தொடங்கினார். இந்தப் படமும் பெரும் வெற்றியைத் தேடித் தந்த்து. இந்த வெற்றிக்குப் பிறகு எஸ்.டி. சுப்புலட்சுமி, கே. சுப்ரமண்யத்தின் வாழ்க்கைத் துணை ஆனார். பக்த குசேலாவில் இரு வேடங்களில் நடித்ததன் மூலம் இரு வேடங்களில் நடித்த முதல் நடிகை என்னும் பெயரும் பெற்றார். பால யோகினி, தியாகபூமி போன்ற புரட்சிக் கருத்துள்ள சமூகப் படங்களில் துணிச்சலுடன் நடித்தார்.

கே. சுப்ரமண்யம் எஸ்.டி.எஸ். தம்பதியர் பிற்காலத்தில் பொருளாதார ரீதியில் மிகவும் சிரமப்பட்டனர். 1950களில் நடுவில் எஸ்.டி.எஸ். மீண்டும் மேடை நாடகங்களில் நடிக்கத் தொடங்கினார். அப்போது எம்.கே.டி.யும் பட வாய்ப்புகளை இழந்திருந்தார். எம்.கே.டி., எஸ்.டி.எஸ் ஜோடி இணைந்து பவளக்கொடி, வள்ளி திருமணம், ஹரிதாஸ் போன்ற நாடகங்களில் நடித்தனர். அவர்களது நாடகங்களில் இசையமைப்பாளர் ஜி.ராமநாதன் ஆர்மோனியம் வாசித்தார்.

எஸ்.டி.எஸ். பின்னாட்களில் கல்யாணப் பரிசு, பட்டணத்தில் பூதம், எங்கிருந்தோ வந்தாள் போன்ற படங்களில் அம்மா வேடம் ஏற்று நடித்துள்ளார். தன் கடைசிக் காலத்தில் கதாகலாட்சேபம் செய்துவந்தார். எஸ்.டி. சுப்புலட்சுமி, கே.சுப்ரமண்யம் இறந்து 16 ஆண்டுகளுக்குப் பிறகு 1987ஆம் ஆண்டு இறந்தார்.

53

எஸ் டி சுந்தரம்

கவிஞர், எழுத்தாளர்,நாடக ஆசிரியர்,திரைப்பட வசனகர்த்தா என பன்முகம் கொண்டவர் சேலம் துரைசாமி சுந்தரம்.ஆத்தூரில் துரைசாமி,பூங்கோதை தம்பதியினருக்கு பிறந்தவர். அடிப்படை கல்வி கற்றபின் 12ஆவது வயதில் நவாப் ராஜமாணிக்கம் பிள்ளை குழுவில் இணைந்து பால பார்ட் வேஷங்களில் நடித்தார்.

1934ல் ராஜமாணிக்கம் பிள்ளிய திருவையாறு அரசு கலைகல்லூரியில் சேர்த்து படிக்க வைத்தார்.அப்போது நடந்த வெள்ளையனே வெளியேறு விடுதலை போராட்டத்தில் ஈடுபட்டு கைதானார்.

சிறையில் இருக்கையில் "கவியின் கனவு" என்று எழுதிய நாடகத்தை சக்தி கிருஷ்ணசாமியுடன் இணைந்து மேடையேற்றினார்.

அந்நாடகத்தில் சிவாஜி கணேசன்,எம் என் நம்பியார்,எஸ் வி சுப்பையா ஆகியோர் நடித்தனர்.தமிழகமெங்கும் ஆயிரத்துக்கும் மேலான முறைகள் இந்நாடகம் நடைபெற்றது

54

கே ஏ தங்கவேலு

புதுச்சேரி மாநிலம் காரைக்கால்தான் தங்க வேலுவின் சொந்த ஊர். பத்து வயதுமுதல் நாடகங்களில் நடிக்கத் தொடங்கிய தங்கவேலு 20 வயதில் 'யதார்த்தம்' பொன்னுசாமி நாடகக் குழுவில் பிரபலமான நகைச்சுவை நடிகராக மாறினார். அப்போது கலைவாணர் என்.எஸ். கிருஷ்ணன் புதிதாகத் தொடங்கிய தனது நாடகக் குழுவுக்குத் தன் நண்பரான தங்கவேலுவை இழுத்துக்கொண்டார்.

என்.எஸ்.கிருஷ்ணனும் தங்கவேலுவும் கந்தசாமி முதலியாரின் நாடகக் குழுவில் அண்ணன் தம்பியாகப் பழகியவர்கள்.

சொந்த நாடகக் குழுவைத் தொடங்கி, பல நாடகங்களை நடத்திய தங்கவேலு சினிமாவில் வாய்ப்புகள் இல்லாமல் போனதும் 1994வரை தொடர்ந்து நாடகங்களில் நடித்திருக்கிறார்.

தங்கவேலு 20 வயதில் மிகவும் ஒல்லியாக இருப்பார். அதனால் தனக்கு வசதியாக இருக்குமென்று கருதி வயதான வேடங்களையே ஏற்று நடித்தார். பணம், திரும்பிப்பார், இல்லற ஜோதி, சுகம் எங்கே உள்படப் பல படங்களில் 60 வயது வேடங்களில் நடித்தார். சிங்காரி' என்ற படத்தில் டணால்... டணால்... என்று அடிக்கடி வசனம் பேசியதால் தங்கவேலுவின் பெயர் முன்னால் டணால் என்ற வார்த்தை ஒட்டிக்கொண்டது. 'கல்யாண பரிசு' பைரவன் மட்டுமல்ல. 'அறிவாளி' படத்தில் முத்துலட்சுமியுடன் பூரி சுடும் காட்சி, தெய்வப்பிறவியில் "அடியே, நீ என்ன சோப்பு போட்டாலும் வெள்ளையாக மாட்டே", "பார்த்தியா, இதெல்லாம் எடுத்தா அதெல்லாம் வரும்னு சொன்னனேக் கேட்டியா" போன்ற பல வசனங்கள் தங்கவேலுவின் சாகாவரம் பெற்ற நகைச்சுவைகள் ஆகும் நகைச்சுவை நடிகை எம் சரோஜாவை மணந்தார். இவர்கள் சேர்ந்த நடிப்பு..என் எஸ் கிருஷ்ணன்,மதுரம் ஜோடி போல மக்களிடம் வரவேற்பினை பெற்ற ஒன்றாகும்

55

எம் எஸ் எஸ் பாக்கியம்

1945 முதல் 1970கள் வரையிலான காலகட்டத்தில் நூற்றுக்கும் மேற்பட்ட படங்களில் குணசித்திரம்,நகைச்சுவை, வில்லி என பல பாத்திரங்களில் நடித்தவர்

பாக்கியத்தின் இயற்பெயர் மருங்காபுரி செல்லம்மாள் சிவபாக்கியம் என்பதாகும். இவர் மே 1926 இல் திருச்சி மருங்காபுரி என்னும் ஊரில் அவ்வூர் ஜமீன்தாரின் மேலாண்மையாளராகப் பணியாற்றிய நல்லசிவம் பிள்ளை, செல்லம்மாள் ஆகியோரின் இரண்டாவது மகளாகப் பிறந்தார். இவருக்கு ஒன்றரை வயதான போதே தாயார் செல்லம்மாள் இறந்து விட்டார். அதன் பின்னர் செல்லம்மாளின் தாயார் இரு பேத்திகளையும் வளர்த்து வந்தார்.

மருங்காபுரியில் ஆறாம் வகுப்பு வரை கல்வி கற்றார். அப்போது பாக்கியத்தின் பாட்டனார் இறக்கவே, பாட்டியால் அவரை மேலும் படிக்க வைக்க முடியவில்லை. அந்த நேரத்தில் வளையாபட்டியில் சடையப்ப கொத்தனார் என்பவர் நாடகக் கம்பனி ஒன்றை நடத்தி வந்தார். அக்கம்பனியில் பாக்கியம் சேர்ந்து ஒன்றரை ஆண்டுகள் பயிற்சி பெற்றார். அக்கம்பனி மூடப்படவே, இவர் கோட்டயம் பி. கைலாசம் ஐயர் என்பவரிடம் முறைப்படி கர்நாடக இசை பயின்றார்.

அப்போது டி. பி. பொன்னுசாமி பிள்ளையின் நாடகக் கம்பனி பொன்னமராவதிக்கு வந்தது. உடனேயே அக்கம்பனியில் சேர்ந்து கொண்டார் பாக்கியம். அக்கம்பனியின் இழந்த காதல் நாடகத்தில் சரோஜா என்ற பாத்திரத்தில் நடித்தார். கண்டிராஜா, இராமாயணம் ஆகிய நாடகங்களிலும் நடித்தார். சில காலத்தில் இக்கம்பெனி

என்னெஸ்கே நாடகக் கம்பனியுடன் இணைக்கப்பட்டதை அடுத்து பாக்கியம் அங்கிருந்து விலகினார்.

வைரம் அருணாசலம் செட்டியார் "ஸ்ரீ ராம பாலகான சபா" என்ற புதிய நாடகக் கம்பெனியை ஆரம்பித்து பத்திரிகைகளிலும் விளம்பரம் செய்தார். பாக்கியமும் பாட்டியிடம் அனுமதி பெற்று கம்பெனியிலே சேர்ந்தார். காரைக்குடி சண்முக விலாசு அரங்கில் நடந்த பக்த சாருகதாசர் நாடகத்தில் நகைச்சுவை வேடமேற்று நடித்தார். தாகசாந்தி நாடகத்தில் கதாநாயகியாகவும், திருமழிகை ஆழ்வார், குடும்ப வாழ்க்கை, விஜயநகர சாம்ராச்சியம், செயிண்ட் பிலோமினா, எதிர்பார்த்தது ஆகிய நாடகங்களில் முக்கிய வேடங்களிலும் நடித்தார். காரைக்குடி, திருச்சி, திருவாரூர் போன்ற இடங்களில் நாடகங்களை அரங்கேற்றிய வைரம் கம்பெனி 1945 இல் சென்னைக்கு வந்து ஓராண்டு தங்கியிருந்து நாடகங்களை நடத்திய போது பாக்கியமும் அவர்களது நாடகங்களில் பங்கேற்று சென்னை ரசிகர்களிடம் பெரும் வரவேற்பைப் பெற்றார் பாக்கியம். வித்யாபதி (1946) இவர் நடித்த முதல் திரைப்படம் ஆகும். அதில் நாராயண பாகவதரின் (எம். என். நம்பியார்) மனைவியாகத் தோன்றி நடித்தார்.தொடர்ந்து 30க்கும் மேற்பட்ட திரைப்படங்களில் நடித்தவர் இவர்

56

P.D. சம்பந்தம்

.ரொம்ப குள்ளமான உருவம். மற்றபடி ரொம்ப சிறிய கதா பாத்திரம். எக்ஸ்ட்ரா என்று சொல்லும்படியாகவே படத்தில் தலை காட்டுவார்.'

P.D.சம்பந்தம் எப்போதுமே மிகவும் சிறிய பாத்திரங்களில் தான் வருவார். தில்லானா மோகனாம்பாள் படத்தில் அதற்கு முன் திருவிளையாடலில் கூஜாவாக நடிப்பார். ஓடுங்கடா என்றால் பதறி ஓடும் குள்ளர்களில் ஒருவராக நடிப்பார்.

1950 60 களில் வாழ்ந்த நகைச்சுவை நடிகர்களில் P.D.சம்பந்தமும் ஒருவர். தன் குள்ளமான உடலமைப்பாலும் தத்ரூபமான நடிப்பாலும் ரசிகர்களின் மனதில் நிலைத்திருப்பவர். திரைத்துறையில் சம்பாதித்ததைக் கட்டிக் காத்துக் கொண்ட புத்திசாலி நடிகர்களுள் இவர் ஒருவர். இவரது சமகாலத்து நடிகர்களில் பெரும்பாலானவர்கள் பல வழிகளிலும் தாம் சம்பாதித்ததை இழந்துள்ளனர். இறுதிக் காலத்தில் மருத்துவச் செலவுக்குக் கூட அடுத்தவரின் கையை எதிர் நோக்கித் திண்டாடி மரணத்தைத் தழுவியர்கள் பலருண்டு. அவ்வகையில் இவர் கிடைத்ததைக் கவனமாக வைத்துக் கொண்டார்.

உண்மையில் இவர் நாடக உலகில் சிவாஜியை ஆட்டி வைத்தவர். எல்லா நடிகர்களுக்கும் இவர் தான் வாத்தியார். ஆயிரத்து தொள்ளாயிரத்து முப்பது, நாற்பது, ஐம்பது, அறுபதுகளில்திரையில் பிரபலமான பல நடிகர்களுக்கும் நாடக உலகில் இவர் தான் வாத்தியார். இவ்வளவு ஏன்

கலைவாணர் N.S. கிருஷ்ணன் இவரிடம் காலை தொட்டு வணங்குவார். ஏனென்றால் நாடக உலகில் அவருக்கே இந்த சம்பந்தம் ஆசிரியர். ரொம்ப கண்டிப்பானவர். கட்டுப்பாடு விஷயத்தில் கறாரானவர். கையில் பிரம்பு வைத்திருப்பார். அவரிடம் அடி வாங்காத பிரபலங்களே கிடையாது.

ஜகன்னாத ஐயர் பாய்ஸ் கம்பெனியில் நகைச்சுவை வேடங்களில் நடித்து வந்தவர். ரத்னாவளி நாடகத்தில் பப்பரவாயன், மனோகராவில் வசந்தன், சபாபதி நாடகங்களில் சாதாரணமாக வேலைக்கார சபாபதி முதலிய பாகங்களில் ரணகளப்படுத்துவாராம்.

இவருடைய முக்கியமான நற்குணம் என்னவென்றால் தன் உடல் நலத்தை எப்பொழுதும் ஜாக்கிரதையாக பார்த்துக் கொண்டிருப்பார். பம்மல் சம்பந்தம் நாடகங்களில் நடிப்பவர்கள் எப்படி நடிக்க வேண்டும் என கற்பிப்பதில் நிபுணராய் இருந்தாராம்

57

ஏ கே வேலன்

ஏ கே வேலனின் இயற்பெயர் குழந்தைசாமி ஆகும். தஞ்சாவூர் மாவட்டம் ஆலங்குடியில் அருணாச்சலம் பிள்ளை, இராமாமிர்தம் தம்பதிகளுக்கு மகானக 1921ஆம் ஆண்டு அக்டோபர் திங்கள் 24ஆம் நாள் பிறந்தவர்.

ஈ வெ ரா வின் பகுத்தறிவு கொள்கைகளால் ஈர்க்கப்பட்டு திராவிடர் கழகத்தில் இணைந்து,பல பகுத்தறிவு நாடகங்களை மேடையேற்றினார்.

இவரது நாடகங்கள்

கைதி, வறுமையில் வாடும் வேலன், எரிமலை, சூறாவளி

இராவணன், கங்கைக்கு அப்பால், கம்சன், கும்பகர்ணன், சிலம்பு

பின்னாளில் பல திரைப்படங்களைத் தயாரித்தவர்.தன் தந்தை பெயரில் அருணாச்சலம் ஸ்டூடியோவை நிறுவினார்

இயக்குநர் சிகரம் கே பாலசந்தரை முதன் முதலாக "நீர்க்குமிழி" படம் மூலம் அறிமுகம் செய்தவர் இவர்

58

திருவாரூர் தங்கராசு

பெரியாரின் மூடநம்பிக்கை ஒழிப்புப் பிரச்சாரங்களின் மேடை வடிவங்கள்தான் தங்கராசுவின் நாடகங்கள். அநேகமாக இந்தியாவில் எழுத்து வடிவில் ராமாயணங்கள் எத்தனை உள்ளதோ அவை எல்லாவற்றையும் படித்து ஆய்ந்தவர் பெரியார். அவருக்கு அடுத்து தோழர் தங்கராசு என்றால் அது மிகை ஆகாது. அவரே நாடகத்தில் ராவணனாக நடிப்பார்.

ராமாயணப் பகுத்தறிவு என்ற புத்தகம் எழுதி வெளியிட்டார். அதை அப்போதைய காங்கிரசு அரசு தடை செய்தது. இவர் எழுதிய ரத்தக்கண்ணீர் என்ற நாடகம் இன்றளவும் பேசப்படும் ஒன்றாகும்.எம் ஆர் ராதா நடிக்க ஆயிரம் முறைகளுக்கு மேல் நாடகம் நடந்திருக்கிறது. ரத்தக்கண்ணீர் என்ற பெயரிலேயே படமாக எடுக்கப்பட்டது. அதிலும் நடிகவேள் எம்.ஆர்.ராதா நடித்தார்.

எம்.ஆர்.ராதாவுடன் அவர் கைகோத்தபோது தமிழகத்தின் நாடக மேடைகள் அதிர்ந்தன. அதுவரையில் பின்பற்றிய மரபுகள் உடைத்து நொறுக்கப்பட்டன. சாதிய மதவாதிகளுக்கும் மூடநம்பிக்கைகளுக்கும் எதிரான போர்க்களமாக மேடைகளை இருவரும் மாற்றினார்கள். ‘ரத்தக் கண்ணீர்’ வசனங்கள் தங்கராசுவைப் புகழின் உச்சத்துக்குக் கொண்டுபோயின. ஆனால், இறுதி வரை திரை உலகின் எந்தச் சமரசங்களுக்கும் உட்படாதவர்

இவர் திருஞானசம்பந்தர் என்னும் ஒரு நாடகமும் எழுதியிருக்கிறார். 2014ல் அமரர் ஆனார்

59

ஏ.வீரப்பன்

ஏ.வீரப்பன் பிறந்த ஊர் பட்டுக்கோட்டைக்கு அருகில் உள்ளது. 1944ஆம் வருடம் புதுக்கோட்டை சக்தி நாடக சபாவின் முதல் நாடகமான "ராமபக்தி' தயாராகிக் கொண்டிருந்தது. நடிகர்கள் தேர்வின்போது பாலராமர் வேஷத்துக்கு, பாடத் தெரிந்த ஒரு பையன் தேவைப்பட்ட சமயத்தில், குடும்ப நண்பர் ஒருவரால் வீரப்பன் பரிந்துரைக்கப்பட்டார்.

சக்தி நாடக சபாவின் நடிகர்கள் சிலர் வீரப்பனைப் பாடச் சொல்லிலி குரல் தேர்வு நடத்தினார்கள். தோடி ராகத்தில் வீரப்பன் பாடிய பாடல், அவர்களை சபாஷ் போட வைத்தது. பாலராமர் வேஷத்துக்கு வீரப்பன் அப்போதே தேர்ந்தெடுக்கப்பட்டார்.

அவரை அன்று நடிகனாக்கிப் பாராட்டிய மூன்று பெரும் நடிகர்கள் எஸ்.வி. சுப்பையா, நம்பியார், எஸ்.ஏ. நடராஜன். வசனம் சொல்லிலிக் கொடுத்தவர் நடிகர் எஸ்.ஏ. கண்ணன். நாகப்பட்டினம் ராபின்சன் ஹாலிலில் அரங்கேற்றம் ஆன அந்த நாடகத்தையும், பாலராமராக நடித்த வீரப்பனையும் பாராட்டி "ஹிந்து' நாளிதழ் விமர்சனம் செய்திருந்தது.

1945ஆம் ஆண்டு, மங்கள கான சபாவிலிலிருந்து சக்தி நாடக சபாவுக்கு சிவாஜி கணேசன் வந்துசேர்ந்தார். வீரப்பனும் சிவாஜியும் அப்போதிலிலிருந்தே நண்பர்களானார்கள். சினிமாவில் மாலைக் காட்சி, இரவுக் காட்சி என்பதுபோல அப்போதுதான் நாடகத்திலும் இரண்டு காட்சிகள் நடைமுறைக்கு வந்தது.

முதல் காட்சியில் சிவாஜி நடித்த வேடத்தில் இரண்டாம் காட்சியில் வீரப்பன் நடித்துள்ளார். ஓய்வு நேரங்களில் சிவாஜியும் வீரப்பனும் உலக சினிமா, ஆங்கில நடிகர்கள் பற்றியே பேசிக்கொண்டிருப்பார்களாம்.

1950ல் "என் தங்கை' என்ற நாடகத்தில் சிவாஜி ஹீரோவாக நடித்துக் கொண்டிருக்கும்போது, அவருக்கு "பராசக்தி' படத்தில் நடிக்கும் வாய்ப்பு கிடைத்தது. அவர் சினிமாவில் நடிக்கப் போனதால், வீரப்பனுக்கு அந்த வேஷம் கொடுக்கப்பட்டு, 25 வாரங்களுக்குமேல் தமிழகத்தின் பல ஊர்களிலும் அந்த நாடகம் நடத்தப்பட்டது.

வீரப்பனின் நடிப்பு எல்லாராலும் பாராட்டப்பட்டது. ஆனால் தன் நண்பன் சிவாஜி தன் நடிப்பைப் பார்க்க வில்லையே என்ற மனக்குறை வீரப்பனுக்கு இருந்தது. வீரப்பனின் நடிப்பைப் பார்க்கவேண்டும் என்ற ஆசை சிவாஜிக்கும் இருந்தது. ஆனால் "பராசக்தி' படத்தின் படப்பிடிப்பு இடைவிடாது நடந்து கொண்டிருந்ததால் நேரம் கிடைக்கவில்லை.

ஒருநாள் வேலூரில் வீரப்பன் நடித்த அந்த நாடகம் நடந்து முடிந்ததும், பார்வையாளர் பகுதியில் உட்கார்ந்து வீரப்பனின் நடிப்பை ரசித்துக் கொண்டிருந்த சிவாஜி, மேடைக்கு ஓடிவந்து

வீரப்பனைக் கட்டிப் பிடித்து, ஆரத்தழுவி நெகிழ்ச்சியுடன் பாராட்டினார். தன் உற்ற நண்பனின் எதிர்பாராத பாராட்டில் வீரப்பனும் திக்குமுக்காடிப் போனார். வீரப்பனுக்கும் சிவாஜிக்கும் அவ்வளவு அன்யோன்யமான நட்பு.

அவர்களுடைய நட்பு எவ்வளவு நெருக்கமானது என்பதற்கு இன்னும் சில உதாரணங்கள்...

சக்தி நாடக சபாவில் இருவரும் இணைந்து நடித்த காலத்தில் வீரப்பனிடம் இரண்டு சட்டைகளும் சிவாஜியிடம் ஒரு சட்டையும் மட்டுமே உண்டு. இருவரும் அந்த மூன்று சட்டைகளை மாற்றி மாற்றிப் போட்டுக் கொள்வார்கள்.

இரவு நேரங்களில் சட்டைகளைத் துவைத்துப் போடுவதும், காய்ந்ததும் எடுத்து, பித்தளை சொம்புக்குள் சூடான கரிக்கட்டிகளைப் போட்டு இஸ்திரி போடுவதும் வீரப்பனின் வேலை.

நாகேஷ் என்னும் உன்னத நகைச்சுவைக் கலைஞனை தமிழ்த் திரைக்கு அறிமுகப்படுத்திய பெருமைக்குரியவர் வீரப்பன் என்பது, திரையுலகிற்கு அப்பாற்பட்டோர் அறியாத உண்மை. இப்படி சினிமாவில் புதைந்துபோன உண்மைகளின் வரலாறு ஏராளம் உண்டு.

அந்த அனுபவத்தை வீரப்பனின் வார்த்தைகளிலேயே கேட்பது, கூடுதல் சுவாரஸ்யமாக இருக்கும்: "சிவாஜியைப் போலவே எம்.ஜி.ஆர் அவர்களும் எனக்கு நல்ல நண்பராக இருந்தார். சக்தி நாடக சபாவில் நான் நடித்துக் கொண்டிருந்த போது எம்.ஜி.ஆர். அடிக்கடி நான் நடிக்கும் நாடகங்களைப் பார்க்க வருவார்.

1960களில் நான் நடித்த "பூ விலங்கு' நாடகம் திரைப்படமாகத் தயாரிக்கப்பட்டது. சினிமாவுக்காக "பணத்தோட்டம்' எனப் பெயர் மாற்றப்பட்ட, அந்தப் படத்தின் நகைச்சுவைப் பகுதி வசனத்தை என்னையே எம்.ஜி.ஆர். எழுதச் சொன்னார்.

சேது மாது என இரண்டு கதாபாத்திரங்களை மையமாகக் கொண்டு அந்த காமெடி ட்ராக்கை எழுதினேன். ஒரு ரோலில் நான் நடிப்பதென முடிவாயிற்று. இன்னொரு ரோலுக்கு நடிகரைத் தேர்ந்தெடுக்கும் பொறுப்பையும் எம்.ஜி.ஆர் என்னிடமே ஒப்படைத்தார்.

சென்னைப் பொருட்காட்சி கலை நிகழ்ச்சி மேடையில் ஒருநாள் "கப் அண்ட் சாசர்' என்று ஒரு நாடகம் பார்த்தேன். அதில் நாகேஷ் நடித்துக் கொண்டிருந்தார்.

அவரின் காமெடி நடிப்புக்கு இடைவிடாது கைத்தட்டிய ரசிகர்கள் விழுந்து விழுந்து சிரித்துக் கொண்டிருந்தார்கள். நாடகம் முடிந்ததும் அவரைச் சந்தித்துப் பாராட்டிவிட்டு, "பணதோட்டம்' காமெடி ட்ராக்கின் இன்னொரு ரோலிலில் நடிக்க முடியுமா என்றேன். அவரும் ஒப்புக்கொண்டார்.

அடுத்த நாள் காலை, ஒரு வாடகை சைக்கிளை நாகேஷ் ஓட்ட நான் பின்னால் உட்கார்ந்து கொண்டேன். ஆழ்வார்பேட்டை பிள்ளையார் கோவில் தெருவில் உள்ள, சரவணா ஃபிலிலிம்ஸ் படக் கம்பெனி முதலாளியை அந்நாட்களில் பல சினிமா தயாரிப்பாளர்கள், முதலாளி என்றே அழைக்கப்பட்டனர். ஜி.என். வேலுமணியை சந்தித்தோம்.

நாகேஷின் நடிப்பைப் பார்த்து வயிறு குலுங்கச் சிரித்த வேலுமணி, அப்படியே எம்.ஜி.ஆரைப் போய்ப் பாத்திடுங்க என்றார். சத்யா ஸ்டுடியோவில் அப்போது எம்.ஜி.ஆர் மேக்கப் போட்டுக் கொண்டிருந்தார். அவருக்கு மேக்கப் போட்டுக் கொண்டிருந்தவர் மேக்கப் மேன் பீதாம்பரம். இயக்குநர் பி. வாசுவின் தந்தை.

காமெடி சீனை நாங்கள் சேர்ந்து நடித்துக் காட்ட இருவரும் விழுந்து விழுந்து சிரித்தார்கள். நீங்க ரெண்டு பேரும் இந்த காமெடி ட்ராக்ல சேந்து நடிங்கன்னு எம்.ஜி.ஆர் அங்கேயே சொல்லிலிவிட்டார். நாங்கள் நடித்தோம்.

படம் வெளியாகி சூப்பர் சக்ஸஸ். தொடர்ந்து எனக்குக் காமெடி எழுத வாய்ப்புகள் வந்தன. நாகேஷ் பெரிய காமெடி நடிகரானார்.'

பட்டுக்கோட்டை என புகழ்பெற்ற திரைப்படப் பாடலாசிரியர் பட்டுக்கோட்டை கல்யாணசுந்தரம், முதன்முதலாக நாடகத்தில் பாட்டு எழுத வாய்ப்பு கேட்ட தருணத்தில், அங்கிருந்தவர் வீரப்பன் என்பதும், பட்டுக்கோட்டைக்கு அன்று முதல் பாடல் எழுத வாய்ப்பு கிடைத்ததற்கு, அவரே முக்கிய காரணம் என்பதும் ஒரு சுவையான சம்பவம்...

1955 ஆம் ஆண்டு...

நடிகர் டி.கே. பாலச்சந்தர் என்பவர் "கண்ணின் மணிகள்' என்று ஒரு நாடகம் தயாரித்துக் கொண்டிருந்தார். பாடலாசிரியர் ஆவதற்குமுன் பல வேலைகள் பார்த்த பட்டுக்கோட்டை கல்யாண சுந்தரம், அந்த நாடகத்தில் நடிக்க வாய்ப்பு கேட்டு டி.கே. பாலச்சந்தரைச் சந்தித்தார்.

அப்போது நாடகத்தின் பாடல் தொடர்பான டிஸ்கஷன் அங்கு நடந்தது. பாலச்சந்தருடன் அங்கிருந்தவர்களுள் ஏ. வீரப்பனும் ஒருவர். "உங்கள் நாடகத்தில் எனக்கு ஒரு பாட்டு எழுத வாய்ப்பு தாருங்கள்' என கல்யாண சுந்தரம், பாலச்சந்தரிடம் கேட்டார்.

அவருடைய கவிதை எழுதும் ஆற்றலை ஏற்கெனவே அறிந்திருந்த வீரப்பன் இவர் நன்றாக எழுதுவார். ஒரு வாய்ப்பு கொடுங்கள் என அழுத்தமாக பாலச்சந்தரிடம் பரிந்துரைத்தார்.

உடனேயே நாடகத்தில் இடம்பெறும் ஒரு பாடலிலின் சூழலைச் சொல்லிலி கல்யாணசுந்தரத்தைப் பாடல் எழுதும்படி பாலச்சந்தர் சொல்ல, சற்றும் யோசிக்காமல் சிறிது நேரத்திலேயே அவர் பாடல் வரிகளை எழுதிக் காட்டினார்.

"கதிராடும் கழனியில் சதிராடும் பெண்மணி சுவைமேவும் அழகாலே கவர்ந்தாயே கண்மணி' எனத் தொடங்கும் அந்தப் பாடலே நாடகத்தில் அரங்கேறிய, பட்டுக்கோட்டை கல்யாணசுந்தரத்தின் முதல் பாடல்.

கம்யூனிசக் கருத்துகளை மையக் கருவாகக் கொண்ட அந்த நாடகத்தில், பதுக்கல்காரர்களை சாடும் விதமாகவும், ஏழை மக்களின் வறுமையைப் படம்பிடித்துக் காட்டும் விதமாகவும் பட்டுக்கோட்டை கல்யாண சுந்தரம் எழுதிய, "தேனாறு பாயுது செங்கதிர் சாயுது ஆனாலும் மக்கள் வயிறு காயுது' என்ற வரிகள் மக்களிடம் பெரும் வரவேற்பைப் பெற்றது.

கரகாட்டக்காரன் படத்தில் இவர் எழுதிய காமெடி சீன் "வாழைப்பழக் காமெடிக்கு இணையாக, மக்களிடம் மோஸ்ட் பாப்புலரான ஒரு காமெடி சீன், இந்திய சினிமாவிலேயே இதுவரை வரவில்லை. தெலுங்கு, மலையாளம், கன்னடம் என தென்னிந்திய மொழிகளைக் கடந்து இந்தி வரை பரவியது வாழைப்பழக் காமெடி.

60
எம் என் ராஜம்

வறுமையின் பிடியில் சிக்கிய இளமைப் பருவம் இவருடையது. இரண்டு இளைய சகோதரர்களுடன் பிறந்தவர் என்றாலும் பெரும்பாலும் இவரை வளர்த்தவை என்னவோ பாய்ஸ் கம்பெனி நாடகங்களே. மதுரையில் மூத்த நடிகர் யதார்த்தம் பொன்னுசாமிப் பிள்ளை நடத்தி வந்த மதுரை மங்கள கான சபா நாடகக் குழுவில் 7 வயதில் வந்து இணைந்தவர். அந்த இளம் வயதிலேயே நாடகத் துறையுடன் தொடர்பு ஏற்பட்டது. பையன்களால் நிறைந்திருந்த பாய்ஸ் நாடகக் குழுவில் சிறுமி ராஜமும் சேர்த்துக் கொள்ளப்பட்டார். இயல்பாக பள்ளி செல்லும் வயதில், நாடகக் குழுவில் சேர்த்துக் கொள்ளப்பட்டார்.

நடிப்பு, முறையான பள்ளிக் கல்வி போன்ற எதுவும் இல்லாதபோதும், அவற்றின் மீது தீராத காதலும் ஆர்வமும் அவருக்கு இருந்தது. ஆடல், பாடல் பயிற்சிகளுடன் மொழிப் பாடம், கணிதம் போன்றவை அங்குதான் அவருக்குக் கற்றுத் தரப்பட்டன. பின்னாளில் நாடக உலகிலும் திரையுலகிலும் பெரும் ஜாம்பவான்களாகத் திகழ்ந்த கே.ஆர்.ராமசாமி, எஸ்.வி.சுப்பையா, சிவாஜி கணேசன், வி.கே.ராமசாமி, எஸ்.எஸ்.ராஜேந்திரன், காக்கா ராதாகிருஷ்ணன், டி.கே.ராமச்சந்திரன், டி.வி.நாராயணசாமி

போன்ற பல திறமையான கலைஞர்களும் அங்கு சிறுவர்களாக, இளைஞர்களாக ஏற்கனவே பயிற்சி பெற்று நடித்துக் கொண்டிருந்தார்கள். அந்த நாளைய பாய்ஸ் நாடகக் கம்பெனிகள் நடிப்பை மட்டும் சொல்லித் தருபவையாக

இல்லாமல், வாழ்வியலையும் மனித மாண்பையும் சேர்த்தே கற்றுத் தருபவையாக குருகுல முறையில் இயங்கி வந்தன. அங்கு பெற்ற பயிற்சிகளும் நடிப்பின் மீதான தீராத பற்றுதலும் அவரைத் தொடர்ந்து நாடகங்கள், திரைப்படங்கள் என இயங்க வைத்தது என்பதே உண்மை.

யதார்த்தம் பொன்னுசாமி பிள்ளையால் தொடர்ந்து தன் நாடகக் கம்பெனியை நடத்த முடியாமல் போனது. பொருளாதார ரீதியான பற்றாக்குறையும் இதற்கு முக்கிய காரணம். திரைப்படங்களில் தனக்கென்று தனி பாணி நகைச்சுவையை உருவாக்கிக் கொண்டு செயல்பட்டு வந்த கலைவாணர் என்.எஸ்.கிருஷ்ணன் மதுரை மங்கள கான சபாவை வாங்கி நடத்த முன் வந்தார். 'என்.எஸ்.கே நாடக மன்றம்' என்னும் பெயரில் மேலும் சிறப்பாக இயங்கியது குழு. கலைவாணர் மற்றும் டி.ஏ.மதுரம் தம்பதியரின் அன்பும் ஆதரவும் ராஜத்துக்குக் கிட்டியது. அதன் பலன் இரண்டே ஆண்டுகளில் அவரது திரையுலகப் பிரவேசமும் நிகழ்ந்தது. ஆம் ! 9 வயது சிறுமி ராஜம் குழந்தை நட்சத்திரமாக 'நல்லதம்பி' படத்தில் 1949ல் அறிமுகமானார். மதுரத்தின் தங்கையாக நடித்தார்.

. நாடகங்களே முதன்மை என்ற நிலையில் மஞ்சள் பத்திரிகையாளர் லட்சுமி காந்தன் கொலை வழக்கில் கலைவாணர் என்.எஸ்.கிருஷ்ணன் சிறைக்குச் செல்லும் வரை

ஒரு குறையுமில்லாமல் நாடகக் குழு இயங்கி வந்தது. அதன் பின் நாடகக் குழுவைத் தொடர்ந்து நடத்தியவர்கள் மதுரமும், எஸ்.வி. சஹஸ்ரநாமம் இருவரும்தான். என்.எஸ்.கே இல்லாத நிலையில் பலரும் குழுவை விட்டு வெளியேறிக் கொண்டிருக்க டி.கே.சண்முகம் கம்பெனி அவர்களுக்குக் கை கொடுத்தது.

ராஜம் அங்குதான் முதன்முதலில் கதாநாயகியாக நாடகங்களில் அறிமுகமானார். பொதுவாக ஆண்களே பெண் வேடமிட்டு நடித்து வந்த நிலையும் கொஞ்சம் கொஞ்சமாக மாறத் தொடங்கியிருந்த காலம் அது. ராஜத்துக்கு முன்னதாகவே கே.பி.சுந்தராம்பாள், எஸ்.ஆர்.ஜானகி, பாலாமணி, கே.பி.ஜானகி, எம்.எஸ்.திரௌபதி போன்ற பல நடிகைகள் நாடகங்களில் கதாநாயகியாக நடிக்க ஆரம்பித்திருந்தார்கள். திரைத்துறைக்கு வராமல் நாடகத்துறையுடன் மட்டும் தங்கள் கலை வாழ்வைச் சுருக்கிக் கொண்டவர்கள் அவர்களில் பலர். நாடக உலக முன்னோடிகளான அவர்கள் போட்டுக் கொடுத்த ராஜபாட்டையாக அது இல்லாவிடினும் முன்னேறிச் செல்ல தகுந்த பாதையாக ராஜத்துக்கும் வழி வகுத்துக் கொடுத்தது.

அதன் பின் எஸ்.வி.சகஸ்ரநாமத்தின் 'சேவா ஸ்டேஜ்' நாடகக்குழு அவருக்கு முகவரியானது. தன் வாழ்நாள் துணையான ஏ.எல்.ராகவனின் அறிமுகம் அங்குதான் அவருக்குக் கிடைத்தது. நாடகங்களில் ஆரம்ப காலங்களில் பெண் வேடமும் பின் அனைத்து வேடங்களும் ஏற்று நடித்துக் கொண்டிருந்த வி.சி.கணேசனுக்கு (பின்னாளில் சிவாஜி கணேசன்) பின்னணி பாடும் கலைஞராக ஏ.எல். ராகவன் அங்கு பணியாற்றிக் கொண்டிருந்தார். நாடகங்களில் நடிப்பதன் ஊடாகத் திரைப்படங்களிலும் ..நடிக்கத் தொடங்கினார் ராஜம்

61

மனோரமா

1937ஆம் ஆண்டு மே மாதம் 26ஆம் நாள் பிறந்தவர். ஐந்து முதலமைச்சர்களுடன் நடித்த பெருமை கொண்டவர்.அண்ணாதுரை,கருணாநிதி ஆகியோருடன் நாடகத்தில் நடித்தார்.எம் ஜி ஆர்., மற்றும் ஜெயலலிதா ஆகியோருடன் தமிழ்த் திரைப்படத்திலும், என் டி ராமாராவ் உடன் தெலுங்கு திரைப்படத்திலும் நடித்தவர்.

இவரது இயற்பெயர் கோபிசந்தா.இவரது தந்தை காசியப்பன் கிளாக் உடையார் .தாயார் ராமாமிர்தம்.தஞ்சை மாவட்டம் ராஜமன்னார்குடி பிறந்த ஊர்.

இவரது தந்தை சாலை ஒப்பந்தக்காரராகப் பணியாற்றியவர்.மனோரமாவின் தாய் தன் தங்கையை அவருக்கு இரண்டாம் தாரமாக மணமுடித்தார்,பின் கணவன் மீது ஏற்பட்ட மனக்கசப்பால் ,புறக்கணிக்கப்பட்டு காரைக்குடி அருகே உள்ள பள்ளத்தூர் எனும் ஊருக்கு குடி பெயர்ந்தார்.

ஆறாம் வகுப்பு வரை படித்துவிட்டு,வறுமை காரணமாக படிப்பைத் தொடர முடியாமல்,அங்கிருந்த செட்டியார் வீடுகளில் வேலைக்காரியாய் பணி செய்து வாழ்க்கையை நடத்தலானார். நல்ல குரல்வளம் இருந்தது அவருக்கு.

அப்போது நாடக இயக்குநர் திருவேங்கடம்,ஹார்மோனியக் கலைஞர் தியாகராஜன் ஆகியோர் அவருக்கு மனோரமா என பெயரை வைத்து வைரம் நாடக சபாவிற்கு அறிமுகப் படுத்தினர். ஆரம்பத்தில் அங்கு சிறு சிறு வேடங்களில் நடிக்க ஆரம்பித்தார்."யார்மகன்" என்ற நாடகம் அவர் நடித்த முதல் நாடகம்.1954ல் வைரம் நாடக சபையில் நடித்து வந்த

சக கலைஞர் ராமநாதன் என்பவரை மணந்தார்.ஆனால் மணவாழ்வு நீண்ட நாட்கள் நீடிக்கவில்லை.கணவர் இவரைப் பிரிந்தார்.

பின்னர் புதுக்கோட்டையில் எஸ் எஸ் ராஜேந்திரன் நாடகங்கள் நடத்திய போது பி ஏ குமார் என்பவரால் அவர் அறிமுகம் கிடைத்தது. எஸ் எஸ் ஆர் நாடகமன்றம் நடத்தி வந்த ,"மணிம குடம்","தென்பாண்டி வீரன்""புது வெள்ளம்" உட்பட பல நாடகங்களில் நடித்தார். அண்னாதுரையின் ,"சிவாஜி கண்ட சாம்ராஜ்ஜியம்" நாடகத்தில் காசுபட்டர் எனும் பாத்திரத்தில் அண்ணா நடிக்க, ஈ வி கே சம்பத் சிவாஜியாகவும்,கே ஆர் ராமசாமி, சந்திரமோகன் என்ற பாத்திரத்திலும் நடித்தனர்.அந்நாடகத்தில் இந்துமதி எனும் கதாநாயகி வேடத்தில் மனோரமா நடித்தார்.

பின், கு சா கிருஷ்ணமூர்த்தி எழுதிய "அந்தமான் கைதி" நாடகத்தில் நடித்தார்.

பின், முரசொலி சொர்ணம் எழுதிய "விடை கொடு தாயே" என்ற நாடகத்தில் நடித்ததுடன் கலைஞர் எழுதி, கதாநாயகனாக நடித்த "உதயசூரியன் " நாடகத்தில் கதாநாய கியாக நடித்தார்.பின் கலைஞரின் தேர்தல் பிரச்சார நாடகங்களில் நடிக்கும் சந்தப்பம் கிடைத்தது.

எம் எஸ் சோலைமலை கதை வசனம் இயக்கத்தில் கோல்டென் சிடி,கமர்கட் காத்தாயி போன்ற நடாகங்களில் 70கள் வரை நடித்தார் அவர். இவருக்கு "ஆச்சி" மனோரமா என ஏன் பெயர் வந்த்து தெரியுமா? 1962ம் ஆண்டு, அகில் இந்திய வானொலியில் சுகி. சுப்ரமணியம் எழுதிய காப்பு கட்டி சத்திரம்' என்ற ரேடியோ நாடகம் ஓராண்டுக்கும் மேல் ஒலிபரப்பானது. அதில் மனோரமாவும்,நாகேஷூம் நடித்தனர். அதில் மனோரமாவிற்கு இளநீர் விற்கும் பனையூர் பாக்கியம்' என்ற செட்டிநாட்டு பாணியில் பேசுகிற கதாபாத்திரம். அப்போது அவர் சினிமாவிலும் நடித்துக் கொண்டிருந்தார். ஒருநாள் ஏ.வி.எம். ஸ்டூடியோவின் மேக்அப் மேன்,விளையாட்டாக, அவரைஆச்சி' என்று அழைத்தார். அந்தப் பெயர் ஏ.வி.எம். முழுக்கப் பரவிவிட்டது. ...

உடன் நடித்த நடிகர்கள் அவரை மனோரமா என பெயர் சொல்ல அழைப்பதா அல்லது அக்கா,என அழைப்பதா.. எனதடுமாற்றத்தில் இருக்கையில்..இந்த "ஆச்சி" என்ற அழைப்பைக் கேட்டு..அப்படியே அழைக்க ஆரம்பிக்க அது நிலைத்துவிட்டது

ஆயிரத்திற்கும் மேற்பட்ட திரைப்படங்களில் நடித்து கின்னஸ் சாதனையில் இடம் பெற்ற மனோரமா தனது 78ஆம் வயதில் 2015ஆம் ஆண்டு அக்டோபர் திங்கள் 10ஆம் நாள் அமரர் ஆனார்.

62

ஆர் எஸ் மனோகர்

நாமக்கல்லில் (1925) பிறந்தவர். தந்தை சுப்பிரமணியன் அஞ்சல் துறையில் பணியாற்றியவர். அவரது பணிமாற்றம் காரணமாக குடும்பம் கர்நாடகாவின் பெல் லாரிக்கு குடிபெயர்ந்தது. அங்கு ஷேக்ஸ்பியர் நாடகங்கள் நடத்தி வந்த இயக்குநரும், நடிகருமான ராகவாச்சாரியின் நடிப்பும், வசன உச்சரிப்பும்தான் இவருக்கு உத்வேக சக்தியாக இருந்தது

சென்னை பச்சையப்பா கல்லூரியில் பி.ஏ. சமஸ்கிருதம் படித்தார். அப்போது, 'மிருச்சகடிகா' என்ற சமஸ்கிருத நாடகத்தில் கதாநாயகனாக நடித்து, அனைவரையும் கவர்ந் தார். நாடகக் களத்தில் அடியெடுத்து வைத்தவர், சுகுண விலாஸ் சபாவின் 'தோட்டக்காரன்' நாடகத்தில் நடித்தார். 'நாடகத் தந்தை' பம்மல் சம்பந்த முதலியார் நாடகத்தைப் பார்த்து இவரைப் பாராட்டினார்.

பட்டம் பெற்று, அஞ்சல் துறையில் சேர்ந்தார். 'கானல் நீர்' படத்தில் பட்டதாரி இளைஞனாக நடிக்க நிஜ பட்டதாரியான இவரே தேர்ந்தெடுக்கப்பட்டார். கல்லூரி நாடகத்தில் 'மனோகர்' கதாபாத்திரத்தில் நடித்ததால், அதையே தன் பெயராக மாற்றிக்கெ□ண்டு, 'ராமசாமி சுப்பிரமணிய மனோகர்'ஆனார்.

'சாணக்கிய சபதம்', 'சூரபத்மன்', 'சிசுபாலன்', 'இந்திரஜித்', 'நரகா சுரன்', 'சுக்ராச்சாரியார்' உள்ளிட்ட நாடகங்களும் குறிப்பிடத்தக்கவை. சொன்ன நேரத்துக்கு நாடகம் தொடங்கிவிட வேண்டும்; அனைத்தும் துல்லியமாக இருக்க

வேண்டும் என்பதில் கவனமாக இருப்பார். ஒவ்வொரு நாடகத்துக்கும் 30 நாட்கள் ஒத்திகை பார்ப்பாராம்.

பிரம்மாண்டமாக தயாராகியிருந்த 'இலங்கேஸ்வரன்' நாடகம், மக்களிடம் எதிர்மறை தாக்கத்தை ஏற்படுத்தி நஷ்டமாகிவிடுமே என்று பயந்த மனோகர்', காஞ்சி பரமாச்சாரியாரை சந்தித்தார். அவர் "கவலைப்படாதே" என்று கூறி ஆசீர்வதித்து அனுப்பினார்.

பின்னர் மேடையேற்றப்பட்ட எல்லா இடங்களிலும், இலங்கை உட்பட மாபெரும் வெற்றியினை இந்நாடகம் பெற்றது. 1800க்கும் மேற்பட்ட தடவைகள் நடந்துள்ளது

சினிமா உலகில் கதாநாயகனாக அறிமுகமான பத்து, பதினைந்து ஆண்டுகளுக்குப் பிறகு வில்லன் கதாபாத்திரத்தில் முத்திரை பதித்தவர். 'வண்ணக்கிளி', 'கைதி கண்ணாயிரம்', 'வல்லவனுக்கு வல்லவன்', 'ஆயிரத்தில் ஒருவன்', 'அடிமைப்பெண்', 'இதயக்கனி' உட்பட 200க்கும் மேற்பட்ட திரைப்படங்களில் நடித்தவர்.

இசைப்பேரறிஞர், நாடகக் காவலர் உட்பட பல விருதுகள், பட்டங்கள் பெற்றவர். தமிழ் நாடகத் துறையில் ஒரு திருப்புமுனையை உருவாக்கிய ஆர்.எஸ்.மனோகர் 81வது வயதில் (2006) மறைந்தார்

இவரது குழுவில் நடிகர்களாய் இருந்த ஹெரான் ராமசாமியு, ருத்ராபதியும் பின்னர் தனித்தனி குழுவினை ஆரம்பித்து மனோகர் பாணியை பின் பற்றினார்கள்

63

மேலும் சில முன்னோடிகள்

பண்டித கோபாலாச்சார்

தேசிய உணர்ச்சியினைத் தூண்டும் முதல் தமிழ் நாடகம் "ஆரியசபா" என்ற நாடகத்தை எழுதியவர்1894ல் வெளியான இந்நாடத்தின் பதிப்புக் குறிப்பில்..இது இந்தியன் நேஷனல் காங்கிரஸ் விஷயமாக ஒரு தமிழ் பண்டிதரால் எழுதப்பட்டது என்று குறிப்பில் உள்ளது.

நகைச்சுவை உரையாடல்கள்,இசை பாடல்கள் பலவும் இந் நாடகத்தில் உள்ளன.

காசி விசுவநாத முதலியார்

இவர் எழுதிய "டம்பாச்சாரி"நாடகம் நகைச்சுவையுடன் கூடிய சீர்திருத்த நாடகம்.பிற்காலத்தில் பிற குழுக்களால் நடத்தப்பட்டு வெற்றி பெற்ற நாடகமாகத் திகழ்ந்தது.

அடுத்து இவர் எழுதிய "தாசில்தார்" நாடகம். சமுதாயக் கேடுகளை சாதூர்யமாகக் குத்திக் காட்டும் கதையினைக் கொண்டது.

இந்நாடகங்களால் இவர் இன்றும் முன்னோடிகளில் ஒருவராகத் திகழ்கிறார்.

ராமசாமி ராஜு

டம்பாச்சாரி நாடக கதையமைப்பில் ராமசாமி ராஜு என்பவர் 'பிரதாப சந்திர விலாசம்' என்ற நாடகத்தை எழுதினார். ஆனால் காட்சி, அங்கம் என்ற பகுப்புடன் நாடகம் எழுதப்பட்டது. முதல் காட்சியில் மட்டும் கட்டியங்காரன் வருவான். டம்பாச்சாரி விலாசம் போல இசை நாடகமாக இல்லாமல் இசையும் வசனமும் கலந்து இந்நாடகம் படைக்கப்பட்டது. இதில் நாடகப் பாத்திரங்கள், தெலுங்கர்கள் தெலுங்கிலும் வடநாட்டவரானால் உருதுவிலும் மற்றவர் அவரவர் படிப்பு சாதி சமூகப்படிநிலை இவற்றிற்கேற்பப் பேசும் வேறுபட்ட பாணிகளில் வசனம் எழுதப்பட்டிருக்கிறது.

இசை நாடக மரபின் இறுதியாக டம்பாச்சாரி விலாசத்தையும், வசன நாடகங்களின் தொடக்கமாகப் பிரதாப சந்திர விலாசத்தையும் கொள்ள வேண்டும். . ராமசாமி ராஜு பாரிஸ்டராக இருந்தவர். .

டி ஆர் ராமசந்திரன்

ராமச்சந்திரன் கரூர் மாவட்டத்தில் திருக்காம்புலியூர் விவசாயியாக இருந்த ரங்காராவ், ரங்கம்மாள் ஆகியோருக்கு 1917 ஜனவரி 9 இல் பிறந்தார். இவருக்கு இரு சகோதரர்கள். நான்கு வயதிலேயே தாய் இறக்கவே தந்தை மறுமணம் செய்து கொண்டார். இராமச்சந்திரன் பாட்டியின் ஊரான குளித்தலையில் உள்ள பள்ளிக்கூடத்தில் படித்தார்

ராமச்சந்திரனுக்குப் படிப்பில் ஈடுபாடு இருக்கவில்லை. குடும்ப நண்பர் ராகவேந்திரராவ் என்பவரின் நாடக அனுபவங்களைக் கேட்ட ராமச்சந்திரனுக்கு நாடகங்களில் நடிக்க விருப்பமேற்பட்டது. தந்தையின் அனுமதியுடன், 1936 ஆம் ஆண்டில் மதுரையில் ஜகந்நாத அய்யர் நடத்தி வந்த 'பாலமோகன ரஞ்சித சங்கீத சபா' என்ற நாடகக் கம்பெனி கொல்லத்தில் முகாமிட்டிருந்த போது அவர்களது நாடகங்களில் சிறிய வேடங்களில் நடித்தார். இக் கம்பனி சில காலத்திலேயே மூடப்பட்டதை அடுத்து உள்ளூரைச் சேர்ந்த மணி ஐயர் என்பவர் இக்கம்பனியை நடத்தி வந்தார். இவருடன் நாடகக் கம்பெனியில் பணியாற்றிய எஸ். வி. வெங்கட்ராமன் (பின்னாளில் பிரபலமான இசை

அமைப்பாளர்) புதிதாகத் தொடங்கிய நாடகக் கம்பெனி ஒன்றில் ராமச்சந்திரனும் அவரது குழுவினரும் சேர்ந்தனர். கர்நாடகத்தில் கோலார் நகரில் தங்கியிருந்து நாடகங்களை நடத்தினர்

முத்துசாமி கவிராயர்

இவரது நாடகங்கள்

விபீஷண சரணாகதி, பீஷ்மர் சபதம், ஞான சௌந்தரி, தயாநிதி, கண்ணாயிரம், இராமாயணம், லோபி

இவர் உடுமலை நாராயணசாமியை சங்கரதாஸ் சுவாமிகளிடம் அறிமுகப்படுத்த.நராயணசாமி ..சுவாமிகளின் நாடகங்களுக்கு பாடல்களை இயற்றினார்.இவரே பிற்காலத்தில் புகழ் பெற்ற உடுமலை நாராயணன் ஆனார்

ஏகை சிவஷன்முகம் பிள்ளை

ராமாயணம், கண்டி ராஜா ஆகிய நாடகங்களை நடத்தினார்

பெங்களூர் அப்பாவு, அரிச்சந்திரா நாடகம், நமசிவாய முதலியார், கீசக வதம் நாடகம்

கல்யாணராம ஐயர் கம்பெனி

இவரது நாடகங்களில் சங்கரதாஸ் சுவாமிகள் நடிகராகவும்,நாடக ஆசிரியராகவும் இருந்தார்.இக்குழுவில் வளமான இசைப்பாடல்களும்,உரையாடல்களும் மேலோங்கி இருக்குமாம்.

கன்னையாவின் "தசாவதாரம்" நாடகத்தில் கிட்டப்பா மோகினி,விஷ்ணு,ராமர் முதலான பாத்திரங்களை ஏற்று நடிப்பார்.மோகினி வேடத்தில் தோன்றி அமீர் கல்யாணி ராகத்தில் இவர் பாடிய "தேவா அசுரகுணத்தோனே!"என்ற பாடல் அந்த நாளில் பிரபலமானது..

சுப்பிரமணிய சிவா

தேசபக்தி வீரராகிய சுப்பிரமணிய சிவா, பாரத விலாச சபா என்ற பெயரில் நாடக சபையை நடத்தி வந்தார்.சிவாஜி,ராஜா

தேசிங்கு போன்ற மாவீரர்களின் வரலாற்றினை நாடகமாக நடத்தி வந்தாராம்.உச்சக்குரலில் வீர முழக்க பாடல்களை மேடையில் முழங்கி, பாட்டும், கூத்தும் வளர்வதற்கு துணை புரிந்தாராம்.

கோபாலரத்தினம்

இவர் ஹைகோர்ட் வக்கீலான பிறகு சுகுணவிலாச சபையில் அங்கத்தினராக சேர்ந்தவர். அதற்கு முன்னமேயே மாகாண கலாசாலையில் வாசித்தபோது பம்மல் சம்பந்த முதலியாரின் இரண்டு மூன்று நாடகங்களில் நடித்துள்ளார்.

இவர் மனோகரா, லீலாவதி, சுலோசனா முதலிய நாடகங்களில் நடித் துள்ளார். இவர் மைசூர் குப்பி கம்பெனியார் கன்னட பாஷையில் நடத்திய 'ராஜ பக்தி' என்னும் நாடகத்தை அப்படியே வெகு அழகாக தமிழில் மொழி பெயர்த்து அதில் தானே முக்கிய ஆண் வேடம் பூண்டு பன்முறை நடத்தியிருக்கிறார். மேலும் இவரது மாமனாராகிய வி. வி. ஸ்ரீனிவாச ஐயங்கார் எழுதிய இரண்டு மூன்று நாடகங்களில் சில காட்சிகளை சேர்த்து எழுதி பம்மலுடன் நடித்திருக் கிறார். அவற்றுள் முக்கியமானது சுல்தான் பேட் சப் அசிஸ் டென்ட் மாஜிஸ்டிரேட் என்பதாம். இவர் சுகுண விலாச சபையில் உபதலைவராக பல வருடங்கள் இருந்தவர். சென்னை சங்கீத நாடக சபையாரால் நடிப்புக்கலைக்காக ஒரு பொற்பதக்கம் பெற்றவர்.

ரத்னமாலா

எம் ஜி ஆர் நாடகமன்றத்தின் "இன்பக்கனவு" நாடகத்தில் எம் ஜி ராமசந்திரனுக்கு கதாநாயகியாக நடித்தவர்.பராசக்தி திரைப்படம் நாடகமாக வந்த போது கதாநாயகி இவரே. தவிர்த்து சிவாஜி நடித்த "வீர பாண்டிய கட்டபொம்மன்" நாடகத்தில்..திரைப்படத்தில் எஸ் வரலட்சுமி நடித்த பாத்திரத்தில் நடித்திருந்தார்.

பாலாம்பாள்

இவரும் ஒரு நாடகக் கம்பெனி நடத்தியவர்.இவர் ஒரு பெண்மணியாய் இருந்த போதிலும் பம்மல் சம்பந்த

முதலியரைன் மனோகரா நாடகத்தை நடத்தியதுடன் அவரே மனோகரன் வேடத்தில் நடித்தார்.கந்தசாமி முதலியார் அதற்கான பயிற்சியை அவருக்கு அளித்தாராம்.இவர் கம்பெனி மட்டும் 69 முறை மனோகரன் நாடகத்தை நடத்தியதாகவும். இவரது நடிப்பு தனக்கு திருப்திகரமாக இருந்ததாகவும் சம்பந்த முதலியார் கூறியுள்ளார்

மற்றும்,பழமையான நாடக சபைகளில் பலவற்றை கல்யாண ராமையர், ராமுடு ஐயர், ராவண கோவிந்த சாமி நாயுடு, வள்ளி வைத்தியநாதையர், அல்லி பரமேஸ்வரய்யர், கே. எஸ். அனந்தநாராயண ஐயர், பி. எஸ். வேலுநாயர், மனமோகன அரங்கசாமி நாயுடு, ஜி. எஸ். முனுசாமி நாயுடு, சாமி நாயுடு, தி. நாராயண சாமி பிள்ளை, சீனிவாச பிள்ளை, மதார் சாய்பு, பரமக் குடி அரங்கசாமி ஐயங்கார் முதலிய பெரியார்கள் பலர் சொந்தமாக நடத்தி, நாடகக் கலையை வளர்த்திருக் கிருர்கள். இவற்றைத் தவிர, பெண்கள் தலைமை தாங்கிச் சில நாடக சபைகளை நடத்தியிருக்கிருர்கள். மற்றும் எஸ் ஆர் ஜானகி,, ராஜாம்பாள், சாரதாம்பாள், அரங்கநாயகி, வி. பி. ஜான்கி முதலியோரும் இவர்களில் முக்கியமானவர்கள்

சுந்தரராவ்

அந்நாளில் சென்னைக்கு அடுத்தபடியாகத் தஞ்சையில் தான் அதிகமான அமைச்சூர் சபைகள் இருந்தன. சுதர்சன சபா மிகப் பழைய அமைச்சூர் குழு. இதைத் தவிர விஜய விலாச சபா. சக்ரதா சபா, குமரகான சபா முதலிய பல சபைகள் இருந்தன. குமரகான சபையைச் சேர்ந்த என். விஸ்வநாதய்யர் பல நாடகங்களை எழுதி நடித்து, அச்சு வடிவிலும் கொண்டு வந்திருந்தார். விஜயவிலாச சபா, சக்ரதர சபா . இந்தச் சபைகளில் ஆசிரியராகவும் நடிகராகவும் விளங்கினார் சுந்தரராவ். நல்ல எடுப்பான தோற்றம் உடையவர்; கெம்பீரமான குரல் மிகச் சிறந்த நடிகர். உஷா பரிணயம், பிரகலாதன் இரு நாடகங்களை நடத்தி வந்தார்.பிரகலாதனில் இரண்யனாகவும், உஷாபரிணயத்தில் பாணுசூரனாகவும் சுந்தரராவ் அபாரத்திறமையுடன் நடிப்பாராம்

64

சுவையான தகவல்கள்

1) பம்மல் சம்பந்த முதலியார் எழுதிய 13 நாடகங்கள் திரைப்படமாகியுள்ளன."காலவரிஷி"என்ற நாடகம் 1932ல் "காலா" என்ற பெயரில் திரைப்படமானது. (1931ல் வந்த காளிதாஸ் தான் தமிழ் பேசிய திரைப்படம் என்று சொல்லப்பட்டாலும், அப்படத்தில் பாத்திரங்கள் தெலுங்கு,உருது மொழிகளிலும் உரையாடுவர்) ஆனால் முதன் முதலாய் முழுதும் தமிழ் பேசிய படம் "காலா"

2) பட்டுக்கோட்டை கல்யாணசுந்தரம்,

தமது 29 ஆண்டு வாழ்வில் விவசாயி, மாடு மேய்ப்பவர், உப்பளத் தொழிலாளர், நாடக நடிகர், என 17 வகைத் தொழில்களில் ஈடுபட்டவர். இவருக்கு இருந்த நடிப்பாசையின் காரணமாக 'சக்தி நாடக சபா'வில் இணைந்தார். இந்த சக்தி நாடக சபாவில்தான் பின்னாளில் திரையில் பிரபலமான சிவாஜி கணேசன், எம்.என்.நம்பியார், எஸ்.வி.சுப்பையா, ஓ. ஏ. கே. தேவர் ஆகியோர் நடிகர்களாக இருந்தனர். பட்டுக்கோட்டை கல்யாணசுந்தரம் ஓ.ஏ.கே. தேவரின் நெருங்கி நண்பரானார். சக்தி நாடக சபாவின் நாடகங்கள் ஒவ்வொன்றாய்த் திரைப்படமாகியும், அதன் நடிகர்கள் சினிமாவில் நுழைய ஆரம்பித்தனர். ஆனால் பட்டுக்கோட்டை கல்யாணசுந்தரமோ நடிப்பை விட்டுவிட்டுப் பாடல் எழுதும் கலையைக் கற்றுக்கொள்ள புதுச்சேரி சென்று 'புரட்சிக்கவி' பாரதிதாசனிடம் உதவியாளராகச் சேர்ந்துவிட்டு இறுதியில் கவிஞராக உருவானார்

3) நாடக மேடையை நமக்கு அடிமையாக நினைக்கக்கூடாது. நாம் தான் அதற்கு அடிமை..சொன்னவர் நாடகக் காவலர்ர் எஸ் மனோகர்

4) இந்தியாவில் விடுதலை வேட்கை உருவான கால கட்டத்தில் விடுதலை உணர்வூட்டும் நாடகங்கள் எழுதப்பட்டன. ஆங்கிலேயருக்கு வரி கொடுக்க மறுத்து தூக்குக் கயிற்றில் தொங்கிய வீரபாண்டிய கட்டபொம்மன் வரலாறு நாடகமாகியது. கட்டபொம்மு கூத்து என்னும் நாட்டுப்புறப் பாடல் வடிவிலும் பின்னர் நாடக வடிவிலும் கட்டபொம்மன் கதை உருவானது. இதுதவிர பூலித்தேவன், ஊமைத்துரை, பெரியமருது, சின்னமருது, ராஜா தேசிங்கு, திப்பு சுல்தான், கான் சாகிபு ஆகியோரின் வீரம் நிறைந்த வரலாறுகளும் நாடகங்களாக எழுதப்பட்டன.

5) விடுதலை இயக்கத்தின் முதல் நாடகமாகக் கருதத்தக்கது ஸ்ரீ ஆரிய சபா என்னும் நாடகம் ஆகும் என்று நாடக ஆய்வாளர் டாக்டர் குமாரவேலன் குறிப்பிடுகிறார். இந்த நாடகம் 1894 ஆம் ஆண்டு எழுதப்பட்டது. இந்நாடகம் அன்றைய காங்கிரசின் கொள்கை விளக்கமாக அமைந்தது.

6) தொழில்முறை நாடக மேடைகளில் விடுதலை வேட்கையை ஊட்டுவதற்காக எழுந்த நாடகங்களில் தெ.பொ. கிருஷ்ணசாமிப் பாவலரின் நாடகங்கள் குறிப்பிடத்தகுந்தது. இவையன்றி வெ.சாமிநாத சர்மாவின் பாணபுரத்து வீரன், எஸ்.டி.சுந்தரத்தின் கவியின் கனவு, கோவை ஐயாமுத்து வின் இன்பசாகரன் ஆகிய நாடகங்கள் பலமுறை மேடை ஏறின. இந்தியா விடுதலை அடைந்த பின்னரும் கூட விடுதலையின் சிறப்பினைக் கூறும் பல நாடகங்கள் எழுதப்பட்டன

.7) டி கே ஸ் குழுவினர் பக்த ராமதாஸ் நாடகம் போட்டபோது ராமதாசரை அடைத்து வைக்கும் சிறைச்சாலை ஒன்று மட்டும் தேவைப்பட்டது. அப்போது ஓவியர் யாரும் இல்லை. சிறைச் சாலைக் காட்சியை என். எஸ். கிருஷ்ணனே ஒரே நாளில் எழுதி முடித்தார். நவாபுக்கு நல்ல உடைகள் இல்லை. முழுதும் ஜரிகையாலான துணி வேண்டுமென்று எல்லோரும் சொன்னோம். காட்சியமைப்பாளர்களில் ஒருவரான மாதவன் அதற்கும் ஏற்பாடு செய்தார். ஜரிகைபோல் தோன்றும் பவுன் வண்ணமுள்ள பெரிய ரேக் காகிதங்களை வாங்கி, அதிலேயே உடைகள் தயாரிக்கப் பட்டன. காகிதம் நீடித்து இராதென்றாலும் கண்ணாக்கு அழகாகவே இருந்தது. ராமதாஸ்

தமிழ், தெலுங்கு, இந்துஸ்தானி ஆகிய மும்மொழிகளில் அமைந்த நாடகம் டி கே ஷண்முகம் ராமதாசராகவும் டி. கே. சங்கரன் தானிஷாவாகவும் நடித்தார்கள். என். எஸ். கிருஷ்ணன் மாறுபட்ட பத்து வேடங்களில் தோன்றி மிக அற்புதமாக நடித்தார். நாடகம் சிறப்பாக அரங்கேறியது. ராமதாஸ், என். எஸ். கிருஷ்ணனுடைய முழுத் திறமையையும் வெளிப்படுத்தும் நாடகமாக அமைந்தது என்கிறர்ர் டி.கே. எஸ்

8) அறிஞர் அண்ணா புற்றுநோயால் பாதிக்கப்பட்டு அடையாறில் அனுமதிக்கப்பட்டபோது, நகைச்சுவை நடிகர் சாரங்கபாணி தினமும் வந்து கொண்டிருந்தார். அன்னையின் பெயரில் பூஜை செய்ய கோவிலுக்கு சென்று குங்குமத்தை பிரசாதமாக கொண்டு வந்து நெற்றியில் பூசுவார்.. நாத்திகரான அண்ணா, தனது நட்புக்கு மரியாதை செலுத்தும் வகையில் நெற்றியில் இருந்து குங்குமத்தை அழிக்கமாட்டாராம்

9) நடிகர்களிடையே சாதியைப் பற்றிய கிண்டல்கள் சர்வசாதாரணமாக இருந்திருக்கிறது. உதாரணமாக ஒரு நடிகர் ஆசாரி இனத்தைச் சேர்ந்தவர் என்றால் அவரைக் கதாநாயகி ‘பொடி வெச்சுப் பேசறதுதான் உங்க வழக்கமாச்சே’ என்று கூறுவார். கதாநாயகனும் விட்டுக்கொடுக்காமல் ‘உன் சாயம் வெளுக்கத்தான் போகிறது’ என்பார், அவள் சலவைத் தொழிலாளி இனத்தைச் சேர்ந்தவள் என்று குறிக்குமுகமாக. ரசிகர்களுக்கும் இதன் அர்த்தம் தெரியும், சிரிப்பார்கள். இந்தக் கிண்டலில் இருந்து அந்தக்கால சூப்பர்ஸ்டார் எம்.கே.டி யும் தப்பவில்லை. ஒரு முறை ‘பவளக்கொடி’ ஸ்பெஷல் நாடகம். பாகவதர் அர்ச்சுனன். பி.எஸ்.கோவிந்தன் கிருஷ்ணன். அர்ச்சுனன் கிருஷ்ணன் காலில் பிடித்துக் கெஞ்சுவதுபோல் காட்சி. ‘கொல்லன் பற்றுக் குறடைப் போட்டுப் பிடித்தாற்போல, அப்பப்பா..என்னவலி, காலைவிடு’ என்பார் கோவிந்தன். ரசிகர்கள் புரிந்துகொண்டு ஆரவாரம் செய்வார்கள்.

10) ‘நாம் இருவர்’ நாடகம் வெற்றிபெற்றபின் அதனைத் திரைப்படமாக எடுக்க நினைத்த ஏ.வி.மெய்யப்பச்செட்டியார் அன்றைக்கு நாடகம் பார்க்க வந்திருக்கிறார். நாடகம் முடிந்ததும் ஒவ்வொரு கலைஞராக அழைத்துப் பேசியவர், ‘பாங்கர் ஷண்முகம்பிள்ளை’ யாக நடித்த பெரியவரை எங்கே? என்றிருக்கிறார். அந்தப் பாத்திரத்தில் நடித்த

பத்தொன்பது வயது வி.கே.ஆர். போய் நிற்க அவர் நம்பவே யில்லை. கடைசியில் நாடக வசனங்களை அதே போல பேசிக்காட்டி நம்பவைத்திருக்கிறார். இந்த நாடகத்தை ஏ.வி.எம் படமாக எடுக்கப்போவது தெரிந்ததும் அதில் நடித்த எல்லாநடிகர்களும் நாமும் நடிக்கப்போகிறோம் என்று நினைத்து சந்தோஷப் பட்டுக் கொண்டிருந்தனர். ஆனால் படத்தில் நடித்ததென்னவோ வி.கே.ஆரோடு சேர்த்து மூன்றேபேர்தான். 'இந்தத் தொழிலில் ஏமாற்றங்கள் தவிர்க்க முடியாதது' என்கிறார் வி.கே.ஆர்.

65

மாணவனாக நுழைந்து ஆசிரியர் ஆனவர்

செல்லம் பிள்ளை என்பவர் டி.கே.எஸ். சகோதரர்களின் தாய்மாமன் ஆவார். நாடகக் குழுவில் சேர்ந்து நடிக்க சிறுவர்களைக் கண்டுபிடித்து அழைத்து வருவது என்பது சகோதரர்களால் செல்லம் பிள்ளைக்குத் தரப்பட்ட பொறுப்பு. பல இடங்களுக்கும் அலைந்து திரிந்து, நாடகத்தில் நாட்டமுள்ள, அழகும் தகுதியும் கொண்ட சிறுவர்களை அவர்கள் பெற்றோரின் சம்மதத்துடன் திருவனந்தபுரத்துக்கு அழைத்துவரலானார் அவர். என்.எஸ். கிருஷ்ணனும் செல்லம் பிள்ளையால் திருவனந்தபுரம் அழைத்துவரப்பாட்டார். அப்போது அப்படி வந்தவர்கள் மொத்தம் நான்கு சிறுவர்கள். அவர்களில் கிருஷ்ணனுக்கு வயது 17. சிறுவர்களின் மகரக்கட்டு நீங்கி, குரலும் வாலிபத்தை எட்டியிருந்தது. துடிப்புமிக்க இளைஞனாகத் தோற்றமளித்தார் அவர்.

சங்கரதாஸ் சுவாமிகளின், "மூலமந்திர மோன நற்பொரு ளே எனும் கணபதி வணக்கப் பாடலை மரபார்ந்த வழக்கப்படி முதல் பாடமாக அச் சிறுவர்களுக்கு சண்முகம் சொல்லிக்கொடுக்கத் தொடங்கினார். பாடலை சில பல முறை சொல்லிக்கொடுத்துக் கொண்டிருந்தபோது தாகமெடுத்தது சண்முகத்திற்கு. புதிய மாணவச் சிறுவர்களை அமைதியாக இருக்கச் சொல்லிவிட்டு தண்ணீர் பருகச் சென்றார் சண்முகம். திரும்பிவந்து பார்த்தபோது அவருக்கு ஒரே வியப்பு. தான் விட்டுச் சென்ற இடத்திலிருந்து பாடத்தைத் தொடர்ந்து நடத்திக்கொண்டிருந்தார் இளைஞன் கிருஷ்ணன்.

உனக்கு எப்படித் தெரியும் இந்தப் பாட்டு? உரத்த குரலில் வியப்போடு கேட்டார் சண்முகம்.

"நாகர்கோவிலில் நாடகக் குழுக்கள் முகாமிடும்போதெல்லாம் அதில் நான் சோடா விற்றுக்கொண்டே நாடகங்களையும் கவனிப்பேன். உங்கள் நாடகக் குழு அங்கு வந்தபோதும் அப்படியே செய்தேன். நடிகர்கள் பாடும் பாடல்களும் வசனங்களும் எனக்கும் மனப்பாடம் ஆகிவிட்டன" என்றார் பரவசத்தோடு. டி.கே. சண்முகத்துக்கு ஆச்சரியம் அடங்கியபாடில்லை. கிருஷ்ணனின் தோளைத் தட்டிக் கொடுத்தார். முதுகை வளைத்து அணைத்துக்கொண்டார். மகிழ்ச்சியை அவர் முகம் சிரிப்பால் வெளிப்படுத்தியது.

அவர் கிருஷ்ணனைப் பார்த்துச் சொன்னார்:

"பலே இனி நீயே இவர்களுக்குப் பாடம் நடத்து"

சொல்லிவிட்டு நடந்தார் சண்முகம்.

இப்போது வியப்பு கிருஷ்ணனைத் தொற்றிக் கொண்டது. மனமெங்கும் மகிழ்ச்சி. தனது கலைத் தாகத்திற்கு முதல் நாளன்றே இப்படியொரு அங்கீகாரமா? நாடகமே தன் இலட்சிய வாழ்வாகப் போகிறது என்று மனமார உணரத் தொடங்கினார். ஒரு உன்னதக் கலைஞனாகத் தன்னை உருவாக்கிக்கொள்ளும் வேட்கைக்கு இப்படியாகத்தான் வித்திடப்பட்டது. பின்னாளில் கலைவாணர் எனும் பெரும் பெயருடன் தொன்மைவாய்ந்த தமிழின் கலைப் பெருவெளியில் தன் காலத்தில் நகைச்சுவை ரசத்தோடு நற்சிந்தனைகளையும் பகுத்தறிவு எண்ணங்களையும் அள்ளித் தரப்போகிற அந்த உன்னதக் கலைஞனின் நாடக நுழைவு இவ்வாறுதான் தனித்துவம் பெற்றிருந்தது.

ஆமாம் ஒரு மாணவனாக நடிப்புத் தொழிலைக் கற்றுக் கொள்ள அங்கே நுழைந்த அன்றே ஆசிரியராகப் பதவி உயர்வு பெற்றவர் கலைவாணர் என்.எஸ். கிருஷ்ணன். இது எத்தனை பெரிய மகத்தான நிகழ்வு! எவருக்குமே கிடைத்திடாத எத்தனை பெரிய மகத்தான பரிசு! அரிய விருது! வெகுமதி!

66

உயிர் போய் உயிர் வந்தது

1931 மே 19 ஆம் நாள். ஆம்; அன்றுதான் தேசபக்தி அரங்கேற்றம். ஷண்முகம் குழுவினருக்கு ஏற்பட்டிருந்த உணர்ச்சியை விவரிக்க இயலாது. ஏதோ ஓர் உணர்ச்சியும் எழுச்சியும் எல்லோருக்கும் இருந்தது. நாடெங்கும் கொந்தளிப்பு! விடுதலையுணர்ச்சி கொழுந்து விட்டு எரிந்த காலம்! பாரத வீரன் பகவத் சிங்கும் அவரது தோழர்கள் சுகதேவ், ராஜகுரு ஆகியோரும் தூக்கிலிடப்பட்டுச் சில நாட்களே ஆகியிருந்தன. அந்த நெஞ்சுருக்கும் செய்திகள் நாட்டு மக்கள் உள்ளத்தில் பெரும் ஆவேசத்தை ஊட்டி யிருந்தன. நாட்டின் சூழ்நிலை, அந்நிகழ்வு நடிகர்களாகிய அனைவரையும் பாதித்திருந்தது., அவர்களும் உணர்ச்சியில் திளைத்து நின்றனர்.

நாடகம் தொடங்கியது. முதற் காட்சி பொதுக்கூட்டம்.

தேச பக்தியே முக்தியாம் தெய்வ சக்தியாம்

என்ற பாடலை ஷண்முகம் முதலில் பாடியதும் சபையோர் உணர்ச்சி வசப்பட்டு, மகாத்மா காந்திக்கு ஜே!" என்று கோஷமிட்டனார். பாட்டு முடிந்ததும் பாணபுரத்தின் தலைவர், வாலீசனாக நடித்தவர் பேசினார். அவரது பேச்சுத் தெளிவும், கெம்பீரமான குரலும், மெய்ப்பாட்டுணர்ச்சியும் சபையினருக்கு மட்டுமல்ல, அனைவருக்குமே எழுச்சி ஊட்டுவதாய் இருந்தது. பெருத்த கைத்தட்டலுடன் முதற்காட்சி முடிந்தது.

இரண்டாவது காட்சி ஈசானபுர மன்னனின் விசாரணை மண்டபம். சுதந்திர வீரனை வாலீசனுக்குத் தூக்குத் தண்டனை விதிக்கப்படுகிறது.

மூன்றாவது காட்சி தூக்குமேடை, வாலீசன் தூக்கிலிடப்பட்டு மடிகிறான். அவனது மரணத்திற்குப் பின் புரேசன் என்ற தலைவன் பொறுப்பேற்றுப் போராடி, பாண புரத்தை அடிமைத் தளையிலிருந்து விடுவித்துச் சுதந்திர நாடாக்குகிறான். இது கதை……

தூக்குமேடைக் காட்சியைப் பல முறைகள் ஒத்திகைகள் பார்த்து, உண்மைபோல் தோற்றுவிக்க ஏற்பாடுகள் செய்யப்பட் டிருந்தன. வாலீசன் மேடைமீது ஏறியதும் சுருக்குக் கயிற்றைத் தானே எடுத்துக் கழுத்தில் மாட்டிக் கொள்கிறான். அதிகாரி கையசைக்கிறார். உள்ளே மணிச் சத்தம் கேட்கிறது. கீழே நிற்கும் காவலன் பலகையைத் தட்டி விடுகிறான். இவ்வாறு காட்சி நடை பெற வேண்டும்.

வாலீசனுக நடித்தவர் சுருக்குக் கயிற்றைக் கழுத்தில் மாட்டிக் கொள்ளும்போதே அதனோடு இணைக்கப்பட்டிருந்த ஒரு இரும்புக் கொக்கியைத் தனது இடுப்பிலே கட்டப்பட்டிருந்த மற்றொரு கயிற்றில் மாட்டிக் கொள்ளவேண்டும். இப்படிச் செய்தால் அவர் தொங்கும்போது அவரது உடல் பாரத்தை இரும்புக் கொக்கி தாங்கிக் கொள்ளும். கழுத்துச் சுருக்கு இறுக்காது.

மூன்றாவது காட்சி தொடங்கும் போது வாலீசனுக நடித்தவர் உணர்ச்சிப் பிழம்பாக இருந்தார். தூக்கு மேடையில் ஏறி ஆவேசத்துடன் வீர முழக்கம் செய்துவிட்டுக் கயிற்றைக் கழுத்தில் போட்டுக் கொண்டார். ஆனால் இரும்புக் கொக்கியை ஒத்திகைப் படி மாட்டினார்களா என்பதைக் கவனிக்க மறந்து விட்டார்,

நாடகம் தொடங்கியது முதல் நெஞ்சு படபடக்கத் திரை மறைவில் நின்று கொண்டிருந்த எவருமே இதைக் கவ னிக்கவில்லை. தூக்குமேடைப் பலகையை இழுக்கும் காவலனாக நின்ற நடிகரும் இதைப்பற்றிச் சிறிதும் கவலை கொள்ளவில்லே. சுருக்கைக் கழுத்தில் மாட்டினார் வாலீசர். வீர முழக்கமிட்டார். மணியடிக்கப்பட்டது. பலகை இழுக்கப்பட்டது. வாலீசன் அந் தரத்தில் தொங்கினார், மெய் மறந்திருந்த சபையோர், "பகவத் சிங்குக்கு ஜே" என்று பலமுறை கோஷமிட்டனார்.டி கே ஏஸ்., அடுத்த

காட்சிக்காகத் திரை மறைவில் தூக்குமேடையருகே நின்று கொண்டிருந்தார்.. வாலீசன் தொங்கியபோது கொடுத்த குரல் என்னவோ போலிருந்தது. அவரது முதுகுப்புறம் இரும்புக் கயிற்றில் கொக்கி மாட்டப்படாததை அப்போதுதான் உணர்ந்தார் அவர்.. மற்றும் சிலருக்ன் இதைக் கவனித்தார்கள் போலிருக்கிறது. "திரை, திரை, படுதா படுதா" என்று பல குரல் கள் ஓலமிட்டன. அரை நிமிட நேரம் தொங்கிய பிறகே திரை விடவேண்டுமென ஒத்திகையில் அறிவிக்கப்பட்டிருந்தது. சபையோரின் ஜே கோஷத்தில் ஒலக் குரல்கள் உடனே கேட்கவில்லை. திரைவிடச் சில வினாடிகள் தாமதம் ஏற்பட்டது.

திரை விழுந்ததும் சிலர் ஓடிப்போய் வாலீசனாக நடித்தவரைத் தூக்கிப் பிடித்துக் கொண்டு இறுகிப்போயிருந்த கழுத்துச் சுருக்கை அவிழ்த்தார்கள். நடிகருக்குப் பிரக்ஞை இல்லை. சபையோருக்கு இதைப்பற்றி எதுவும் தெரியாது. உணர்ச்சி வசப்பட்ட அவர்கள் அடுத்தகாட்சி தொடங்கும் வரை "பகத்சிங்குக்கு ஜே! பகத்சிங்குக்கு ஜே!" என்று முழங்கிக்கொண்டே இருந்தார்கள்.

வாலீசனாக நடித்தவருக்குத் தன் நினைவுவர அரை மணி நேரமாயிற்று. அன்று வாலிசனாக நடித்து, உணர்ச்சிப் பிழம்பாக நின்று உயிரை ஊசலாடவிட்ட உண்மை நடிகர்தாம் நடிகமணி எஸ். வி. சகஸ்ரநாமம். அவரது கழுத்துச் சுருக்கைப்பற்றிக் கவலை கொள்ளாமல் காவலனாக நின்று பலகை இழுத்த புண்ணியவான் வேறு யாறாமல்ல. நகைச்சுவைச் செல்வன் டி. என். சிவதானு.

67

அதிக பொருட்செலவில் நாடகம்

கன்னையா நாடகக் கம்பெனி. முதன்முதலாக அவர் பெரும்பொருட்செலவில் சென்னையில் போட்ட 'தசாவதாரம்' தமிழ் நாடக ரசிகர்களிடையே பெரும் அலையை ஏற்படுத்தியது. நாடக வெற்றிக்கு இரண்டு காரணங்கள் பல்லாயிரக்கணக்கில் (இன்றைய லட்சங்கள்) செலவழித்து போடப்பட்ட தத்ரூபமான 'செட்டு'கள் மற்றும் செங்கோட்டை எஸ்.ஜி.கிட்டப்பா சகோதரர்கள்.

லஷ்மி சமேதராக மஹாவிஷ்ணு பாற்கடலில் பள்ளிகொண்டிருக்கும் காட்சியைக் கண்டவர்கள் இருக்கையை விட்டெழுந்து 'கோவிந்தா..கோவிந்தா..' என்று வணங்குவார்களாம். அதுபோலவே மந்திரமலை, வாசுகியைக் கொண்டு பாற்கடலை தேவர்களும் அசுரர்களும் கடையும் காட்சியும், மஹாவிஷ்ணு மோஹினியாகத் தோன்றி அசுரர்களை ஏமாற்றும் காட்சியும், காளிங்கமர்த்தனம் செய்யும்போது பாம்பு விஷம் கக்கும் காட்சியும் ரசிகர்களை பரவசப்படுத்தியது. மகாபாரதத்தில் யுத்தத்தை இவ்வளவு தத்ரூபமாகக் காட்டியது பேரதிசயமாக இருந்தது. 'பகவத்கீதை' நாடகத்தில் கலியுகம் பிறந்ததற்கு அறிகுறியாக 'மோரிஸ்' காரை மேடையில் காட்டிய பெருமையும் கன்னையாவிற்கே. அதுபோக எஸ்.ஜி.கிட்டப்பா 'தேவர் அசுர குலத்தோரே திவ்ய தேவாம்ருதம் உமக்கே தருவேனே' என்று கூர்மாவதாரத்தில் மோகினியாகவும், 'தசரதராஜ குமாரா அலங்காரா..சுகுமாரா.. அதிதீரா' என்று ராமாவதாரத்தில் பரதனாகவும் பாடிய பாடல்கள் நாடக ரசிகர்களின் தேசிய கீதங்களாயின. கன்னையா

கம்பெனியின் பகவத்கீதையும் அவருக்கு பெரும்புகழ் சேர்த்த நாடகம். அதிலும் கிட்டப்பாதான் கதாநாயகன். கிட்டப்பா தனிக்கம்பெனி ஆரம்பித்து நடிக்க ஆரம்பித்ததும், 'பகவத்கீதை'யில் கிருஷ்ணராக நடித்து புகழ்பெற்றவர் மகாராஜபுரம் விஸ்வநாதய்யரின் தம்பியாகிய மகாராஜபுரம் கிருஷ்ணமூர்த்தி. கன்னையா தன்னுடைய இறுதிக்காலத்தில் நாடகத்தில் பயன்படுத்திய நகைகளையெல்லாம் ஸ்ரீவில்லிபுத்தூர் ஆண்டாள் கோயிலுக்கும், தன்னுடைய நாடகத்தின் 'சீன்'களையெல்லாம் தன் சகோதரர் கிருஷ்ணய்யாவிற்கும் கொடுத்துவிட்டார். அந்தக் கிருஷ்ணய்யாவின் அறிவுரையின் பேரில், கன்னையாவின் 'சீன்'களைக் கொண்டு, மறுபடியும் 'தசாவதாரம்' மற்றும் 'கிருஷ்ணலீலா' நாடகங்களை நடத்த ஆரம்பித்தார் யதார்த்தம் பொன்னுசாமிபிள்ளை. நல்ல பேரும் புகழும் கிடைத்தது. நடிகர்கள் சிவாஜி கணேசன், எம்.ஆர்.ராதா, டி.ஆர்.மகாலிங்கம், நடிப்பிசைப்புலவர் கே.ஆர்.ராமசாமி, காகா ராதாகிருஷ்ணன், 'திருவிளையாடல்' இயக்குனர் ஏ.பி.நாகராஜன், 'சகுந்தலை', 'கண்ணகி' படங்களுக்கு இசையமைத்த இசை மேதை எஸ்.வி.வெங்கட்ராமன்